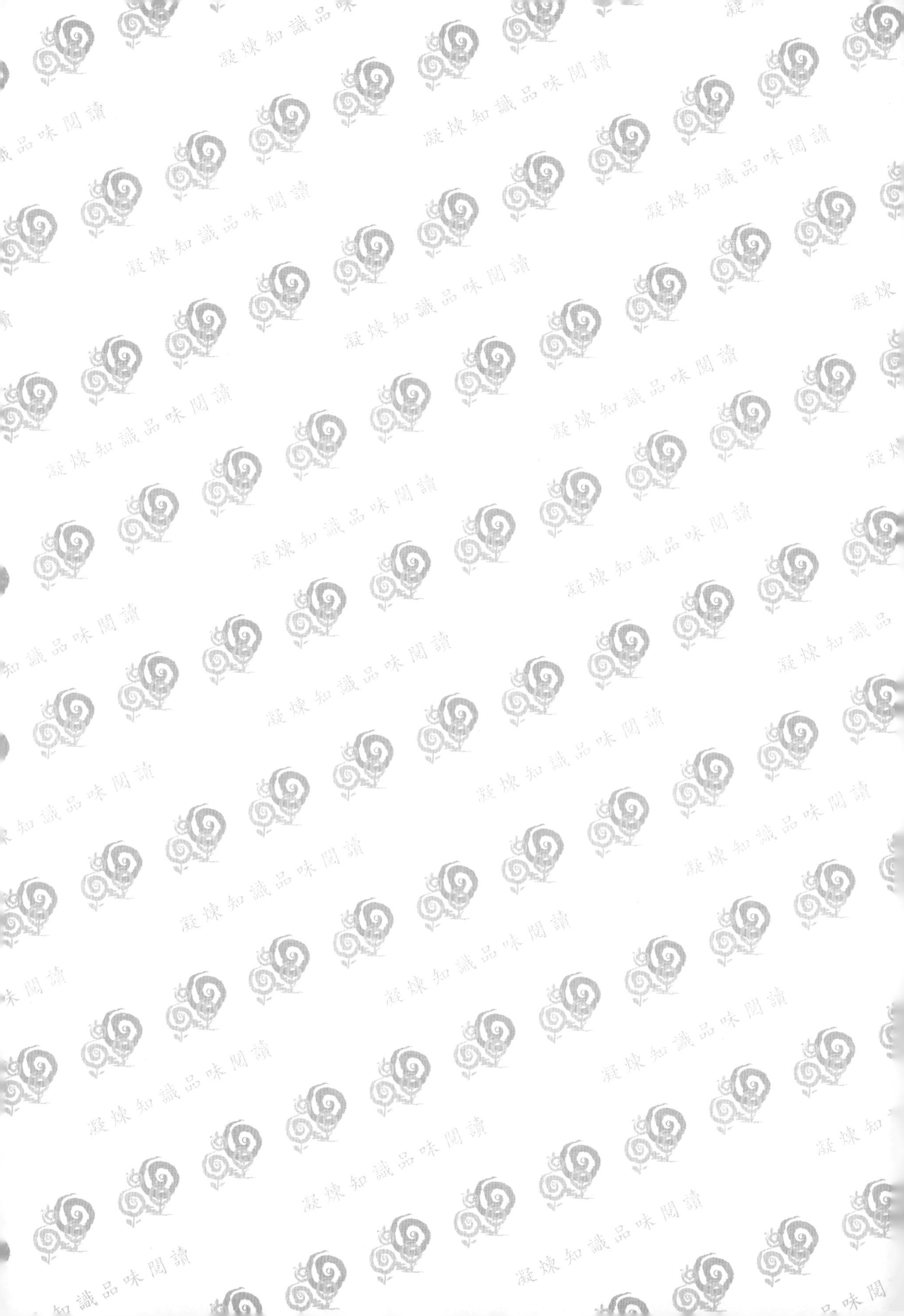

TIẾNG HOA THỰC DỤNG (TRUNG CẤP)

實用生活華語不打烊

（中級篇）

越南語版

Dương Tú Huệ 楊琇惠——著 biên soạn
Trần Thụy Tường Vân 陳瑞祥雲——譯 biên dịch

五南圖書出版公司 印行

序

在耕耘華語教材十二年之後的今天，終於有機會跨出英文版本，開始出版越語、泰語及印尼語三種新版本，以服務不同語系的學習者。此刻的心情，真是雀躍而歡欣，感覺努力終於有了些成果。

這次之所以能同時出版三個東南亞語系的版本，除了要感謝夏淑賢主任、劉文華老師、林漢發老師（泰語）、李良珊老師（印尼語）及陳瑞祥雲老師（越南語）的翻譯外，最主要的，還是要感謝五南圖書出版社！五南帶著社企的精神，一心想要回饋社會，想要為臺灣做點事，所以才能促成此次的出版。五南的楊榮川董事長因為心疼許多嫁到臺灣的新住民／東南亞語系朋友，因為對臺灣語言、文化的不熟悉，導致適應困難，甚至自我封閉。有鑑於此，便思考當如何才能幫助來到寶島和我們一起生活，一起養兒育女的新住民／東南亞語系朋友，讓他們能早日融入這個地方，安心地在這裡生活，自在地與臺灣人溝通，甚至教導下一代關於中華文化的種種，思索再三，還是覺得必須從語言文化下手，是以不計成本地開闢了這個書系。

回想半年前，當五南的黃惠娟副總編跟筆者傳達這個消息時，內心實在是既興奮又激動，開心之餘，感覺有股暖流在心裡盪漾。是以當下，筆者便和副總編一同挑選了五本適合新住民／東南亞語系朋友的華語書籍，當中除了有基礎會話，中級會話的教學外，還有些著名的中國寓言，及實用有趣的成語專書，可以說從最基礎到高級都含括了。希望新住民朋友能夠透過這個書系，來增進華語聽、說、讀、寫的能力，讓自己能順利地與中華文化接軌。

這是個充滿愛與關懷的書系，希望新住民／東南亞語系朋友能感受到五南的用心，以及臺灣人的熱情。在研習這套書後，衷心期盼新住民／東南亞語系朋友能和我們一起愛上這個寶島，一同在這個島上築夢，並創造屬於自己的未來。

楊琇惠

民國一〇五年十一月十九日

於林口臺北新境

Lời nói đầu

Sau mười hai năm theo đuổi công việc biên soạn giáo trình tiếng Hoa, cuối cùng đã có cơ hội thực hiện phiên bản khác ngoài tiếng Anh, như tiếng Việt, tiếng Thái, tiếng Indonesia, để phục vụ những học sinh với những ngôn ngữ mẹ đẻ khác nhau. Tâm trạng của tôi lúc này, thực sự rất vui mừng phấn khởi, cảm giác những nỗ lực vừa qua đã có chút thành tựu rồi.

Để có thể đồng thời xuất bản ba phiên bản ngôn ngữ khác nhau, ngoài việc cảm ơn chủ nhiệm Hạ Thục Hiền, thầy Lưu Văn Hoa, thầy Lâm Hán Phát (tiếng Thái), cô Lý Lương San (tiếng Indo) và cô Trần Thụy Tường Vân (tiếng Việt) hỗ trợ dịch thuật, quan trọng nhất, chính là cảm ơn nhà xuất bản Wunan! Wunan với tinh thần doanh nghiệp xã hội, luôn muốn đóng góp cho xã hội, muốn làm một điều gì đó cho Đài Loan, nên bộ sách này mới có thể xuất bản được. Chủ tịch Wunan, ông Dương Vinh Xuyên nhận thấy nhiều cư dân mới khi đến Đài Loan sinh sống, vì không hiểu rõ ngôn ngữ, văn hóa Đài Loan nên đã không thể thích nghi được, thậm chí đã tự co mình lại, không dám tiếp xúc với thế giới bên ngoài. Chính vì thế, ông đã trăn trở làm sao để giúp họ có thể nhanh chóng hòa nhập vào nơi này, có thể yên tâm sinh sống, thoải mái giao tiếp với mọi người, thậm chí còn có thể dạy thế hệ tiếp theo văn hóa Trung Hoa, suy đi tính lại, ông cảm thấy cần phải bắt đầu từ ngôn ngữ và văn hóa, bất kể chi phí như thế nào cũng phải phát triển bộ sách này.

Nhớ lại sáu tháng trước, khi phó tổng biên tập Hoàng Huệ Quyên đến thông báo tin này cho tôi, tôi cảm thấy thật xúc động và phấn khởi, ngoài cảm giác vui mừng, trong lòng còn có một cảm giác rất ấm áp. Lúc đó, tôi cùng phó tổng biên tập đã chọn ra 5 quyển sách phù hợp với những cư dân mới, bao gồm đàm thoại cơ bản, đàm thoại trung cấp, còn có ngụ ngôn, thành ngữ, có thể nói bộ sách đã bao gồm từ cơ bản đến cao cấp. Hi vọng các bạn có thể thông qua bộ sách này phát triển kỹ năng nghe, nói, đọc và viết, giúp bản thân thuận lợi hội nhập với nền văn hóa Trung Hoa.

Đây là bộ sách đầy tình thương và sự quan tâm, hi vọng các bạn có thể cảm nhận được sự chân thành của nhà xuất bản Wunan, cũng như sự nhiệt tình của người Đài Loan. Sau khi đọc bộ sách này, rất mong các bạn có thể cùng chúng tôi yêu quý hòn đảo này, cùng nhau xây dựng ước mơ, vun đắp tương lai nơi đây.

Dương Tú Huệ

19/11/2016, tại Đài Bắc

編輯前言

本書乃是《華語教學》系列之一，專為學習華語一到兩年的外籍人士所設計的。隨書附贈華語聽力練習光碟，所以不論是作為課堂的授課用書，或是自學教材，都非常適合。

本書特色：

1. 本書不論是在內容或是編排設計上，都做了相當程度的突破與創新。
   (1) 內容部分：在十二課的編制中，我們嘗試將課與課之間的內容，藉由六位主角間的生活故事串連。如此安排不但能使課文更加生動活潑，還能讓學生因為好奇故事的發展而激發其學習的興趣。
   (2) 在課文之後，提出主要的學習重點：「你不可以不知道」、「句型演練」兩部分。

2. 課後練習題目：為了讓學生能夠活用學習的內容，其後又編寫了各種練習活動，有的練習要學生動口說，有的要學生動手寫，還有要學生彼此交互合作來完成的活動單元。這個練習兼動腦的部分，我們稱之為「換我試試看」。

3. 全彩活潑的編排：為了讓學生在學習的過程中感到新奇有趣，我們穿插了大量插畫及照片；希望能藉由賞心悅目的畫面來增添學生學習時的舒適感。我們期望能讓學習華語成為一件心曠神怡的美事，而不是呆板沉悶的苦差事。

Lời nói đầu của ban biên tập

Quyển sách này nằm trong hệ thống giáo trình tiếng Hoa, thiết kế riêng cho học viên nước ngoài đã học tiếng Hoa từ 1 đến 2 năm. Sách đính kèm CD luyện nghe, nên giáo trình này dùng để học trên lớp hay tự học tại nhà đều rất thích hợp.

Đặc sắc:

1. Nội dung và cách trình bày đều mang tính đột phá và sáng tạo.
   (1) Phần nội dung: Với 12 bài khóa, chúng tôi đã cố gắng liên kết nội dung giữa những bài học với nhau, đây là những câu chuyện đời sống xung quanh sáu nhân vật chính xuất hiện trong sách. Sự sắp xếp này không chỉ làm cho bài khóa sống động hơn, học viên cảm thấy tò mò với nội dung diễn biến câu chuyện, qua đó yêu thích hơn việc học tiếng Hoa.
   (2) Sau bài khóa sẽ là hai nội dung luyện tập chính: "Bạn không thể không biết" và "Luyện tập mẫu câu".

2. Bài tập sau giờ học: Để học viên có thể ứng dụng ngay nội dung đã học, tác giả đã biên soạn thêm nhiều bài tập thực hành, có bài tập giúp học sinh luyện kỹ năng nói, có bài tập giúp học sinh luyện viết chữ, cũng có bài tập cần học sinh hợp tác giúp đỡ nhau hoàn thành. Phần bài tập này kết hợp với luyện tập trí não, nên chúng tôi gọi nó là "Đến lượt bạn".

3. Thiết kế màu sắc sống động: Để giúp học viên trong quá trình học cảm thấy tươi mới, thú vị, chúng tôi đã xen kẽ rất nhiều hình minh họa và tranh ảnh, hy vọng có thể giúp học viên cảm thấy thoải mái hơn khi học tập. Chúng tôi hy vọng rằng, việc học tiếng Hoa là một điều vui vẻ hạnh phúc, chứ không phải một việc làm khô cứng nhàm chán.

目錄

人物介紹

第一課 我是誰
dì yī kè wǒ shì shéi

Tôi là ai

duìhuà

（子維[1]一家是[2]寄宿家庭。今天子維要向 家人 [3]介紹 新 [4]朋友。）
zǐwéi yìjiā shì jìsù jiātíng jīntiān zǐwéi yào xiàng jiārén jièshào xīn péngyǒu

子維：爸爸！媽媽！我們的 新朋友 來了。艾婕，[5]自我介紹一下。
zǐwéi bà ba mā ma wǒ men de xīn péngyǒu lái le àijié zìwǒ jièshào yíxià

艾婕：大家好！我叫做 艾婕，我 來自[6]法國。我今年 二十四[7]歲，
àijié dàjiāhǎo wǒ jiàozuò àijié wǒ láizì fàguó wǒ jīnnián èrshísì suì

我是 [8]大學生。
wǒ shì dàxuéshēng

龍媽：請坐 請坐！妳長得 好漂亮！
lóngmā qǐngzuò qǐngzuò nǐ zhǎng de hǎo piàoliàng

艾婕：謝謝！**請問**[9] 這位 是……？
xièxie qǐngwèn zhèwèi shì

子維：艾婕，這位 是我 媽媽，她是 **家庭主婦**[10]。
àijié zhèwèi shì wǒ māma tā shì jiātíng zhǔfù

龍媽：妳可以叫 我龍媽。**歡迎**[11] 妳來我們 家！
nǐ kěyǐ jiào wǒ lóngmā huānyíng nǐ lái wǒmen jiā

艾婕：龍媽 妳好！
lóngmā nǐhǎo

子維：這位 是我爸爸，他是 **內科醫生**[12]。
zhèwèi shì wǒ bàba tā shì nèikē yīshēng

龍爸：妳可以叫 我龍爸。
lóngbà nǐ kěyǐ jiào wǒ lóngbà

不要客氣[13]，把這裡**當成**[14] 妳的家！
búyào kèqì bǎ zhèlǐ dāngchéng nǐ de jiā

艾婕：龍爸 你好！
lóngbà nǐhǎo

子維：這位 是我 姊姊，她在 **外貿**[15] **公司** **上班**[16]。
zhèwèi shì wǒ jiějie tā zài wàimào gōngsī shàngbān

子芸：妳好！我叫 子芸。有什 麼 **問題**[17]都 可以問我！
zǐyún nǐhǎo wǒ jiào zǐyún yǒu shé me wèntí dōu kěyǐ wèn wǒ

小辭典

1. 一家 một nhà, cả nhà
2. 寄宿家庭 homestay
3. 介紹 giới thiệu
4. 朋友 bạn, bạn bè
5. 自我介紹 tự giới thiệu
6. 法國 nước Pháp
7. ~歲 ~ tuổi
8. 大學生 sinh viên đại học
9. 請問 xin hỏi, cho hỏi
10. 家庭主婦 nội trợ
11. 歡迎 chào mừng, hoan nghênh
12. 內科醫生 bác sĩ nội khoa
13. 不要客氣 đừng khách sáo
14. 當成 xem như
15. 外貿公司 công ty thương mại nước ngoài
16. 上班 làm việc, đi làm
17. 問題 vấn đề, câu hỏi, thắc mắc

艾婕：子芸妳好！
zǐyún nǐhǎo

龍媽：妳中文 說得 很 好 [18]**欸**！
nǐ zhōngwén shuōde hěn hǎo e

艾婕：[19]**哪裡哪裡**，[20]**您過 獎 了**！
nǎlǐ nǎlǐ nín guò jiǎng le

子維：[21]**當然** 啦，
dāngrán la

艾婕在 法國[22]**的時候** 就是 [23]**中文系** 的 [24]**高材生** 了呢！
àijié zài fàguó de shíhòu jiù shì zhōngwénxì de gāocái shēng le ne

艾婕：我很 喜歡 中文， 我 [25]**覺得**中文 就跟 法文[26]**一樣** 美。
wǒ hěn xǐhuān zhōngwén wǒ jué de zhōngwén jiù gēn fàwén yíyàng měi

龍媽：[27]**希望** 妳會 喜歡 臺灣！
xīwàng nǐ huì xǐhuān táiwān

子維：還有 臺灣 人！
hái yǒu táiwān rén

艾婕：[28]**一定**、一定！
yídìng yídìng

小辭典

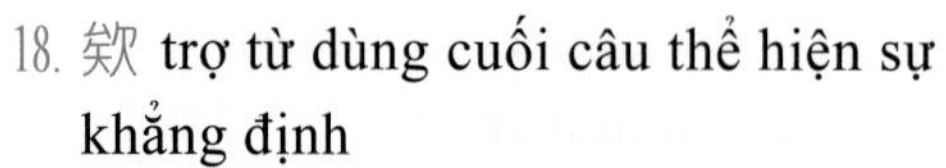
18. 欸 trợ từ dùng cuối câu thể hiện sự khẳng định
19. 哪裡哪裡 không đâu, không đâu
20. 您過獎了 bạn quá khen rồi
21. 當然 tất nhiên, đương nhiên
22. ~的時候 khi ~

23. 中文系 khoa tiếng Hoa, khoa Trung
24. 高材生 sinh viên ưu tú
25. 覺得 cảm thấy
26. 一樣 giống nhau
27. 希望 hy vọng
28. 一定 nhất định, chắc chắn

子芸：爸，媽，我跟子維就**帶**[29] 艾婕去**看**[30] 她 **房間**[31] 囉！
bà mā wǒ gēn zǐwéi jiù dài àijié qù kàn tā fángjiān luo

龍媽：**好**[32]！我 **切**[33]好 **水果**[34] 就**馬上**[35] **過去**[36]！
hǎo wǒ qiē hǎo shuǐguǒ jiù mǎshàng guòqù

子維：媽，那我們 **等**[37] 妳喔！
mā nà wǒmen děng nǐ o

（子芸 跟 子維 帶 艾婕去看 房間。）
zǐyún gēn zǐwéi dài àijié qù kàn fángjiān

龍媽：這個 **女孩子**[38]**又**[39] **乖**[40] 又 **懂**[41] **禮貌**，**讓**[42] 她**住**[43] 家裡我也**放心**[44]。
zhège nǚháizi yòu guāi yòu dǒng lǐmào ràng tā zhù jiā lǐ wǒ yě fàngxīn

龍爸：**而且**[45]人又 長得 漂亮。
érqiě rén yòu zhǎngde piàoliàng

龍媽：**對**[46]呀，就跟 我一樣！
duì ya jiù gēn wǒ yíyàng

29. 帶 dẫn
30. 看 xem
31. 房間 phòng
32. 好 được
33. 切 cắt, gọt
34. 水果 trái cây
35. 馬上 ngay lập tức
36. 過去 sang đó
37. 等 đợi
38. 女孩子 cô gái
39. 又…（又…） vừa... vừa ...
40. 乖 ngoan
41. 懂禮貌 lịch thiệp, lịch sự
42. 讓 khiến
43. 住 ở, cư trú
44. 放心 yên tâm
45. 而且 hơn nữa
46. 對 phải, đúng

LESSON 1

你不可以不知道

nǐ bù kěyǐ bù zhīdào

國名	guómíng
泰國	tàiguó
加拿大	jiānádà
埃及	āijí
葡萄牙	pútáoyá
阿根廷	āgēntíng
波蘭	bōlán
巴西	bāxī
墨西哥	mòxīgē
澳洲	àozhōu
希臘	xīlà
南非	nánfēi
印度	yìndù
韓國	hánguó
德國	déguó

句型演練
jùxíng yǎnliàn

自我介紹—我是誰？

姓名xìngmíng

請問	您 你 他 這位	怎麼稱呼？ chēnghū 叫什麼名字？

我 他 這位	(的名字) míngzi	叫 叫做 是	艾婕。 龍子維。 龍子芸。 子維。
	姓 xìng		龍

國籍guójí

請問	您 你	是	哪裡 nǎlǐ	人？ rén
	他 這位	來自		？

我 他 這位	是	法國 美國 měiguó	人。
我 他	來自	日本 rìběn 義大利 yìdàlì	。

職業 zhíyè

請問	您 你 他	在		唸書？ niànshū 工作？ gōngzuò

我 他	是 是個 ge 是位	學生。 醫生。 家庭主婦。	
	在	天空 tiānkōng 大學 外貿公司 出版社 chūbǎnshè	唸書。 上班。 工作。

職業	
廚師 chúshī	工程師 gōngchéngshī
護士 hùshì	理髮師 lǐfǎshī
記者 jìzhě	建築師 jiànzhúshī
歌手 gēshǒu	消防人員 xiāofáng rényuán
演員 yǎnyuán	經濟學家 jīngjì xuéjiā
作家 zuòjiā	計程車司機 jìchéngchē sījī
運動員 yùndòngyuán	

長相 zhǎngxiàng

我 你 他	(長得)	很 好 真 zhēn	好看！ hǎokàn 帥！ shuài 漂亮！ 美麗！ měilì 可愛！ kěài
		很 真	不錯！ búcuò

年齡 niánlíng

請問	您 你 他	今年	幾 jǐ	歲？ suì

我 他	今年	十六 shíliù 二十四 三十九 sānshíjiǔ	歲。

huàn wǒ shìshì kàn

挑戰一

請訪問 你身旁 的同學，寫下他的姓名、國籍、職業以及年齡。
fǎngwèn shēnpáng tóngxué xiěxià yǐjí

姓名：
國籍：
職業：
年齡：

挑戰二

請向全班 介紹一下這位同學。
quánbān

挑戰三

請依照 範例造句。
yīzhào fànlì zàojù

例：安東尼奧／西班牙→這位是安東尼奧。他來自西班牙。他是西班牙人。

安東尼奧／西班牙

沙夏／俄國

中山次朗／日本

阿里／沙烏地阿拉伯

艾雪／土耳其

伊莉沙白／英國

羅伯特／德國

金真熙／韓國

挑戰四

請依照　範例造句。
yīzhào　fànlì　zàojù

例：張雅婷／醫生→這位是張雅婷。她是位醫生。

張雅婷／醫生

王宗翰／理髮師

陳怡君／建築師

黃健豪／廚師

挑戰五

情境　應用
qíngjìng yìngyòng

下課　時，艾婕在教室　裡撿到一本　護照（如下圖）。
xiàkè shí　jiàoshì lǐ jiǎndào běn hùzhào rú xiàtú

艾婕知道這本護照一定是某　個新同學掉的，但　因為　跟同學還　不夠
zhīdào　yídìng　mǒu ge　diào　dàn yīnwèi gēn　hái búgòu

熟，　認　不　出來這本護照的主人是誰。艾婕想趁　明天　的課問同學是
shóu rèn bù　chūlái　zhǔrén　xiǎngchèn míngtiān

不是有人弄　掉　了護照。
nòngdiào

請幫　艾婕想一想，他該 怎麼
bāng　gāi zěme

向全班同學說，才能　找到護
cái néng zhǎo

照的主人呢？
ne

挑戰六

看圖說　故事：請根據漫畫　內容，猜猜看這中間　發生了什麼事？
tú shuō　gùshì　　　　　mànhuà nèiróng　cāi　　　　zhōngjiān fāshēng　　　shì

tīnglì liànxí

這是河流大學中級華語班的第一堂課。請根據對話回答問題。

1. 請問老師叫什麼名字？（hóng měilíng ／ lóng zǐyún ／ zhào shúpíng）

2. 請問羅強今年幾歲？（十五歲／二十歲／二十五歲）

3. 請問妙子在哪裡唸書？（河流大學／天空大學／日本大學）

4. 請問莉妲來自哪裡？（法國／英國／美國）

MEMO

LESSON 2

第二課 買東西

dì èr kè mǎi dōng xi

Mua sắm

對話一

duìhuà yī

（艾婕來到[1]早餐店，[2]打算[3]自己[4]買早餐[5]吃。）
àijié lái dào zǎocān diàn dǎsuàn zìjǐ mǎi zǎocān chī

[6]老板：[7]歡迎 光臨！
lǎobǎn huānyíng guānglín

[8]老板娘：歡迎 光臨！ 今天 要 吃[9]什麼？
lǎobǎn niáng huānyíng guānglín jīntiān yào chī shéme

艾婕：[10]嗯……老板，[11]培根 漢堡 一個[12]多少 錢？
àijié en lǎobǎn péigēn hànbǎo yí ge duōshǎo qián

老板娘：培根 漢堡 一個 二十五。
péigēn hànbǎo yí ge èrshíwǔ

艾婕：好，那我一個培根 漢堡。
hǎo nà wǒ yí ge péigēn hànbǎo

老板娘：要不要 加[13] 蛋[14]？
yào bú yào jiā dàn

艾婕：加蛋 要 加多少 錢？
jiā dàn yào jiā duōshǎo qián

老板娘：加蛋加五塊。
jiā dàn jiā wǔ kuài

艾婕：好，加蛋。
hǎo jiā dàn

老板娘：要不要 飲料[15]？
yào bú yào yǐnliào

艾婕：嗯……紅茶[16] 一 杯[17]多少 錢？
en hóngchá yì bēi duōshǎo qián

老板娘：小[18] 杯十五，中[19] 杯 二十，大[20]杯二十五。
xiǎo bēi shíwǔ zhōng bēi èrshí dà bēi èrshíwǔ

艾婕：那中 杯 好了，謝謝。
nà zhōng bēi hǎo le xiè xie

老板娘：要不要 加冰塊[21]？
yào bú yào jiā bīngkuài

小辭典

1. 早餐店 quán ăn sáng
2. .打算 dự định
3. 自己 tự mình; bản thân
4. 買 mua
5. 吃 ăn
6. 老板 ông chủ
7. 歡迎光臨 hoan nghênh ghé thăm (dùng để chào mừng khách đến cửa hàng)
8. 老板娘 bà chủ
9. 什麼 gì, cái gì
10. 嗯 ừm, ừ
11. 培根漢堡 bánh hamburger kẹp thịt xông khói
12. 多少錢 bao nhiêu tiền
13. 加 thêm
14. 蛋 trứng
15. 飲料 thức uống
16. 紅茶 hồng trà
17. 杯 ly
18. 小 nhỏ
19. 中 vừa, trung bình
20. 大 lớn
21. 冰塊 đá

艾婕：加一點點[22] 就好。
jiā yì diǎndian jiù hǎo

老板娘：這樣 一共[23] 五十 元。
zhèyàng yí gòng wǔshí yuán

艾婕：謝謝！
xiè xie

對話 二
duìhuà èr

（艾婕陪[24] 龍媽 一起[25]去市場[26] 買 菜[27]，看 到 一家賣[28] 飾品[29] 的小店。）
àijié péi lóngmā yìqǐ qù shìchǎng mǎi cài kàn dào yìjīa mài shìpǐn de xiǎo diàn

老板：來喔！來喔！又 漂亮 又 便宜[30]的 項鍊[31]、 戒指[32]喔！
lǎobǎn lái o lái o yòu piàoliàng yòu piányíde xiàngliàn jièzhǐ o

艾婕：龍媽 妳看，那邊 的 項鍊 好 漂亮 喔！
àijié lóngmā nǐ kàn nàbiēn de xiàngliàn hǎo piàoliàng o

龍媽：那叫 中國 結[33]！看 起來不錯[34]，我們 去看看 吧！
lóngmā nà jiào zhōngguó jié kàn qǐlái búcuò wǒmen qù kànkàn ba

老板：太太[35]，小姐[36]，要 買 點 什 麼？
tài tai xiǎojiě yào mǎi diǎn shé me

小辭典

22. 一點點 một chút
23. 一共 tổng cộng
24. 陪 cùng, đi cùng
25. 一起 cùng nhau
26. 市場 chợ
27. 菜 thức ăn, đồ ăn
28. 賣 bán
29. 飾品 đồ trang sức
30. 便宜 rẻ
31. 項鍊 vòng cổ, dây chuyền
32. 戒指 nhẫn
33. 中國結 nút Trung Quốc
34. 不錯 khá tốt, không tệ
35. 太太 bà (gọi người phụ nữ đã có chồng)
36. 小姐 cô

龍媽：老板，項鍊　一條 多少　錢？
lǎobǎn　xiàngliàn yì tiáo duōshǎo qián

老板：我們　的 [37]**東西** [38]**最**便宜了，一條 [39]**只** 要　一百[40]**塊**！
wǒmen　de　dōngxi zuì piányí le　yì tiáo zhǐ yào yìbǎi kuài

龍媽：一百塊？[41]**太**[42]**貴**了！
yì bǎi kuài　tài guì le

老板：哪會貴？妳[43]**可以**[44]**打聽**看看，我們　是最 便宜的！
nǎhuì guì　nǐ kěyǐ dǎtīng kànkàn　wǒmen　shì zuì piányí de

龍媽：一條 六十塊 我就買。
yì tiáo liùshí kuài wǒ jiù mǎi

老板：[45]**不行** 不行，會 [46]**虧本**啦！
bù xíng bù xíng　huì kuīběn la

龍媽：那我們 不買了，謝謝！
nà wǒmen bù mǎi le　xiè xie

老板：好 啦！太太，一條 [47]**算**　妳六十塊 啦。
hǎo la　tài tai　yì tiáo suàn nǐ liùshí kuài la

龍媽：謝謝老板！艾婕，這 就是[48]**殺價**，[49]**懂** 了嗎？
xiè xie lǎobǎn　àijié　zhè jiù shì shājià　dǒng le ma

艾婕：龍媽，妳[50]**真的**　好 [51]**厲害**！[52]**教**我，教我！
lóngmā　nǐ zhēnde hǎo lìhài　jiāo wǒ　jiāo wǒ

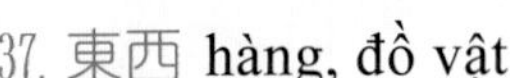

37. 東西 hàng, đồ vật
38. 最 nhất
39. 只 chỉ
40. 塊 đồng, tệ, tương tự như 元
41. 太 quá
42. 貴 mắc
43. 可以 có thể
44. 打聽 hỏi thăm; thăm dò; nghe ngóng
45. 不行 không được
46. 虧本 lỗ vốn
47. 算 tính
48. 殺價 mặc cả, trả giá
49. 懂 hiểu
50. 真的 thật, thật sự
51. 厲害 lợi hại, tài giỏi
52. 教 dạy

LESSON 2

你不可以不知道
nǐ bù kěyǐ bù zhīdào

1 = 一	11 = 十一	21 = 二十一
2 = 二	12 = 十二	39 = 三十九
3 = 三	13 = 十三	64 = 六十四
4 = 四	14 = 十四	97 = 九十七
5 = 五	15 = 十五	100 = 一百
6 = 六	16 = 十六	185 = 一百八十五
7 = 七	17 = 十七	500 = 五百
8 = 八	18 = 十八	1000 = 一千 qiān
9 = 九	19 = 十九	1,0000 = 一萬 wàn
10 = 十	20 = 二十	100,0000 = 一百萬

1,0000,0000 = 一億 yì
100,0000,0000 = 一百億
1,0000,0000,0000 = 一兆 zhào
0 = 零 líng

句型演練
jùxíng yǎnliàn

一百五十 = 150
一百零五 = 105

一百五 = 一百五十
三百七 = 三百七十
四千五 = 四千五百
五萬一 = 五萬一千
九萬六千六 = 九萬六千六百

一百二十 = 一百二
四千兩百 = 四千二
五萬兩千 = 五萬二
兩萬兩千 = 兩萬二

一、買東西

1. 問價格 jiàgé
để hỏi giá tiền vật phẩm nào đó

（請問）	這條項鍊 這件 衣服 jiàn yīfú		多少（錢）？
	項鍊 衣服	一條 一件	

這條項鍊 這件衣服		（只要）	九十 一百九十九 兩 千 liǎng	塊。 元。 。
項鍊 衣服	一條 一件		四千五	。

2. 要形容 某 樣東西的
xíngróng mǒu yàng
價格，你可以說：
shuō
Để mô tả giá của một mặt hàng, bạn có thể nói:

這條項鍊 這件衣服	太 最	貴 便宜	了！
	好 真		！

3. 想告訴別人某樣東西讓某人花了多少錢，你可以說：
gàosù biérén

Để báo giá, bạn có thể nói:

這條項鍊 這件衣服	（一共）yígòng （總共）zǒnggòng	花了 huā	我 子維 艾婕	快一千塊。kuài 一千塊。 一千多塊。duō 很多錢。

我 子維 艾婕	買	這條項鍊 這件衣服	（一共） （總共）	花了	一千塊。 很多錢。

二、形容與評價（mô tả và đánh giá）
xíngróng píngjià

要形容或評價某物給你的感受，你可以說：
huò wù gǎnshòu

Để mô tả hoặc đánh giá cảm xúc của bạn về điều gì đó, bạn có thể nói:

主語	動詞			
這條項鍊 這件衣服	看	起來	很 真	不錯。 糟糕。zāogāo
這首歌 shǒu gē	聽 tīng			
這朵花 duǒ huā	聞 wén			
這塊布 bù	摸 mō			

這條項鍊 這件衣服	很 好 真	好看。 難看。nán
這首歌		好聽。 難聽。
這朵花		好聞。 難聞。
這塊布		好摸。
這塊蛋糕 dàngāo		好吃。 難吃。
這杯 珍珠 奶茶 bēi zhēnzhū nǎichá		好喝。hē 難喝。

好看＝漂亮
難看＝醜 chǒu
好聞＝香 xiāng
難聞＝臭 chòu

艾婕長得好漂亮。
她的項鍊看起來真漂亮。
這朵玫瑰聞起來好香。
méiguī

這杯咖啡真好喝。
kāfēi

請問我的歌聽起來怎麼樣？很好聽喔！
zěnmeyàng

這幅畫看起來怎麼樣？不怎麼樣。
fú huà

LESSON 2

換我試試看

huàn wǒ shìshì kàn

挑戰一

請根據圖片，幫 店員 回答問題。
túpiàn bāng diànyuán

裙子qúnzi
一件399元

外套wàitào
一件888元

襯衫chènshān
一件400元

洋裝yángzhuāng
一件1200元

T 恤T-shirt
一件250元

襪子wàzi
一雙50元
shuāng

高跟鞋gāogēnxié
一雙2300元

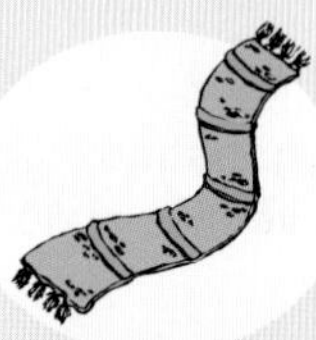
圍巾wéijīn
一條260元

褲子kùzi
一件700元

你好！
請問你要
買什麼？

龍媽：請問一雙襪子多少錢？

店員：________________

子芸：請問一件裙子多少錢？

店員：________________

龍爸：請問一件外套多少錢？

店員：________________

子維：請問一條圍巾多少錢？

店員：________________

艾婕：請問一件褲子多少錢？

店員：________________

龍媽：我要買兩條圍巾，四雙襪子跟兩件褲子。

店員：一共是________________元，謝謝您！

龍爸：我要買一件外套，一件襯衫，一件褲子跟一雙襪子。

店員：________________________________

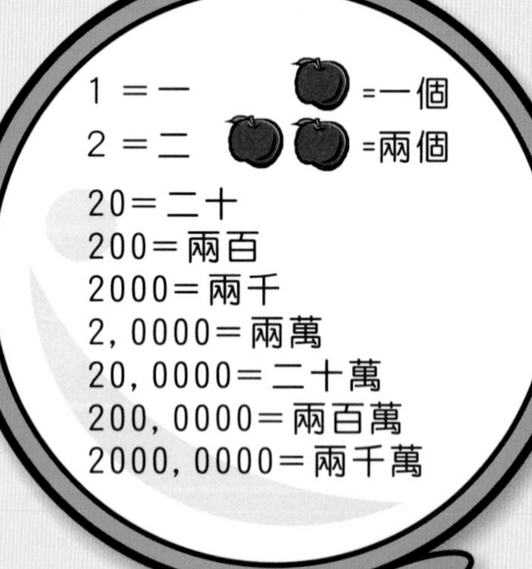

子維：我要買兩件T恤，一雙襪子跟一條圍巾。

店員：______________________________

子芸：我要買兩件裙子，一件洋裝跟兩件T恤。

店員：______________________________

艾婕：我要買一雙高跟鞋，一件洋裝跟四雙襪子。

店員：______________________________

挑戰二

請找 一位同學跟你一組，輪流扮演店員與顧客的角色，互相 詢問價格。
zhǎo zǔ lúnliú bànyǎn yǔ gùkè jiǎosè hùxiāng xúnwèn

挑戰三

請唸 出以下算式，並算出正確 答案。
niàn chū suànshì bìng zhèngquè dáàn

例：1+1=（一加一等於 二）
jiā děngyú

3-2=（三減二等於一）
jiǎn

2×3=（二乘以 三等於六）
chéngyǐ

6÷3=（六除以三等於二）
chúyǐ

6+4= 2×2=

7+8= 6×4=

5-1= 15÷5=

16-9= 26÷2=

挑戰四

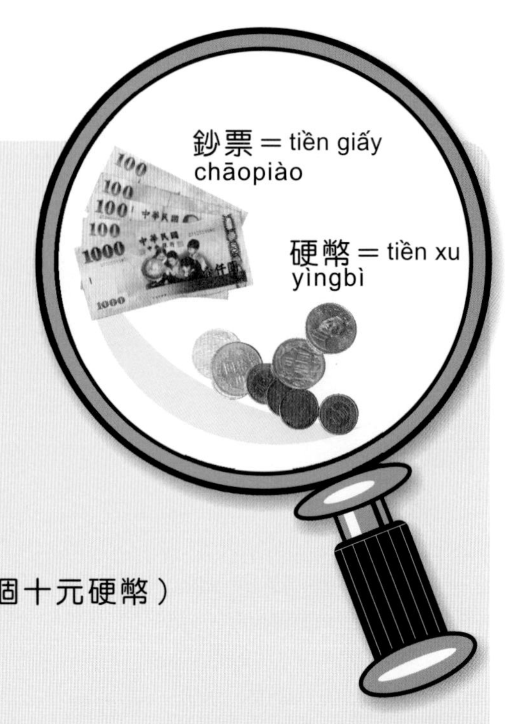

找錢 —請問店員應該要找 多少錢？
zhǎoqián zhǎo

例（九十七元／一張一百元鈔票）
店員：謝謝您，一共是九十七元。
收您一百元，找您三元，謝謝！
shōu
龍爸：謝謝！

1.（四十八元／一個五十元硬幣）
2.（八十九元／一張一百元鈔票）
3.（一百一十五元／一張一百元鈔票加兩個十元硬幣）
4.（兩百六十一元／一張五百元鈔票）
5.（七百四十元／一張一千元鈔票）

挑戰五

九折 = 10% off
（原價的90%）
九五折 = 5% off
（原價的95%）
這件衣服打九折。

打折 —請問這個多少錢？
dǎzhé

例（九折／原價五百元）
zhé yuánjià
龍媽：不好意思，請問一下這個多少錢？
店員：這個現在打九折，只要四百五十元！
龍媽：好便宜喔！

1.（五折／原價三百元）
2.（八折／原價兩千元）
3.（九五折／原價三千元）
4.（八五折／原價五百元）
5.（七九折／原價一千元）

聽力練習
tīnglì liànxí

艾婕一個人出門，在街上閒晃時，突然下起了大雨。
艾婕發現自己沒有帶傘，趕忙跑到附近的雨傘店要買傘，
但是又發現自己只帶了六十塊，根本不夠。

以下是艾婕與傘店老板的對話，請根據對話回答問題。

歡迎光臨！ huānyíng guānglín hoan nghênh	拜託（你）！ bàituō Hãy giúp tôi / Năn nỉ
想 xiǎng muốn	可憐 kělián tội nghiệp
一把雨傘 yì bǎ yǔsǎn một cây dù	有人情味 yǒu rénqíngwèi có tình người
不用了 búyòngle không cần	以後要再來喔！ yǐhòu yào zài lái o Lần sau lại đến!
對不起 duìbùqǐ xin lỗi	
留 liú lưu, giữ	

1. 請問大雨傘原價多少錢？
（190元／ 99元 ／ 299元）

2. 請問最便宜的雨傘原價多少錢？
（80元／90元／89元）

3. 請問艾婕買傘花了多少錢？
（40元／60元／80元）

4. 請問艾婕做了以下哪一件事？
（找錢／打折／殺價）

LESSON 3

第三課 

dì sān kè wèn lù

Hỏi đường

對話
duìhuà

（艾婕[1]寫了一[2]封[3]信，[4]想[5]寄[6]回法國去。
àijié xiě le yì fēng xìn xiǎng jì huí fàguó qù

[7]但是她不[8]曉得[9]郵局在[10]哪裡。）
dànshì tā bù xiǎo de yóujú zài nǎlǐ

艾婕：[11]糟糕，我[12]忘記郵局在哪裡了……[13]先生！先生！
àijié zāogāo wǒ wàngjì yóujú zài nǎlǐ le xiānshēng xiānshēng

路人甲：小姐，[14]怎麼了？
lùrén jiǎ xiǎojiě zě me le

艾婕：[15]不好意思，請問一下郵局在哪裡？
bùhǎo yìsi qǐngwèn yíxia yóujú zài nǎlǐ

路人甲：[16]喔，郵局啊，妳[17]先[18]直走，看到[19]第一個[20]紅綠燈[21]左轉，
o yóujú a nǐ xiān zhízǒu kàn dào dì yī ge hónglǜdēng zuǒzhuǎn

[22]再走[23]大約一百[24]公尺，就可以看到郵局了。
lài zǒu dàyuē yì bǎi gōngchǐ jiù kěyǐ kàn dào yóujú le

艾婕：需要 過馬路嗎？
xūyào guò mǎlù ma

路人甲：需要。不過那裡有 天橋、有 斑馬線、也有 地下道，
xūyào búguò nàlǐ yǒu tiānqiáo yǒu bānmǎxiàn yě yǒu dìxiàdào

很 方便 的。
hěn fāngbiàn de

艾婕：謝謝你！
xièxie nǐ

路人甲：不客氣！
bú kèqì

（寄完 信後，艾婕打算 一個人到 動物園 去逛逛，
jì wán xìn hòu àijié dǎsuàn yí ge rén dào dòngwùyuán qù guàngguàng

小辭典

1. 寫 viết
2. 封 bức; lá; phong
3. 信 thư
4. 想 nghĩ, nhớ, muốn
5. 寄 gửi
6. 回 về
7. 但（是） nhưng (mà)
8. 曉得 biết
9. 郵局 bưu điện
10. 哪裡 Ở đâu?
11. 糟糕 hỏng; hỏng bét; gay go
12. 忘記 quên
13. 先生 ông
14. 怎麼 làm thế nào
15. 不好意思 xin lỗi
16. 喔 từ thán ô, ồ
17. 先 đầu tiên, trước
18. 直走 đi thẳng
19. 第一 đầu tiên
20. 紅綠燈 đèn giao thông
21. 轉 quay, rẽ
22. 再 nữa (biểu thị lại lần nữa)
23. 大約 khoảng chừng; khoảng; ước chừng
24. 公尺 mét
25. 需要 cần
26. 過馬路 băng qua đường
27. 不過 tuy nhiên
28. 天橋 cầu vượt
29. 斑馬線 vạch kẻ qua đường cho người đi bộ
30. 地下道 đường hầm
31. 方便 thuận tiện, tiện lợi
32. 不客氣 đừng khách sáo
33. 打算 định, dự định
34. 動物園 sở thú
35. 逛 dạo, đi dạo

但 不知道[36] 怎麼走。）
dàn bù zhīdào zěnmezǒu

艾婕：小姐！小姐！不好意思，請問 一下動物園 要怎麼 走？
xiǎojiě xiǎojiě bùhǎoyì si qǐngwèn yíxia dòngwùyuán yào zěnme zǒu

路人乙：喔，妳先 往 前 走到 **捷運**[37] **站**[38]，**搭**[39] **往**[40] 昆陽 **的車**
yǐ o nǐ xiān wǎng qián zǒu dào jiéyùn zhàn dā wǎng kūnyáng de chē

到 忠孝 復興站，再 **轉**[41] 到 棕線 搭往 動物園 的
dào zhōngxiào fùxīng zhàn zài zhuǎn dào zōngxiàn dā wǎng dòngwùyuán de

車，**一直**[42]坐 到 **終點**[43] **站**。
chē yìzhí zuò dào zhōngdiǎn zhàn

下車 後 從 **出口**[44] 出去就會看 到 了。
xià chē hòu cóng chūkǒu chū qù jiù huì kàn dào le

艾婕：真的 很謝謝妳！
zhēn de hěn xièxie nǐ

路人乙：不客氣！
bú kèqì

（在捷運 上）
zài jiéyùn shàng

艾婕：太太，不好意思，請問 **下一站**[45] 是什 麼站？
tài tai bùhǎoyìsi qǐngwèn xià yí zhàn shì shéme zhàn

路人丙：下一站 是 忠孝 敦化 站。
bǐng xià yí zhàn shì zhōngxiào dūnhuà zhàn

36. 知道 biết
37. 捷運 tàu điện ngầm
38. 站 trạm
39. 搭 đón
40. 往~的車 đến
41. 轉 quay, rẽ
42. 一直 cứ, luôn luôn, liên tục
43. 終點站 trạm cuối
44. 出口 lối ra
45. 下一站 trạm dừng tiếp theo

艾婕：那，太太，請問 忠孝 復興站 [46]**到**了嗎？
nà tàitai qǐngwèn zhōngxiào fùxīng zhàn dào le ma

路人丙：妳[47]**坐** [48]**過頭** 了！忠孝 復興站 [49]**是上 一 站**！
nǐ zuò guòtóu le zhōngxiào fùxīng zhàn shì shàng yí zhàn

艾婕：啊！那[50]**我該怎麼 辦**？
ā nà wǒ gāi zěnme bàn

路人丙：妳下一站 [51]**趕快** [52]**下車**，[53]**然後** 到 [54]**月臺**[55]**對面** 等 車，
nǐ xià yí zhàn gǎnkuài xiàchē ránhòu dào yuètái duìmiàn děng chē

坐 回去就行 了。
zuò huíqù jiù xíng le

艾婕：謝謝妳！
xiè xie nǐ

路人丙：不客氣！
bú kèqì

（在忠孝 敦化 站 月臺上）
zài zhōngxiào dūnhuà zhàn yuètái shàng

艾婕：我真 [56]**糊塗**！[57]**幸好** 臺灣人 都很 [58]**親切**，都很 [59]**願意** [60]**幫**
wǒ zhēn hútú xìnghǎo táiwān rén dōu hěn qīnqiè dōu hěn yuànyì bāng

[61]**陌生人** 的 忙。嗯，龍媽 跟 我說「[62]**路**是 [63]**嘴**問
mòshēngrén de máng en lóngmā gēn wǒ shuō lù shì zuǐ wèn

出來的」，[64]**果然** [65]**沒錯**！
chū lái de guǒrán méicuò

小辭典

46. 到 đến
47. 坐 ngồi
48. 過頭 quá mức, vượt quá
49. 上一站 trạm dừng trước đó
50. 我該怎麼辦 tôi nên làm gì
51. 趕快 nhanh lên
52. 下車 xuống xe
53. 然後 sau đó
54. 月臺 ga
55. 對面 đối diện
56. 糊塗 hồ đồ, lơ mơ, nhầm lẫn
57. 幸好 may mắn
58. 親切 thân thiện, thân thiết
59. 願意 vui lòng; bằng lòng; sẵn lòng
60. 幫忙 trợ giúp
61. 陌生人 người lạ
62. 路 đường
63. 嘴 miệng
64. 果然 quả nhiên
65. 沒錯 đúng vậy, không sai

LESSON 3

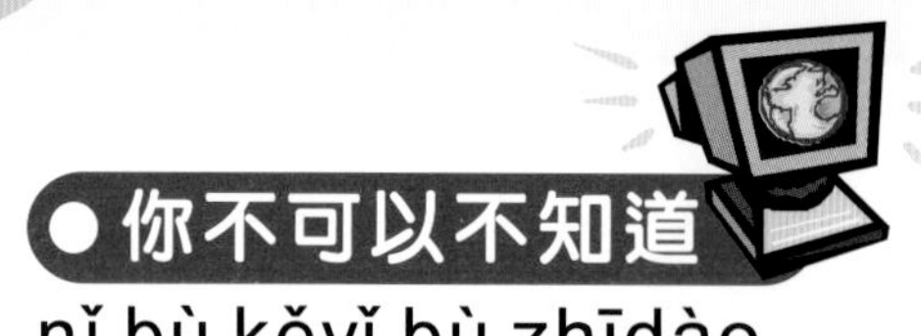

你不可以不知道

nǐ bù kěyǐ bù zhīdào

東西南北	邊
左右	

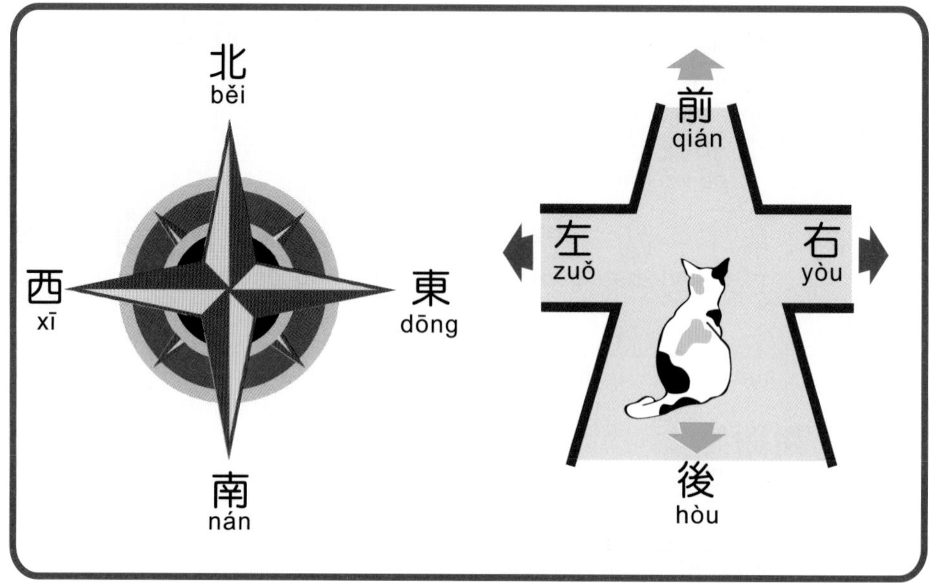

上下	
前後	面
裡外	

jùxíng yǎnliàn

你在哪裡？

問位置

Để hỏi vị trí của vật/ người nào đó

（請問）	你 信	在	哪裡？ 哪邊？

你 信	在	房	裡。
		房間	裡面。
		桌	上。
		桌子	上面。

我	在	這裡。
信		這裡。 那裡。

問走法

Để hỏi cách đi đến một nơi nào đó

請問	郵局 學校 捷運站 台北車站	怎麼走？

你可以	坐 搭	捷運 火車 公車	到	板橋站 台中站 公館站	下車。

問目的

Để hỏi người nào đó dự định làm gì / đi đâu?

請問	你 艾婕 洪老師	到	那裡 他家	去	做什麼？
			這裡 我家	來	

你 艾婕 洪老師	到	那裡 他家	去	看書。 找朋友。 聊天。
		這裡 我家	來	

LESSON 3

換我試試看

huàn wǒ shìshì kàn

挑戰一

請根據圖片回答問題。

例：請問手套在哪裡？→手套在椅子上面。

1. 請問貓在哪裡？
2. 請問字典在哪裡？
3. 請問檯燈在哪裡？
4. 請問時鐘在哪裡？
5. 請問老鼠在哪裡？

挑戰二

請根據座位表，回答下列問題。

請問志豪在哪裡？

→在子維左邊／在淑芬前面／在俊傑後面／在俊傑和淑芬中間

1. 請問建民在哪裡？
2. 請問婉婷在哪裡？
3. 請問淑芬在哪裡？
4. 請問怡君在哪裡？
5. 請問宗翰在哪裡？
6. 請問俊傑在哪裡？
7. 請問筱玲在哪裡？

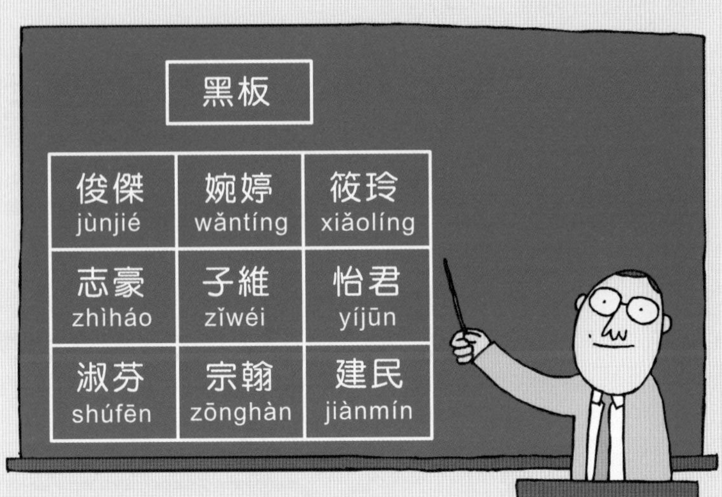

挑戰三

請根據事實，回答下列問題。

例：請問加拿大在美國的南邊嗎？→不對，加拿大在美國的北邊。

1. 請問西班牙在義大利的北邊嗎？
2. 請問波蘭在德國的西邊嗎？
3. 請問高雄在台北的東邊嗎？
4. 請問巴西在阿根廷的南邊嗎？
5. 請問韓國在日本的東邊嗎？

LESSON 3

換我試試看

huàn wǒ shìshì kàn

挑戰四

下面是臺北捷運路線圖。你的朋友瑪莉經常迷路，請告訴她她該如何到達目的地。

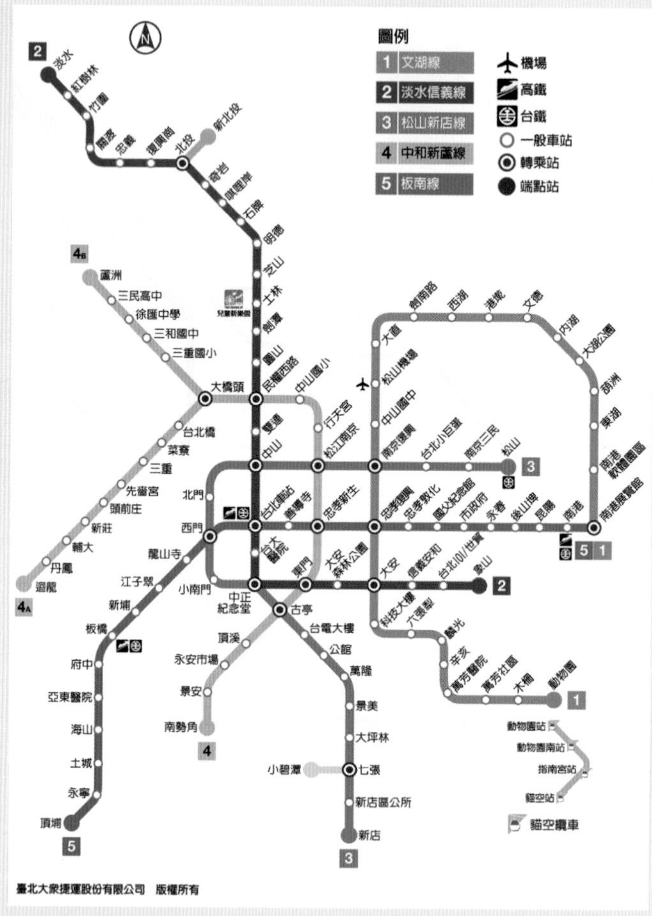

例：瑪莉：我現在在中正紀念堂站。請問臺北車站怎麼走？
→你坐往淡水的車，然後坐到臺北車站下車。

1. 瑪莉：我現在在公館站。我要去關渡站。
2. 瑪莉：我現在在關渡站。我要去西門站。
3. 瑪莉：我現在在西門站。我要去新店站。
4. 瑪莉：我現在在新店站。我要去市政府站。
5. 瑪莉：我現在在市政府站。我要去萬芳醫院站。

挑戰五

請根據範例，說出各句所回答的問題。

例一：答：麥可到美國去觀光。→　問：麥可到哪裡去觀光？

例二：答：麥可到美國去觀光。→　問：麥可到美國去做什麼？

1. 答：朋友到我家來聊天。→　問：
2. 答：楊老師到市場去買菜。→　問：
3. 答：留美子到書店去買課本。→　問：
4. 答：雅婷回家休息。→　問：
5. 答：他哥哥在德國工作。→　問：
6. 答：火車從高雄開到臺北。→　問：
7. 答：我在房間裡面。→　問：
8. 答：艾婕到臺灣來學中文。→　問：

聽力練習
tīnglì liànxí

甲 幼稚園 乙

補習班　餐廳　警察局（派出所）

診所　丙

理髮廳　丁　戊

7-11

早餐店　己

全家便利商店　星巴克咖啡　庚

大學校區　辛　大學宿舍

請根據對話與圖示，回答下列問題。

1. 請問銀珠是哪裡人？
（日本／韓國／新加坡）

2. 請問銀珠想去伊凡家裡做什麼？
（泡茶／唱歌／聊天）

3. 請問銀珠家在哪裡？（請看圖片）
（丁／戊／己／庚）

4. 請問伊凡家在哪裡？（請看圖片）
（甲／乙／丙／辛）

好久不見 lâu quá không gặp
hǎojiǔ bújiàn

打工 làm thêm
dǎgōng

住 sống, ở, cư ngụ
zhù

搬(家) dọn (nhà)
bān

巷子 hẻm
xiàngzi

面對 đối diện
miànduì

右手邊 bên tay phải
yòushǒubiān

床 giường
chuáng

書桌 kệ sách
shūzhuō

冰箱 tủ lạnh
bīngxiāng

MEMO

LESSON 4

第四課 打電話
dì sì kè dǎ diànhuà

Gọi điện thoại

對話
duìhuà

(下午[1]，龍媽 閒[2] 著 沒事，想 打電話[3] 找[4] 人聊天[5] 來打發時間[6]。)
xiàwǔ lóngmā xián zhe méishì xiǎng dǎ diànhuà zhǎo rén liáotiān lái dǎfā shíjiān

龍媽：喂[7]？
lóngmā wéi

男子[8]：喂？
nánzǐ wéi

龍媽：劉太太 在家嗎？
liú tàitai zài jiā ma

男子：不好意思，請問 妳找 誰？
bùhǎoyìsi qǐngwèn nǐ zhǎo shéi

龍媽：劉太太啊，你 不是她兒子[9]嗎？
liú tàitai a nǐ bú shì tā érzi ma

男子：對不起，妳[10]**打錯**了喔。

duìbùqǐ nǐ dǎcuò le o

龍媽：怎麼會？這裡不是 二九三三二七五一嗎？

zěnme huì zhèlǐ bú shì èr jiǔ sān sān èr qī wǔ yī ma

男子：不是，這裡是二九三三 二四五一。

bú shì zhèlǐ shì èr jiǔ sān sān èr sì wǔ yī

龍媽：[11]**唉呀**，對不起，我打錯了。

āi ya duìbùqǐ wǒ dǎcuò le

男子：[12]**沒關係**。

méi guān xi

（[13]**掛**電話 後，龍媽[14]**重新** [15]**撥**了一次[16]**號碼**。）

guà diànhuà hòu lóngmā chóngxīn bō le yí cì hàomǎ

龍媽：二、九、三、三、二、七、五、一，這次[17]**應該** 對了。喂？

èr jiǔ sān sān èr qī wǔ yī zhècì yīnggāi duì le wéi

劉太太：喂？龍 太太嗎？

liú tài tai wéi lóng tài tai ma

龍媽：[18]**唉喲**，一[19]**聽**就[20]**認**出來啦，真 [21]**不愧是**劉太太。

āi yo yì tīng jiù rèn chūlái la zhēn búkuì shì liú tài tai

劉太太：還說 呢，早上 一直要打給妳都打不[22]**通**。

hái shuō ne zǎoshàng yìzhí yào dǎ gěi nǐ dōu dǎ bù tōng

1. 下午 buổi chiều
2. 閒著沒事 rảnh rỗi không có việc gì
3. 打電話 gọi điện thoại
4. 找 tìm
5. 聊天 trò chuyện
6. 打發時間 cho qua thời gian
7. 喂？ a lô?
8. 男子 đàn ông, nam giới
9. 兒子 con trai
10. 打錯 gọi sai, gọi nhầm số
11. 哎呀 ây da
12. 沒關係 không sao
13. 掛 gác, cúp (máy)
14. 重新~一次 làm lại một lần nữa
15. 撥 quay số
16. 號碼 số
17. 應該 nên
18. 唉喲 ây da
19. 聽 nghe
20. 認 nhận, nhận ra
21. 不愧是~ không hổ là ~
22. 通 vượt qua

龍媽：我早上　在 跟林太太聊天！她說 有 **重要**[23] **消息**[24] 要**告訴**[25]我嘛。
wǒ zǎoshàng zài gēn lín tàitai liáotiān tā shuō yǒu zhòngyào xiāoxí yào gàosù wǒ ma

劉太太：我看妳**乾脆**[26]給我**手機**[27]號碼 好 了，這樣 才能 **隨時**[28]跟妳聊 天。來，多少？
wǒ kàn nǐ gāncuì gěi wǒ shǒujī hàomǎ hǎo le zhèyàng cái néng suíshí gēn nǐ liáo tiān lái duōshǎo

龍媽：我還沒 **辦**[29] 手機呢。
wǒ hái méi bàn shǒujī ne

劉太太：現在**平均**[30] **每**[31]一個臺灣人 都有一到 兩支手機 耶。
xiànzài píngjūn měi yí ge táiwān rén dōu yǒu yī dào liǎng zhī shǒujī ye

龍媽：唉呀，**麻煩死了**[32]。**不講 這 個**[33]，妳知不知道蔡太太的小兒子**最近**[34]怎麼了嗎？
āi ya máfán sǐ le bù jiǎng zhè ge nǐ zhī bù zhīdào cài tàitai de xiǎo ér zi zuìjìn zěnme le ma

劉太太：蔡太太她兒子？快快快，**別賣 關 子了**[35]，他怎麼啦？
cài tàitai tā ér zi kuài kuài kuài bié mài guān zi le tā zěnme la

龍媽：**聽說**[36] 他**中**[37]　**了樂透頭獎** 啦！
tīngshuō tā zhòng le lètòu tóujiǎng la

小辭典

23. 重要 quan trọng
24. 消息 tin tức
25. 告訴 nói
26. 乾脆 dứt khoát
27. 手機 điện thoại di động
28. 隨時 bất cứ lúc nào
29. 辦 làm
30. 平均 trung bình
31. 每 mỗi
32. 麻煩死了 phiền phức lắm
33. 不講這個 đừng nói điều này
34. 最近 gần đây
35. 別賣關子了 đừng vòng vo nữa
36. 聽說 nghe nói
37. 中樂透頭獎 trúng thưởng xổ số

劉太太：**真[38]的假的**？妳怎麼知道？
zhēn de jiǎ de nǐ zěnme zhīdào

龍媽：**還不是[39]**林太太從 她女兒的同學 那聽來的。
hái bú shì lín tàitai cóng tā nǚér de tóngxué nà tīng lái de

劉太太：**難怪[40]**，妳知不知道蔡太太打算 搬 到哪裡去住？
nánguài nǐ zhī bù zhīdào cài tàitai dǎsuàn bān dào nǎlǐ qù zhù

龍媽：不知道欸，去哪裡？
bù zhīdào e qù nǎlǐ

劉太太：美國 **洛杉磯[41]**呀！**有了錢[42]** 就**不一樣[43]**了呢。
měiguó luòshānjī ya yǒu le qián jiù bù yíyàng le ne

龍媽：唉喲，好**羨慕[44]** 呢。
āi yo hǎo xiànmù ne

（**此時[45]**，艾婕跟子維也來到**客廳[46]**。）
cǐ shí àijié gēn zǐwéi yě lái dào kètīng

艾婕：龍媽 **講[47]** 電話 講 得好**開心[48]**喔。臺灣人講 電話 都
àijié lóngmā jiǎng diànhuà jiǎng de hǎo kāixīn o táiwān rén jiǎng diànhuà dōu

這麼[49] 開心嗎？
zhème kāixīn ma

子維：她不是講 電話 開心——她是講 **八卦[50]**開心！
zǐwéi tā bú shì jiǎng diànhuà kāixīn tā shì jiǎng bāguà kāixīn

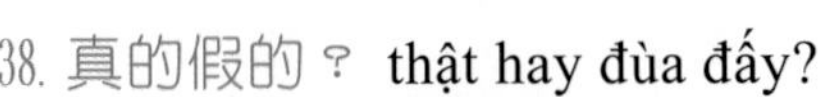

38. 真的假的？ thật hay đùa đấy?
39. 還不是~ còn không phải ~
40. 難怪 thảo nào; hèn chi
41. 洛杉磯 Los Angeles
42. 有錢 có tiền, giàu có
43. 不一樣 khác nhau
44. 羨慕 ngưỡng mộ, hâm mộ
45. 此時 lúc này
46. 客廳 phòng khách
47. 講 nói, giảng giải
48. 開心 vui vẻ
49. 這麼 như vậy
50. 八卦 chuyện phiếm, tán dóc

LESSON 4

你不可以不知道

nǐ bù kěyǐ bù zhīdào

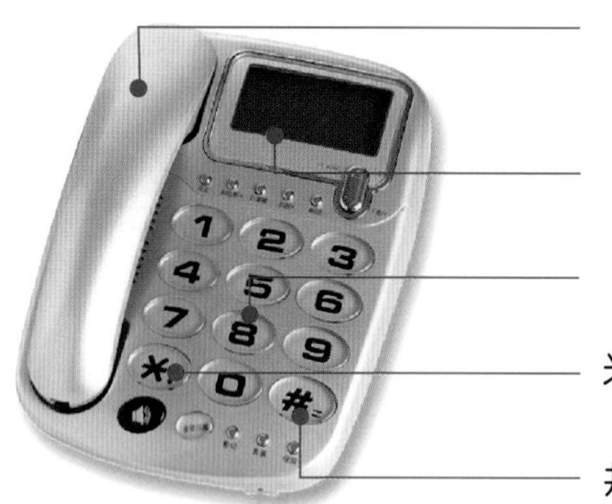

常用號碼

一一〇 報警
gọi cảnh sát

一一九 火警／救護車
Cháy, xe cứu thương, cứu hỏa

一〇〇 國際台
Đài Quốc tế

一〇四 市內查號台
Đài tra số địa phương

一〇五 長途查號台
Đài tra số đường dài

一〇六 英語查號台
Đài tra số tiếng Anh

一一七 報時台
Đài xem giờ

一六六 氣象台
Đài khí tượng

電話號碼

	國際冠碼 mã quốc tế	國碼 mã nước	區碼 mã vùng	門號 đầu số	電話號碼 số điện thoại
國際長途電話	001	886	2		2044-1673
				939	483-792
長途電話			02		2044-1673
市內電話					2044-1673
手機電話				0939	483-792

句型演練
jùxíng yǎnliàn

問對方的電話號碼 Để hỏi số điện thoại

請問	你的/您的	電話(號碼)	幾號？ 是多少？
		手機(號碼)	

我的	電話(號碼)	是	〇二 〇三	二三四五　六七八九。 四五六　七八九〇。
	手機(號碼)		〇九一二	三四五　六七八。

一A就B Ngay khi A được hoàn thành, B được hoàn thành

我	一	聽		就	認出來了。
天		黑	艾婕		回去了。
電話鈴		響	龍媽		去接電話了。

問對方知不知道某個消息 Để hỏi xem đối phương có biết tin gì không

你	知(道)不知道 曉(得)不曉得	艾婕住在哪裡？
		龍爸喜歡吃什麼？
		什麼時候開學？
		楊老師的手機是多少？
		我為什麼喜歡日本？

我	(不)知道 (不)曉得	艾婕住在哪裡。
		龍爸喜歡吃什麼。
		什麼時候開學。
		楊老師的手機是多少。
		你為什麼喜歡日本。

甲：你知不知道艾婕住在哪裡？

乙：我知道，艾婕住在龍子維家裡。

丙：我知道艾婕住在哪裡，可是我不知道怎麼走。

丁：我知道，我告訴你吧。

LESSON 4

描述動作的狀態

Để mô tả trạng thái của hành động

龍媽		聊	得	很開心。
龍爸		睡	得	很香。
子芸		起	得	很早。

子維	吃飯	吃	得	很快。
艾婕	走路	走	得	很慢。
我	讀書	讀	得	很認真。

情緒

開心 kāixīn	傷心 shāngxīn
高興 gāoxìng	生氣 shēngqì
快樂 kuàilè	難過 nánguò
煩惱 fánnǎo	害怕 hàipà
緊張 jǐnzhāng	興奮 xīngfèn

換我試試看

huàn wǒ shìshì kàn

挑戰一

請根據範例造句。

例一：（鬧鐘響了。我醒了。）→ 鬧鐘一響我就醒了。

例二：（下雨了。路溼了。）→ 一下雨路就溼了。

1.（龍媽講了電話。龍媽開心了。）→

2.（天黑了。星星亮了。）→

3.（老板看到她了。老板向她打了招呼。）→

4.（門開了。風吹進來了。）→

5.（子維躺下了。子維睡著了。）→

挑戰二

請根據範例改寫句子。

例：艾婕是<u>法國</u>人。→ 我不知道艾婕是<u>哪裡</u>人。

1. 劉太太打算到<u>日本</u>去玩。→
2. 珍珠奶茶一杯<u>三十元</u>。→
3. 我同學姓<u>陳</u>。→
4. 子芸在書店<u>打工</u>。→
5. 龍爸的手機是<u>〇九一二 三四五 六七八</u>。→

挑戰三

請根據範例完成句子。

例：（龍爸／吃麵／開心）→ 龍爸吃麵吃得很開心。

（龍媽／講電話／生氣）

（子芸／看電視／傷心）

（子維／睡／香）

（艾婕／跑步／快）

（龍爸／起／早）

聽力練習

tīnglì liànxí

請根據四則給子維的留言，記下留言中的電話號碼，並回答下列問題。

姊姊 龍子芸	法語系系辦 林助教
0933-164-085	
來自法國的留學生 席薇	打工的同事 小陳

1. 請問子維跟小陳在什麼地方工作？
（餐廳／郵局／系辦公室）

2. 法國留學生席薇想要跟子維
（一起吃飯／一起打工／語言交換）。

3. 助教要子維到系辦去領
（信／包裹／傳真）。

小辭典

聽取＝聽 nghe
tīngqǔ

按 nhấn
àn

開機 mở máy
kāijī

存 lưu
cún

代替 thay thế
dàitì

趕快 nhanh lên!
gǎnkuài

拜託 làm ơn
bàituō

約個時間 hẹn ngày gặp
yuēge shíjiān

抽空 dành thời gian
chōukòng

過來 đến đây
guòlái

LESSON 5 第五課 外出用餐

dì wǔ kè wàichū yòngcān

Ra ngoài dùng bữa

對話

duìhuà

（子芸公司的[1]**經理**想[2]**請**子芸[3]**負責**[4]**接待**一位來自日本的[5]**客戶**。那位客戶名叫森川晴史，會說[6]**一點**[7]**簡單**的中文。經理已經[8]**跟**森川約好，[9]**連同**子芸在內三個人一起去吃[10]**午餐**。）

zǐyún gōngsī de jīnglǐ xiǎng qǐng zǐyún fùzé jiēdài yíwèi láizì rìběn de kèhù nàwèi kèhù míngjiào sēnchuān qíngshǐ huì shuō yìdiǎn jiǎndān de zhōngwén jīnglǐ yǐjīng gēn sēnchuān yuē hǎo liántóng zǐyún zài nèi sān ge rén yìqǐ qù chī wǔcān

經理：森川先生，你好！[11]**敝姓林**。[12]**初次見面**，請[13]**多多指教**！

sēnchuān xiānshēng nǐhǎo bì xìng lín chūcì jiànmiàn qǐng duōduō zhǐjiào

子芸：你好，初次見面，我姓龍。

nǐhǎo chūcì jiànmiàn wǒ xìng lóng

森川：林經理好！龍小姐好！我叫森川晴史，這是我的[14]**名片**。

lín jīnglǐ hǎo lóng xiǎojiě hǎo wǒ jiào sēnchuān qíngshǐ zhè shì wǒ de míngpiàn

經理：大家**肚子**[15]應該 **餓**[16]了吧。森川　先生 喜歡 吃中國　菜嗎？
dàjiā dù zi yīnggāi è le ba sēnchuān xiānshēng xǐhuān chī zhōngguó cài ma

森川：我對 中國　菜**了解**[17]得不多，在日本 的時候 只吃過 幾次
wǒ duì zhōngguó cài liǎojiě de bùduō zài rìběn de shíhòu zhǐ chīguò jǐcì

餃子[18]跟 麻婆**豆腐**[19]。林經 理，就請 你 介紹介紹 了。
jiǎozi gēn mápó dòufǔ lín jīnglǐ jiù qǐng nǐ jièshàojièshào le

經理：來一**盤**[20]**螞蟻**[21] 上 **樹**[22]跟一盤 **紅燒**[23] **獅子**[24]**頭**[25]，最**道地**[26]了，
lái yì pán mǎyǐ shàng shù gēn yì pán hóngshāo shī zi tóu zuì dàodì le

怎麼樣？
zěnmeyàng

子芸：好！螞蟻上樹 跟 紅燒 獅子頭最 **合我胃口**[27] 了。
hǎo mǎyǐ shàng shù gēn hóngshāo shī zi tóu zuì hé wǒ wèikǒu le

森川：不好意思，請問 你們 **平常**[28] 都吃螞蟻 跟 獅子嗎？
bùhǎoyìsi qǐngwèn nǐmen píngcháng dōu chī mǎyǐ gēn shī zi ma

1. 經理 giám đốc
2. 請 xin vui lòng, mời
3. 負責 phụ trách; chịu trách nhiệm
4. 接待 tiếp đãi; tiếp đón
5. 客戶 khách hàng
6. 一點 một chút
7. 簡單 đơn giản
8. 跟⋯⋯ 約好 hẹn gặp …
9. 連同⋯⋯ 在內 cùng với…
10. 午餐 bữa trưa
11. 敝姓林 Tôi họ Lâm (cách nói trịnh trọng)
12. 初次見面 Lần đầu gặp mặt
13. 多多指教 xin hãy chỉ giáo thêm
14. 名片 danh thiếp
15. 肚子 bụng, bao tử
16. 餓 đói
17. 了解 hiểu
18. 餃子 bánh chẻo; sủi cảo
19. 豆腐 đậu phụ
20. 盤 đĩa
21. 螞蟻 kiến
22. 樹 cây
23. 紅燒 kho
24. 獅子 sư tử
25. 頭 đầu
26. 道地 chính gốc; chính cống
27. 合⋯⋯（的）胃口 vừa miệng; hợp khẩu vị;
28. 平常 thường

子芸：不是啦！螞蟻上樹 就是**絞肉**[29] **炒**[30] **冬粉**[31]，螞蟻就是絞肉啦！
búshì la mǎyǐ shàng shù jiù shì jiǎoròu chǎo dōngfěn mǎyǐ jiù shì jiǎoròu la

經理：紅燒 獅子頭 是**豬肉**[32] **丸子**[33]，也不是獅子肉做 的！
hóngshāo shīzitóu shì zhūròu wánzi yě bú shì shīzi ròu zuò de

森川：哈，**嚇**[34]了我一跳！這樣 我就**敢**[35] 吃了！
hā xià le wǒ yí tiào zhèyàng wǒ jiù gǎn chī le

子芸：再來個 **鳳梨**[36]**蝦**[37]球、**宮保**[38] **高麗菜**[39]跟 **酸菜**[40] **白肉**[41]**鍋**[42] 吧！
zàilái ge fènglí xiā qiú gōngbǎo gāolìcài gēn suāncài báiròu guō ba

森川先生 **特地**[43] 從 日本過來，當然 要 吃**飽**[44] 一點、
sēnchuān xiānshēng tèdì cóng rìběn guòlái dāngrán yào chī bǎo yìdiǎn

吃好 一點。
chī hǎo yìdiǎn

經理：說 得沒錯！
shuō de méicuò

森川：謝謝 兩位！
xiè xie liǎngwèi

服務生：不好意思，請問可以**點**[45] 了嗎？
fúwùshēng bùhǎoyìsi qǐngwèn kěyǐ diǎn le ma

經理：當然；我們 要麻婆豆腐、螞蟻上樹、紅燒 獅子頭、
dāngrán wǒmen yào mápó dòufǔ mǎyǐ shàngshù hóngshāo shīzi tóu

鳳梨蝦球、宮保高麗菜 跟 酸菜白肉鍋。
fènglí xiāqiú gōngbǎo gāolìcài gēn suāncài báiròuguō

小辭典

29. 絞肉 thịt băm
30. 炒 xào
31. 冬粉 miến
32. 豬肉 thịt heo
33. 丸子 thịt viên
34. 嚇⋯⋯一跳 giật mình
35. 乾 khô
36. 鳳梨 dứa, thơm
37. 蝦 tôm
38. 宮保 Cung Bảo, tên một món ăn Trung Hoa
39. 高麗菜 bắp cải
40. 酸菜 bắp cải muối, cải chua
41. 白肉 thịt trắng
42. 鍋 nồi
43. 特地 đặc biệt
44. 飽 no
45. 點 gọi món

子芸：還要 三 **碗**[46] **白飯**[47]！
hái yào sān wǎn báifàn

服務生：好的，請 **稍等**[48]。
hǎo de qǐng shāoděng

（吃完 飯後）
chī wán fàn hòu

森川：吃得 好飽！謝謝你們，這一**頓**[49]飯 真 好吃。
chī de hǎobǎo xiè xie nǐ men zhè yí dùn fàn zhēn hǎochī

子芸：對呀，真的 **吃不下**[50]了！
duì ya zhēn de chī bú xià le

經理：大家吃得 開心最 重要 了。
dàjiā chī de kāixīn zuì zhòngyào le

森川：謝謝 兩位 這麼 **熱情**[51]的 **招待**[52]！**下次**[53]兩位 有**機會**[54]到日本
xiè xie liǎngwèi zhè me rèqíng de zhāodài xiàcì liǎngwèi yǒu jīhuì dào rìběn

來的話，**換我**[55] **請你們 吃飯**[56]！
lái de huà huàn wǒ qǐng nǐ men chīfàn

子芸：森川先生， 您太客氣了！
sēnchuān xiānshēng nín tài kèqì le

經理：就是說 啊。森川先生，我 打算吃 完 飯後 請子芸帶你
jiù shì shuō a sēnchuān xiānshēng wǒ dǎsuàn chī wán fàn hòu qǐng zǐyún dài nǐ

四處[57]走走，**認識**[58]認識臺灣，您**覺得**[59]怎麼樣？
sìchù zǒuzǒu rènshi rènshi táiwān nín jué de zěn me yàng

森川：太好了！子芸，請妳多多 指教了。
tài hǎo le zǐyún qǐng nǐ duōduō zhǐjiào le

子芸：多多指教！
duōduō zhǐjiào

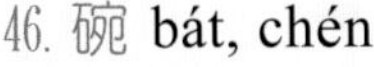

46. 碗 bát, chén
47. 白飯 cơm trắng
48. 稍等 chờ một chút
49. 頓 bữa (lượng từ của bữa ăn)
50. 吃不下 không thể ăn nổi
51. 熱情 nhiệt tình
52. 招待 tiếp đãi
53. 下次 lần kế, lần tới
54. 機會 cơ hội
55. 換我…… tới lượt tôi
56. 請…… 吃飯 mời... dùng cơm
57. 四處 mọi nơi
58. 認識 biết, quen biết
59. 覺得 cảm thấy

LESSON 5

你不可以不知道

nǐ bù kěyǐ bù zhīdào

杯子
碟子
碗
筷子
湯匙/調羹
叉子
刀子
盤子

菜單

湯 CANH
酸辣湯
蛋花湯
蛤蜊湯

豬肉類 MÓN THỊT HEO
紅燒獅子頭
蒜泥白肉
東坡肉
糖醋排骨

牛肉類 MÓN THỊT BÒ
青椒牛肉
牛肉烙餅
牛肉麵

海鮮類 HẢI SẢN
鳳梨蝦球
清蒸鱈魚

雞肉類 MÓN GÀ
宮保雞丁

鴨肉類 MÓN VỊT
北京烤鴨

素菜 MÓN RAU
家常豆腐
燙青菜
番茄炒蛋
素炒雙冬

點心類 TRÁNG MIỆNG
鍋貼
韭菜水餃
小籠包

飯類 CƠM
牛腩飯
排骨飯
魯肉飯
廣州炒飯

小菜 MÓN ĂN VẶT
皮蛋豆腐

麵類 MÓN MÌ
炸醬麵
炒麵

火鍋類 LẨU
酸菜火鍋

jùxíng yǎnliàn

點菜 Gọi món

請問您要點什麼？／請問您要吃什麼？

→我要麻婆豆腐。

→來一盤麻婆豆腐吧！

使役動詞「請」、「叫」 động từ cầu khiến 請 và 叫

龍爸	請 叫	我	幫他/她 替他/她	買啤酒。
龍媽		子維		關門。
子芸		艾婕		翻譯一段法文。

*請 được sử dụng để yêu cầu ai đó làm điều gì đó một cách lịch sự.

叫 được sử dụng để ra lệnh / yêu cầu ai đó làm điều gì đó.

說明材料 Giải thích thành phần nguyên liệu

紅燒獅子頭	是	豬肉	做的。
螞蟻上樹		冬粉跟絞肉	
麻婆豆腐		豆腐跟辣醬	

陳述經驗 Kể về một kinh nghiệm nào đó

我	吃	過	（一次） （兩次）	臭豆腐。
	去			日本。
	看			這部電影。

推測 Dự đoán

肚子	應該	餓了	吧。
艾婕		睡了	
紅燒獅子頭		不是獅子肉做的	

LESSON 5

換我試試看

huàn wǒ shìshì kàn

挑戰一

請介紹你最喜歡的一道菜(最好是你的家鄉菜)，並說明其材料是什麼。

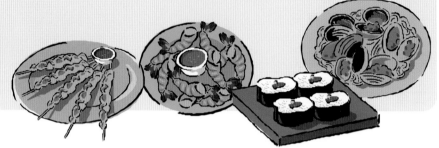

挑戰二

請根據範例造句。

例一：我：「媽媽，買禮物給我好不好？」→ 我請媽媽買禮物給我。

例二：龍媽：「子芸，去開窗戶！」→ 龍媽叫子芸去開窗戶。

1. 龍爸：「艾婕，你方不方便幫我買包菸？」→
2. 森川：「子芸，可以帶我去便利商店嗎？」→
3. 小陳：「子維，你趕快回來啦！」→
4. 劉太太：「老板，算便宜一點啦！」→
5. 全班同學：「老師請客！老師請客！」→

挑戰三

請根據範例造句。

例：（艾婕／吃／臭豆腐／二）→艾婕吃過兩次臭豆腐。

／艾婕吃過臭豆腐兩次。

1. （龍媽／去／法國／一）
2. （龍爸／坐／飛機／三）
3. （子芸／看／這部影集／二）
4. （子維／拿／獎／不少）
5. （艾婕／聽／這個故事／很多）

挑戰四

請根據範例造句。

例：（肚子餓了）→中午十二點了，肚子應該餓了吧。

1.（他出門了）→電話沒人接，

2.（森川起床了）→都早上七點了，

3.（子維吃不下了）→吃了那麼多東西，

4.（課開始了）→上午九點了，

5.（龍爸跟龍媽睡了）→半夜兩點了，

聽力練習
tīnglì liànxí

請聽四段對話，並回答下列問題。

1. 艾婕跟子維去的餐廳是一家
（西班牙餐廳／德國餐廳／義大利餐廳）

2. 艾婕跟子維點了什麼菜？

3. 艾婕點的飲料是
（紅茶／綠茶／花茶／咖啡）

4. 出錢的人是
（艾婕／子維／艾婕跟子維／免費）

5. 請問他們一共付了多少錢？

海鮮 hải sản
hǎixiān

墨汁 mực
mòzhī

飲料 thức uống
yǐnliào

沙拉吧 quầy salad
shālābà

自行取用 tự lấy
zìxíng qǔyòng

各付各的 mạnh ai nấy trả
gèfù gè de

(別)破費 đừng lãng phí
bié pòfèi

領薪水 lĩnh lương
lǐng xīnshuǐ

買單 trả tiền, thanh toán
mǎidān

發票 hóa đơn
fāpiào

LESSON 6

第六課 出遊
dì liù kè chūyóu

Đi du lịch

對話
duìhuà

（[1]**上次** 一起吃飯之後，子芸跟 森川 又[2]**利用** [3]**週末** [4]**假期**一起
shàngcì yìqǐ chīfàn zhīhòu zǐyún gēn sēnchuān yòu lìyòng zhōumò jiàqí yìqǐ

出去玩了 兩、三次，現在已經是[5]**無話不談** 的 好 朋友 了。
chūqù wánle liǎng sān cì xiànzài yǐjīng shì wúhuàbùtán de hǎo péngyǒu le

這 個週末 子芸打算 帶森川 去[6]**九份**玩。）
zhè ge zhōumò zǐyún dǎsuàn dài sēnchuān qù jiǔfèn wán

（子芸[7]**撥**了 森川 [8]**住處** 的 電話 號碼）
zǐyún bō le sēnchuān zhùchù de diànhuà hàomǎ

子芸：喂？森川 嗎？
wéi sēnchuān ma

森川：對，我是 森川，妳是子芸吧？
duì wǒ shì sēnchuān nǐ shì zǐyún ba

子芸：哇！你已經[9]**認得出**我 的[10]**聲音** 了。
wā nǐ yǐjīng rèn de chū wǒ de shēngyīn le

森川：我們 是 朋友 嘛！找 我有 什麼 事嗎？
wǒmen shì péngyǒu ma zhǎo wǒ yǒu shéme shì ma

子芸：當然 是 週末 出去玩 的事啊。這個[11]**禮拜六**我 想 帶你去
dāngrán shì zhōumò chūqù wán de shì a zhè ge lǐbàiliù wǒ xiǎng dài nǐ qù

九份玩。
jiǔfèn wán

森川：九份？在哪裡？
jiǔfèn zài nǎlǐ

子芸：九份在新北[12]**市** 瑞芳 [13]**區**，是一個很 有[14]**懷舊氣氛**的
jiǔfèn zài xin běi shì ruìfāng qū shì yí ge hěn yǒu huáijiù qìfēn de

[15]**觀光 景點**。
guānguāng jǐngdiǎn

森川：懷舊氣氛啊，這我喜歡。
huáijiù qìfēn a zhè wǒ xǐhuān

子芸：那就[16]**約**禮拜六上午 八點 半，在我們 公司 門口 [17]**見面**，
nà jiù yuē lǐbàiliù shàngwǔ bādiǎn bàn zài wǒ men gōngsī ménkǒu jiànmiàn

好不好？
hǎo bù hǎo

森川：好啊！上午 八點 半，公司 [18]**門口**，對不對？
hǎo a shàngwǔ bādiǎn bàn gōngsī ménkǒu duì bú duì

子芸：對。那我們 就[19]**不見不散**囉！
duì nà wǒ men jiù bújiànbúsàn luo

森川：嗯！不見不散！
en bújiànbúsàn

小辭典

1. 上次 lần trước
2. 利用 sử dụng, lợi dụng
3. 週末 cuối tuần
4. 假期 kỳ nghỉ
5. 無話不談 nói chuyện về bất cứ điều gì
6. 九份 Cửu Phần
7. 撥 quay số
8. 住處 chỗ ở
9. 認得出 nhận ra
10. 聲音 âm thanh
11. 禮拜六 thứ bảy
12. 市 thành phố
13. 區 khu
14. 懷舊氣氛 bầu không khí hoài cổ
15. 觀光景點 điểm tham quan du lịch
16. 約 hẹn
17. 見面 gặp
18. 門口 lối vào
19. 不見不散 không gặp không về

LESSON 6

（禮拜六上午　八點四十分，公司門口）
lǐbàiliù shàngwǔ bādiǎn sìshí fēn gōngsī ménkǒu

子芸：對不起！結果[20]我自己反而[21]遲到[22]了。
duìbùqǐ jiéguǒ wǒ zìjǐ fǎnér chídào le

森川：沒關係、沒關係，我也才剛　到而已。
méi guānxi méi guānxi wǒ yě cái gāng dào éryǐ

子芸：真　高興你不介意[23]！
zhēn gāoxìng nǐ bú jièyì

森川：對了，我們 要 怎麼過去呢？
duì le wǒmen yào zěnme guòqù ne

子芸：我 們 先 搭公車　到 火車站[24]，再坐 到 瑞芳 火車站，
wǒmen xiān dā gōngchē dào huǒchēzhàn zài zuò dào ruìfāng huǒchēzhàn

然後 坐接駁[25] 公車 到 九份。
ránhòu zuò jiēbó gōngchē dào jiǔfèn

森川：我了解[26]了，那我們 就出發[27]吧！
wǒ liǎojiě le nà wǒmen jiù chūfā ba

子芸：嗯，出發！
en chūfā

（接駁公車　終於[28] 抵達[29]了九份，兩人下車）
jiēbó gōngchē zhōngyú dǐdá le jiǔfèn liǎngrén xiàchē

子芸：這裡就是九份了！
zhèlǐ jiùshì jiǔfèn le

森川：哇，這邊 的路好特別[30]，好多 樓梯[31]喔！
wā zhèbiān de lù hǎo tèbié hǎo duō lóutī o

20. 結果 kết quả
21. 反而 ngược lại
22. 遲到 muộn
23. 介意 để ý
24. 火車站 ga xe lửa
25. 接駁公車 xe buýt đưa đón
26. 了解 hiểu
27. 出發 khởi hành, xuất phát
28. 終於 cuối cùng
29. 抵達 đến
30. 特別 đặc biệt
31. 樓梯 cầu thang

子芸：這一條路叫豎崎路，兩邊 的 **茶館**[32] 也都很 **有名**[33] 喔！
zhè yì tiáo lù jiào shùqí lù liǎngbiān de cháguǎn yě dōu hěn yǒumíng o

森川：哇，已經 中午 了，難怪 我的**肚子這麼餓**[34]。
wā yǐjīng zhōngwǔ le nánguài wǒ de dù zi zhème è

子芸：對了，到九份一定要 吃**芋圓**[35]、喝**魚丸湯**[36]。來，跟我來！
duì le dào jiǔfèn yídìng yào chī yùyuán hē yúwán tāng lái gēn wǒ lái

（兩人 在金山 街的魚丸 湯 店）
liǎngrén zài jīnshān jiē de yúwán tāng diàn

子芸：老板 娘！我們 要 兩碗 魚丸湯。
lǎobǎn niáng wǒmen yào liǎng wǎn yúwán tāng

老板娘：好！**馬上**[37] 來！
hǎo mǎshàng lái

森川：魚丸是魚肉做 的丸子嗎？
yúwán shì yúròu zuò de wánzi ma

子芸：**答對**[38]了！九份的魚丸 湯 最好喝了。
dá duì le jiǔfèn de yúwán tāng zuì hǎohē le

老板娘：魚丸 湯來了！小心 **燙**[39]喔！
yúwán tāng lái le xiǎoxīn tàng o

森川：（喝了一口）真 好喝！
hē le yì kǒu zhēn hǎo hē

子芸：他們 用 的魚肉很 **新鮮**[40]，魚丸湯 當然 就好喝囉！
tāmen yòng de yúròu hěn xīnxiān yúwán tāng dāngrán jiù hǎo hē luo

你喝**慢**[41] 一點喔，不要 **嗆**[42] 到了。
nǐ hē màn yìdiǎn o bú yào qiàng dào le

小辭典

32. 茶館 quán trà
33. 有名 nổi tiếng
34. 肚子餓 đói bụng
35. 芋圓 viên khoai môn
36. 魚丸湯 canh cá viên
37. 馬上 ngay lập tức
38. 答對 trả lời đúng
39. 燙 nóng
40. 新鮮 tươi
41. 慢 chậm
42. 嗆 nghẹn

森川：（喝太快，結果 嗆 到了）
hē tài kuài jiéguǒ qiàng dào le

子芸：才說 就嗆 到了。（**拍**[43]**背**[44]）我去 幫你拿**餐巾紙**[45]喔。
cái shuō jiù qiàng dào le pāi bèi wǒ qù bāng nǐ ná cānjīnzhǐ o

森川：（心想：沒 想到 子芸這 麼**體貼**[46]……。）
xīnxiǎng méi xiǎngdào zǐyún zhè me tǐtiē

子芸：（**遞**[47]餐巾紙給 森川）你吃慢 一點啦，要不然我就吃掉
dì cānjīnzhǐ gěi sēnchuān nǐ chī màn yìdiǎn la yàobùrán wǒ jiù chī diào

你的魚丸喔。
nǐ de yúwán o

森川：（心想：而且又很**可愛**[48]……。）
xīnxiǎng érqiě yòu hěn kěài

（兩人 在金山街的**紀念品**[49]店）
liǎngrén zài jīnshān jiē de jìniànpǐn diàn

子芸：九份 **曾經**[50] 因為 **出產**[51] **黃金**[52] 而**繁榮**[53] 過，但是**後來**[54]因為**挖**[55]
jiǔfèn céngjīng yīnwèi chūchǎn huángjīn ér fánróng guò dànshì hòulái yīnwèi wā

不到 黃金 而**沒落**[56]了。不過現在 九份 **變成**[57] 了 觀光
bú dào huángjīn ér mòluò le búguò xiànzài jiǔfèn biànchéng le guānguāng

小辭典

43. 拍 vỗ
44. 背 lưng
45. 餐巾紙 khăn ăn
46. 體貼 ân cần, chu đáo
47. 遞 giao hàng
48. 可愛 dễ thương
49. 紀念品 quà lưu niệm
50. 曾經 từng
51. 出產 sản xuất
52. 黃金 vàng
53. 繁榮 thịnh vượng, phồn vinh
54. 後來 sau đó
55. 挖 đào
56. 沒落 sa sút; suy tàn
57. 變成 trở thành

景點 之後，又 跟以前一樣 [58]**興盛** 了。
jǐngdiǎn zhī hòu yòu gēn yǐqián yíyàng xīngshèng le

森川：[59]**難怪**這裡有 這麼 多 賣 各種 石頭 的店。
nánguài zhèlǐ yǒu zhème duō mài gèzhǒng shítou de diàn

子芸：對啊。哇，這一塊 [60]**透明** 的石頭好 漂亮 喔。
duì a wā zhè yíkuài tòumíng de shítou hǎo piàoliàng o

森川：妳 想 要 的話，我買給妳吧。
nǐ xiǎng yào de huà wǒ mǎi gěi nǐ ba

子芸：這樣 我會不好意思啦！
zhèyàng wǒ huì bùhǎoyìsi la

老板：小姐妳很 [61]**有眼光** 喔！妳這麼 [62]**識貨**，我就算 妳便宜一點吧。
xiǎojiě nǐ hěn yǒuyǎnguāng o nǐ zhème shìhuò wǒ jiù suàn nǐ piányí yìdiǎn ba

兩人：謝謝老板！
xièxie lǎobǎn

老板：要不要我在 上面 [63]**刻**你們 [64]**小倆口** 的名字 啊？[65]**免費** 的喔！
yào bú yào wǒ zài shàngmiàn kē nǐmen xiǎoliǎngkǒu de míngzi a miǎnfèi de o

子芸：（[66]臉紅）我……我們不是 小倆口 啦！
liǎnhóng wǒ wǒmen búshì xiǎoliǎngkǒu la

老板：小姐[67]**害羞**了喔！
xiǎojiě hàixiū le o

森川：子芸，什麼是 小倆口 啊？
zǐyún shéme shì xiǎoliǎngkǒu a

子芸：不告訴你啦！
bú gàosù nǐ la

58. 興盛 hưng thịnh
59. 難怪 thảo nào; hèn chi
60. 透明 trong suốt
61. 有眼光 có mắt nhìn
62. 識貨 hiểu biết về hàng hoá
63. 刻 chạm khắc
64. 小倆口 cặp đôi nhỏ
65. 免費 miễn phí
66. 臉紅 đỏ mặt
67. 害羞 xấu hổ

LESSON

6

（黃昏[68]，兩人 正在 等 接駁公車 回去）
huánghūn liǎngrén zhèngzài děng jiēbó gōngchē huíqù

森川：今天又麻煩[69]妳帶我出來 玩，真 的很謝謝妳！
jīntiān yòu máfán nǐ dài wǒ chūlái wán zhēn de hěn xièxie nǐ

子芸：才不麻煩，我也玩 得很 開心[70]啊。
cái bù máfán wǒ yě wán de hěn kāixīn a

森川：妳看，夕陽[71] 好 漂亮 喔。
nǐ kàn xìyáng hǎo piàoliàng o

子芸：對呀。
duì ya

森川：子芸，……。
zǐyún

子芸：你看，車子來了！我們回去吧！
nǐ kàn chēzi lái le wǒmen huíqù ba

森川：（心裡的話：我 好 想 留[72]住 這一刻[73]……。）
xīnlǐ de huà wǒ hǎo xiǎng liú zhù zhè yí kè

子芸：我 們下次到 淡水[74]去玩吧！
wǒmen xiàcì dào dànshuǐ qù wánba

森川：嗯，好！妳帶我到 哪裡去都 好！（心想：下次還有 機會[75]！淡水 的夕陽 應該 也一樣美 吧！）
en hǎo nǐ dài wǒ dào nǎlǐ qù dōu hǎo xīn xiǎng xiàcì hái yǒu jīhuì dànshuǐ de xìyáng yīnggāi yě yíyàng měi ba

子芸：（心想：淡水 的魚丸應該 也很 好吃吧！）
xīn xiǎng dànshuǐ de yúwán yīnggāi yě hěn hǎochī ba

小辭典

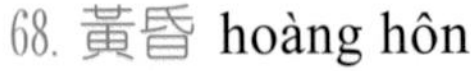

68. 黃昏 hoàng hôn
69. 麻煩 phiền, rắc rối
70. 開心 vui vẻ
71. 夕陽 hoàng hôn
72. 留 ở lại
73. 刻 khoảnh khắc, giây phút
74. 淡水 Đạm Thủy (Tamsui)
75. 機會 cơ hội

你不可以不知道

nǐ bù kěyǐ bù zhīdào

臺灣地圖與臺灣的觀光景點

Bản đồ Đài Loan và các điểm tham quan du lịch

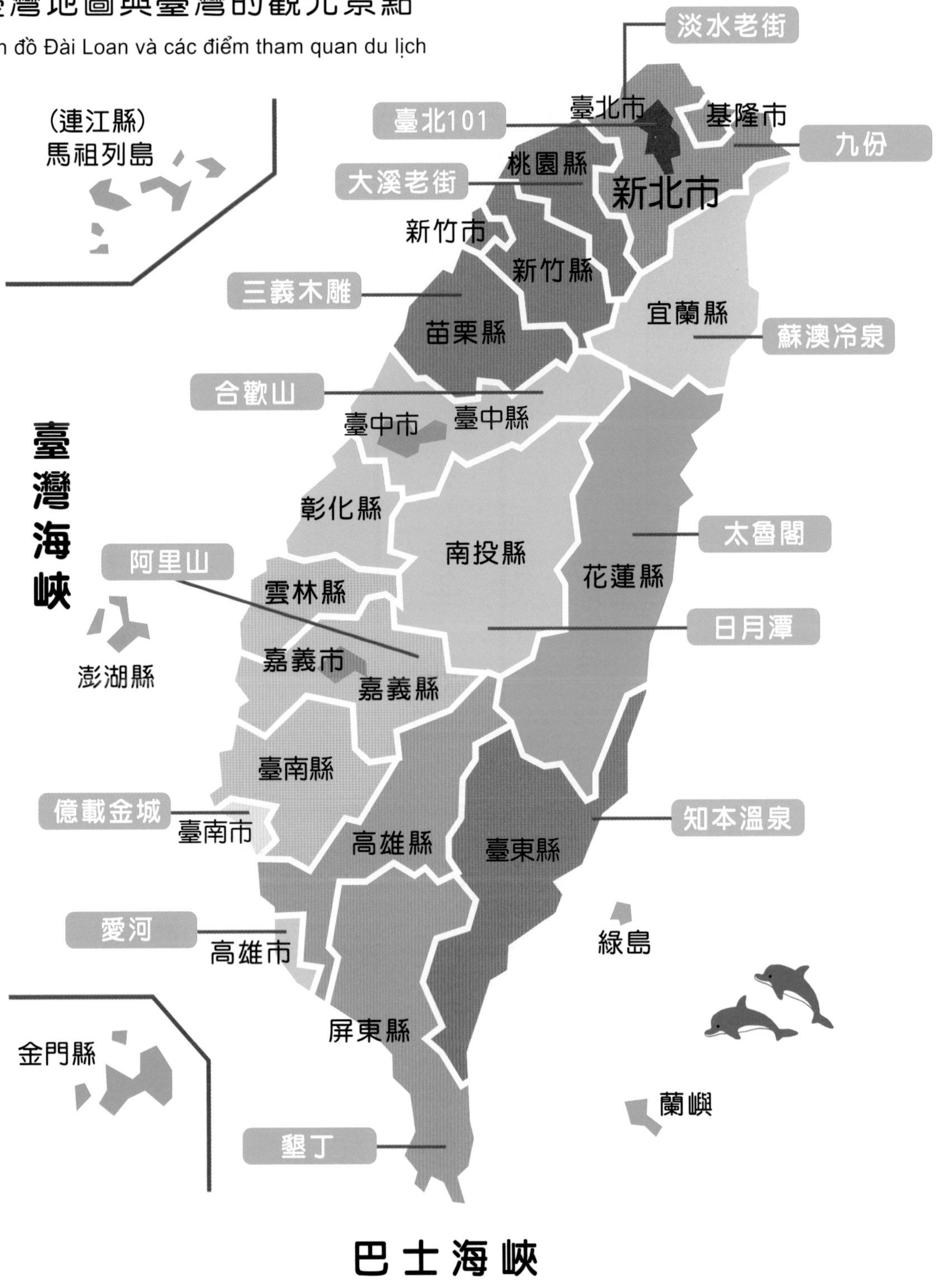

淡水老街
(連江縣)
馬祖列島
臺北101
臺北市
基隆市
九份
大溪老街
桃園縣
新北市
新竹市
新竹縣
三義木雕
宜蘭縣
苗栗縣
蘇澳冷泉
合歡山
臺中市
臺中縣
臺灣海峽
彰化縣
太魯閣
南投縣
阿里山
花蓮縣
雲林縣
日月潭
澎湖縣
嘉義市
嘉義縣
臺南縣
億載金城
臺南市
知本溫泉
高雄縣
臺東縣
愛河
高雄市
綠島
屏東縣
金門縣
蘭嶼
墾丁
巴士海峽

LESSON 6

地址的寫法 Cách viết địa chỉ thư

直式寫法

橫式寫法

□□□
臺北市大安區○○路○段○號 國立○○大學

□□□
新北市中和區○○街○巷○弄○號○樓
龍 子 維 先生啟

句型演練
jùxíng yǎnliàn

「結果」與結果補語 "jiéguǒ" và bổ ngữ kết quả

「A, 結果 B」 có nghĩa là B là kết quả của A.

森川喝魚丸湯喝得太快	，結果	嗆到了。
艾婕睡太久		上課遲到了。
子維今天忘記戴眼鏡		什麼都看不到了。

Khi đối tượng của A là chủ ngữ của B, B là kết quả hành động của A, và các vị ngữ trong cả A và B đều ở thể đơn giản, các vị ngữ trong A và B có thể được kết hợp với chức năng như một động từ phức dưới dạng "vị từ A vị từ B" (động từ + bổ ngữ kết quả). Quan sát các ví dụ sau:

?	O
我打蚊子，結果蚊子死了。	= 我打死了蚊子。
醫生救他，結果他活過來了。	= 醫生救活了他。
艾婕說答案，結果答案對了。	= 艾婕說對了答案。= / 艾婕答對了。
龍媽打電話，結果電話(號碼)錯了。	= 龍媽打錯了電話。

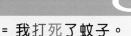

Một số kết quả cho thấy B, tương ứng với các bổ ngữ kết quả quen thuộc. Có nhiều trường hợp như thế trong tiếng Hoa, tại đây chúng ta sẽ kể ra hai trong số đó. Khi B mang nghĩa là đối tượng của A biến mất (ví dụ như nó tan chảy, nó đã được ăn, nó đã được vứt đi), từ bổ sung tương ứng là. Khi B mang nghĩa là đối tượng của A dừng lại khi đang di chuyển (theo nghĩa đen hoặc nghĩa bóng), từ bổ sung tương ứng là 住 . Quan sát các ví dụ sau:

?	O
子芸吃森川的魚丸，結果森川的魚丸沒了。	= 子芸吃掉了森川的魚丸。
龍媽抓雞，結果雞不能動了。	= 龍媽抓住了雞。

受事「給」 Trợ từ bị động "gěi"

子芸遞了一張餐巾紙	給	森川。
龍媽買了兩本新書		子維。
請你明天打一通電話		我。
龍爸上個星期寄了一封信		他朋友。

LESSON 6

換我試試看
huàn wǒ shìshì kàn

挑戰一

請介紹你玩過的或最想去的臺灣觀光景點以及你家鄉的觀光景點。

挑戰二

請告訴你的同學你現在住在哪裡，並詢問對方住在哪裡。

挑戰三

請依照範例改寫下列句子。

例一：我買書，結果書是對的。 → 我買對了書。

例二：我喝茶，結果茶沒有了。 → 我喝掉了茶。

1. 子芸拿鑰匙出門，結果鑰匙是錯的。 →
2. 龍爸打蒼蠅，結果蒼蠅死了。 →
3. 森川叫朋友起床，結果朋友就醒了。 →
4. 子維丟垃圾，結果垃圾就沒了。 →
5. 窗帘擋陽光，結果陽光就進不來了。 →

挑戰四

請根據圖示，完成下列句子。

例：森川寫信給子芸。

1. 子芸＿＿＿＿＿＿＿＿。
2. 子維＿＿＿＿＿＿＿＿。
3. 艾婕＿＿＿＿＿＿＿＿。
4. 龍媽＿＿＿＿＿＿＿＿。
5. 龍爸＿＿＿＿＿＿＿＿。

tīnglì liànxí

這次艾婕跟子維一家一起去環島旅行。請聽四段對話，找出這些對話分別出現與哪個臺灣觀光景點有關。

日出 mặt trời mọc
rìchū

雲海 biển mây
yúnhǎi

峽谷 hẻm núi
xiágǔ

花崗岩 đá granite
huāgāng yán

舉世聞名 nổi tiếng thế giới
jǔshì wénmíng

國家公園 vườn quốc gia
guójiā gōngyuán

懸崖 vách đá
xuánái

壯觀 hùng vĩ
zhuàngguān

花蓮芋 khoai môn Hoa Liên
huālián yù

海灘 bãi biển
hǎitān

陽光 ánh nắng mặt trời
yángguāng

搖滾音樂祭 liên hoan nhạc rock
yáogǔn yīnyuè jì

跨年 năm mới
kuànián

煙火 pháo hoa
yānhuǒ

眺望 nhìn ra xa
tiàowàng

第七課 祝你生日快樂

dì qī kè zhù nǐ shēngrì kuàilè

Chúc sinh nhật vui vẻ!

1 簡訊
jiǎnxùn

大伯[2]：下星期天就是奶奶的生日[3]了，
dàbó ＼ — ∕ — ＼ ＼ ∨ shēngrì

這次我們想在家鄉樓[4] 幫[5]她慶生[6]。
＼ ＼ ∨ ∨ ＼ jiāxiānglóu bāng — qìngshēng

你們會來 高雄[7] 嗎？
∨ ＼ ∕ gāoxióng

我們訂的是一月六日晚上五點半的包廂[8]。
∨ ＼ ＼ — ＼ ＼ ＼ ∨ ＼ ∨ ∨ ＼ bāoxiāng

子羽
zǐyǔ

小辭典

1. 簡訊 tin nhắn
2. 伯 bác họ
3. 生日 sinh nhật
4. 家鄉樓 Quê Hương Lầu (tên một nhà hàng)
5. 幫 giúp
6. 慶生 mừng sinh nhật
7. 高雄 Cao Hùng
8. 包廂 bao phòng

對話
duìhuà

（在百貨公司）
bǎihuò gōngsī

龍媽：前年送電鍋，去年送按摩椅，今年應該送什麼好呢？
qiánnián sòng diànguō qùnián ànmóyǐ jīnnián yīnggaī

艾婕，妳在看什麼？

艾婕：這個時鐘做得好精緻，龍媽媽，奶奶家裡缺時鐘嗎？
shízhōng jīngzhì quē

9. 百貨公司 cửa hàng bách hóa
10. 前年 năm trước
11. 送 gửi
12. 電鍋 nồi điện
13. 去年 năm ngoái
14. 按摩椅 ghế mát xa
15. 今年 năm nay
16. 應該 nên
17. 時鐘 đồng hồ
18. 精緻 tinh tế
19. 缺 thiếu

龍媽：哈哈，在我們的文化[20]裡，生日是不能送時鐘的，
wénhuà

因為聽起來跟[21]喪禮[22]的「送終[23]」一樣，這樣不吉利[24]。
tīngqǐlái gēn sānglǐ sòngzhōng jílì

艾婕：原來如此[25]。那送圍巾[26]怎麼樣？
yuánláirúcǐ wéijīn

或是手機[27]也不錯啊？
shǒujī

龍媽：嗯……圍巾不錯是不錯，就是普通[28]了點；
pǔtōng

送手機嘛，又怕[29]奶奶不會用。
ma pà

艾婕：不然的話[30]…哇，那件[31]中國式[32]的衣服好漂亮！
bùrán de huà jiàn shì

龍媽：真的，料子[33]也不錯，穿起來一定[34]很保暖[35]。
liào zi chuānqǐlái yídìng bǎonuǎn

好，決定[36]了，我們就買這件吧！
juédìng

小辭典

20. 文化 văn hoá
21. 跟 với
22. 喪禮 đám tang
23. 送終 lo ma chay cho người thân
24. 吉利 tốt lành
25. 原來如此 ra vậy, thì ra là vậy
26. 圍巾 khăn quàng cổ
27. 手機 điện thoại di động
28. 普通 thông thường
29. 怕 sợ
30. 不然的話 nếu không
31. 件 miếng
32. 式 loại
33. 料子 vật liệu
34. 一定 nhất định
35. 保暖 giữ ấm
36. 決定 quyết định

（家鄉樓，龍奶奶的**慶生會**[37]）
— — ˊ　ˊ ˇ　qìngshēng huì

龍**姑姑**[38]：大**哥**[39]！大**嫂**[40]！你們 **終於**[41] 到了！
gū gu　dàgē　dàsǎo　ˇ　zhōngyú ˋ

快來吃**豬腳**[42] **麵線**！再不吃麵線就要**涼**[43] 了！
ˋ ˊ — zhūjiǎo miànxiàn ˋ ˋ — ˋ ˋ ˋ ˋ liáng

龍爸：真謝謝妳！哇，好 **香**[44] 的麵線！
— ˋ　ˇ　—　ˇ xiāng　ˋ ˋ

龍媽：媽，這是艾婕跟我**一起**[45]**挑**[46]的**禮物**[47]！
—　ˋ ˋ ˋ ˊ — ˇ yìqǐ tiāo　lǐwù

快打開來看看**您**[48]喜歡不喜歡！
ˋ ˇ — ˊ ˋ ˋ nín ˇ — ˋ ˇ —

龍奶奶：我們做爸媽的，**只要**[49]看到**自己**[50]的**小孩**[51]就**開心**[52]了，
ˇ　ˋ ˋ —　zhǐyào ˋ ˋ　zìjǐ　xiǎohái ˋ kāixīn

哪[53]還**需要**[54]什麼禮物呢！哇，謝謝，你們真是**貼心**[55]，
nǎ ˊ xūyào ˊ　ˇ ˋ　ˋ　ˇ　— ˋ tiēxīn

最近[56]天氣開始變冷了，我 **正**[57] 想要一件這樣的衣服呢！
zuìjìn — ˋ — ˇ ˋ ˇ　ˇ zhèng ˇ ˋ ˊ ˋ ˋ ˋ　— ˊ

37. 慶生會 bữa tiệc mừng sinh nhật
38. 姑姑 cô
39. 哥 anh
40. 嫂 chị dâu
41. 終於 cuối cùng
42. 豬腳麵線 miến giò heo
43. 涼 mát
44. 香 thơm
45. 一起 cùng nhau
46. 挑 chọn
47. 禮物 quà tặng
48. 您 ông, bà, ngài …
49. 只要 chỉ cần
50. 自己 tự mình; bản thân
51. 小孩 trẻ em
52. 開心 vui vẻ, hạnh phúc
53. 哪 nào, đâu
54. 需要 cần
55. 貼心 ân cần, chu đáo
56. 最近 gần đây
57. 正 giữa lúc; đúng

LESSON 7

龍**叔叔**[58]：今天是奶奶的七十二**歲**[59] **大壽**[60]，
shúshu — — ˋ ˇ — ˊ ˋ suì dàshòu

大家快來跟奶奶說些 **吉祥話**[61]！
ˋ — ˋ ˊ — ˇ — — jíxiánghuà

子維：我來我來，我先！
ˇ ˊ ˇ ˊ ˇ —

祝[62]奶奶「**福如東海，壽比南山**[63]」！
zhù ˇ fú rú dōnghǎi shòu bǐ nánshān

子芸：那我祝奶奶**身體**[64] **健康**[65]，「**長命 百歲**[66]」！
ˋ ˇ ˋ ˇ shēntǐ jiànkāng chángmìng bǎisuì

子羽：**換我**[67]，祝奶奶「**天天 開心**[68]」，「**萬事 如意**[69]」！
huàn ˇ ˋ ˇ tiāntiān kāixīn wànshì rúyì

大家：奶奶**生日 快樂**[70]！
ˇ shēngrì kuàilè

58. 叔叔 chú
59. 歲 tuổi
60. 大壽 đại thọ
61. 吉祥話 những lời tốt đẹp
62. 祝 chúc
63. 福如東海，壽比南山 Phúc như Đông Hải, thọ tỷ Nam Sơn
64. 身體 cơ thể, thân thể
65. 健康 khỏe mạnh
66. 長命百歲 sống lâu trăm tuổi
67. 換我 đến lượt tôi
68. 天天開心 ngày ngày vui vẻ
69. 萬事如意 vạn sự như ý
70. 生日快樂 chúc mừng sinh nhật

●你不可以不知道
nǐ bù kěyǐ bù zhīdào

一、親屬稱謂

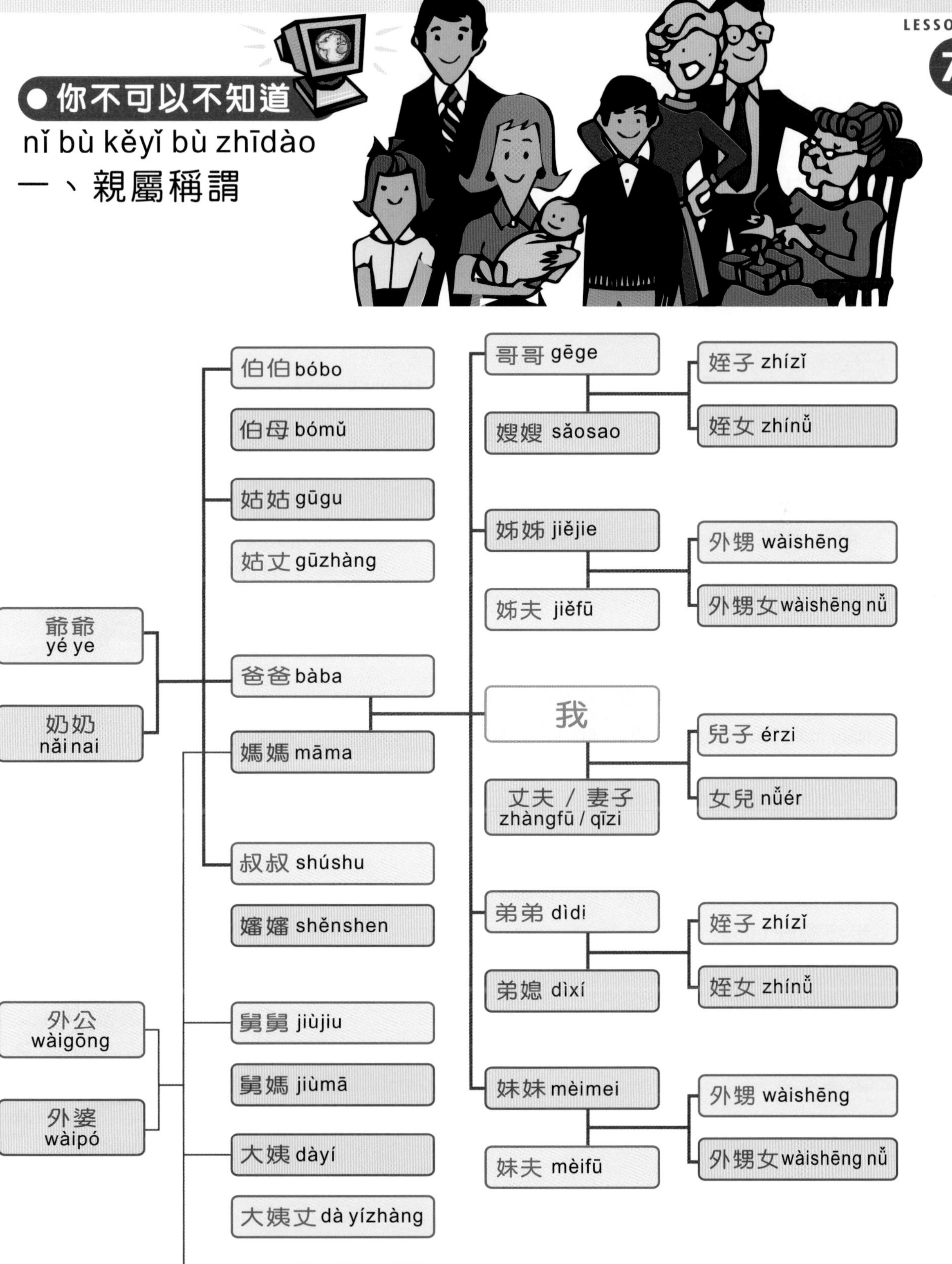
爺爺 yé ye
奶奶 nǎi nai
伯伯 bóbo
伯母 bómǔ
姑姑 gūgu
姑丈 gūzhàng
爸爸 bàba
媽媽 māma
叔叔 shúshu
嬸嬸 shěnshen
外公 wàigōng
外婆 wàipó
舅舅 jiùjiu
舅媽 jiùmā
大姨 dàyí
大姨丈 dà yízhàng
二姨 èryí
二姨丈 èr yízhàng
哥哥 gēge
嫂嫂 sǎosao
姪子 zhízǐ
姪女 zhínǚ
姊姊 jiějie
姊夫 jiěfū
外甥 wàishēng
外甥女 wàishēng nǚ
我
丈夫 / 妻子 zhàngfū / qīzi
兒子 érzi
女兒 nǚér
弟弟 dìdi
弟媳 dìxí
姪子 zhízǐ
姪女 zhínǚ
妹妹 mèimei
妹夫 mèifū
外甥 wàishēng
外甥女 wàishēng nǚ

二、祝賀語 zhùhèyǔ

祝賀語 zhùhèyǔ

祝你… / 希望你… zhùnǐ.../ xīwàng nǐ...
Chúc bạn... /Hi vọng bạn...

……順利 / 順心 ...shùnlì / shùnxīn .... thuận lợi / thuận ý

一切順心 yíqiè shùnxīn mọi việc suôn sẻ

工作順利 gōngzuò shùnlì công việc suôn sẻ

感情順利 gǎnqíng shùnlì tình cảm suôn sẻ

考試順利 kǎoshì shùnlì kỳ thi suôn sẻ / thi tốt

生活順心 shēnghuó shùnxīn cuộc sống tốt đẹp, vừa ý

天天開心 tiāntiān kāixīn ngày nào cũng vui vẻ

新年 / 中秋節……快樂 xīnnián / zhōngqiū jié……kuàilè
Năm mới / Tết Trung Thu ... vui vẻ

工作 gōngzuò

早日升遷 zǎorì shēngqiān Sớm được thăng chức

步步高升 bùbù gāoshēng Ngày càng thăng tiến

生日 shēngrì

生日快樂 shēngrì kuàilè Chúc mừng sinh nhật

長命百歲 chángmìng bǎisuì Sống lâu trăm tuổi

永遠年輕 yǒngyuǎn niánqīng Mãi mãi trẻ đẹp

感情 gǎnqíng

有情人終成眷屬 yǒuqíngrén zhōng chéng juànshǔ Người có tình sẽ thành đôi

永浴愛河 yǒngyù aìhé Luôn hạnh phúc trong tình yêu

早生貴子 zǎoshēng guìzǐ Sớm sinh quý tử

學業 xuéyè

學業進步 xuéyè jìnbù Học hành tiến bộ

金榜題名 jīnbǎng tímíng Kim bảng đề danh

搬家 bānjiā

喬遷之喜 qiáoqiān zhīxǐ Ăn mừng nhà mới

美輪美奐 měilún měihuàn Dùng để khen nhà đẹp

句型演練

jùxíng yǎnliàn

A是A，就是B了點

Mẫu câu này dùng để đưa ra ý kiến trái ngược một cách gián tiếp. A thường trái nghĩa với B.

圍巾不錯是不錯，就是普通了點。
這個杯子精緻是精緻，就是貴了點。
他長得漂亮是漂亮，就是個性壞了點。

再 + A + 就 + B了

Nếu hành động A tiếp tục xảy ra, B sẽ xảy ra.

再不吃麵線就要涼了！
他再不努力工作錢就要用光了。
你再說一次我就生氣了。

A不A

Câu hỏi nghi vấn trong tiếng Hoa, thêm " 不 " vào giữa A, tương tự như mẫu câu "... 嗎？"

你喜歡嗎?→你喜歡不喜歡？
妳要睡一下嗎?→妳要不要睡一下？
你站得起來嗎?→你站不站得起來？

Nếu A có hơn 2 âm tiết, có thể rút ngắn như sau:

喜歡不喜歡 → 喜不喜歡
好看不好看 → 好不好看
奇怪不奇怪 → 奇不奇怪
貼心不貼心 → 貼不貼心
無聊不無聊 → 無不無聊

做……的

Làm (giáo viên, đàn ông, cha mẹ...) ...

我們做爸媽的，只要看到自己的小孩就開心了，哪還需要什麼禮物呢！
做老師的，本來就該好好教學生。

換我試試看
huàn wǒ shìshì kàn

挑戰一

請根據範例造句。

你/看/很累，沒事吧？→你看起來很累，沒事吧？

1. 他/笑/很大聲？
2. 他的椅子/坐/很舒服。
3. 這件事/說/簡單，做/難。
4. 這個主意/聽/不錯？
5. 媽媽煮的菜/聞/很香？

挑戰二

請根據範例改寫句子。

這個杯子很精緻，可是太貴。→這個杯子精緻是精緻，就是貴了點。

1. 這部電影很好看，可是太長。
2. 他做得很好，可是太慢。
3. 這間房子很大，可是離捷運站太遠。
4. 這個工作很吸引人，可是薪水太少。
5. 這件衣服很漂亮，可是尺寸太大。

挑戰三

請根據範例造句。

他/不努力工作/錢/用光。→他再不努力工作錢就要用光了。

1. 我/吃/太飽。
2. 你/走兩條街/到郵局。
3. 你/賴床/要遲到。
4. 飯/煮/不好吃。
5. 妳/不走/天/黑。

LESSON 7

換我試試看

huàn wǒ shìshì kàn

挑戰四

請根據範例改寫句子。

妳要睡一下嗎?→妳要不要睡一下？

1. 這件褲子好看嗎?
2. 你覺得中文難嗎?
3. 這件毛衣保暖嗎?
4. 就要放假了，你開心嗎？
5. 老師上課無聊嗎?

挑戰五

請根據範例改寫句子。

老師應該好好教學生。→做老師的，本來就應該好好教學生。

1. 學生應該好好念書。
2. 商人都很會說話。
3. 法官(judge)必須要很有正義感。

聽力練習

tīnglì liànxí

請根據對話回答問題。

1. 子維他們什麼時候要幫嘉立辦慶生會？
   1.這星期天　2.下星期一　3.上星期二　4.下星期五
2. 他們要去哪家餐廳？
   1.Mamamia　2.Papabia　3.Lolalita　4.Fenomenal
3. 那是家什麼式的餐廳？
   1.義大利式　2.西班牙式　3.泰國式　4.日本式
4. 大家要在哪裡集合？
   1.總統府　2.捷運市政府站　3.火車站　4.捷運古亭站
5. 大家想給嘉立什麼樣的驚喜？
   1.一個蛋糕　2.一束花　3.一本書　4.一幅畫

閱讀 yuèdú

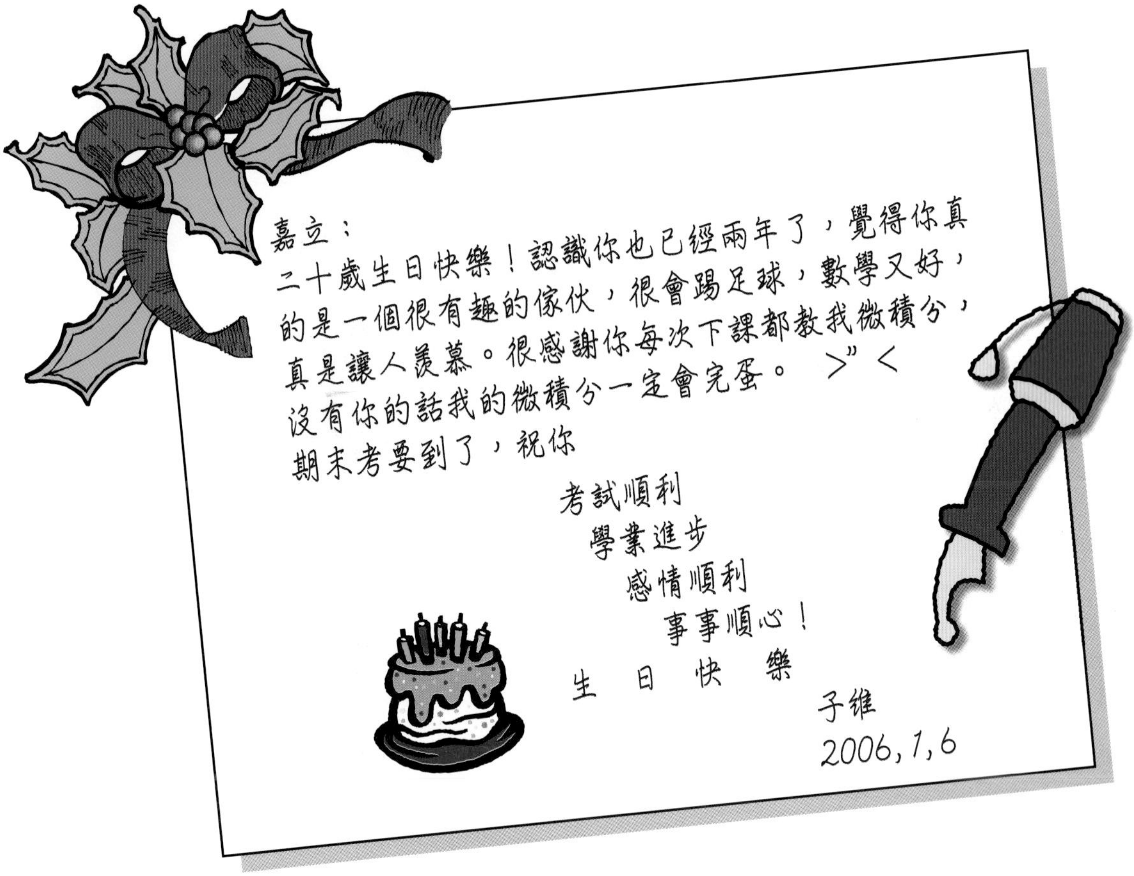

嘉立：

二十歲生日快樂！認識你也已經兩年了，覺得你真的是一個很有趣的傢伙，很會踢足球，數學又好，真是讓人羨慕。很感謝你每次下課都教我微積分，沒有你的話我的微積分一定會完蛋。 >"<

期末考要到了，祝你

考試順利

學業進步

感情順利

事事順心！

生日快樂

子維

2006,1,6

小辭典

1 有趣 yǒuqù
thú vị

2 傢伙 jiāhuo
bạn, bạn thân

3 踢足球 tī zúqió
đá bóng

4 羨慕 xiànmù
ngưỡng mộ, hâm mộ

5 微積分 wéjīfēn
tích phân

6 完蛋 wándàn
tiêu tùng

7 期末考 qímòkǎo
kỳ thi cuối kỳ

8 學業進步 xuéyè jìnbù
học tập tiến bộ

9 感情 gǎnqíng
tình cảm

10 事事順心 shìshì shùnxīn
vạn sự đều thuận tâm như ý

LESSON 8

第八課 洗手作羹湯
dì bā kè xǐshǒu zuò gēng tāng

Rửa tay nấu canh

對話
duìhuà

艾婕**自從**[1]到臺灣以後，就對臺灣**豐富**[2]的小吃很**感興趣**[3]。
ˋ ˊ zìcóng ˋ ˊ ˉ ˇ ˋ ˋ ˋ ˊ ˉ fēngfù ˇ ˉ ˇ gǎn xìngqù

今天她決定要**向**[4]龍媽學做菜，回法國**後**[5]就可以煮給家人
ˉ ˉ ˉ ˊ ˋ ˋ xiàng ˊ ˉ ˊ ˋ ˋ ˊ ˋ ˊ hòu ˋ ˇ ˇ ˇ ˇ ˉ ˊ

和朋友吃了。
ˋ ˊ ˇ ˉ

（龍媽找了一**份**[6]**食譜**[7]，準備教艾婕她最愛吃的**蝦仁蛋炒飯**[8]）
ˊ ˉ ˇ ˊ fèn shípǔ ˇ ˋ ˉ ˋ ˊ ˉ ˋ ˋ ˉ xiārén dàn chǎofàn

小辭典

1. 自從 từ; từ khi; từ lúc
2. 豐富 phong phú
3. 感興趣 hứng thú; thích thú
4. 向 hướng
5. 後 sau
6. 份 phần
7. 食譜 sách dạy nấu ăn
8. 蝦仁蛋炒飯 cơm chiên tôm

蝦仁蛋炒飯
— ˊ ˋ ˇ ˋ

【材料】[9] 蠔油 適量[10] 油
cáiliào háoyóu shìliàng ˊ

胡椒適量
hújiāo ˋ ˋ

罐頭 玉米一匙[11]
guàntóu yùmǐ ˋ chí

洋蔥 丁 20克[12]
yángcōng dīng kè

鹽適量
yán ˋ ˋ

白飯一碗[13]
báifàn ˋ wǎn

蝦仁八隻[14]
xiārén — zhī

紅蘿蔔丁 1/4 個
hóngluó bo dīng sì fēng zhī yī

雞蛋一顆[15]
jīdàn ˋ kē

蔥花 適量
cōnghuā ˋ ˋ

【作法】[16]
zuòfǎ

1. **先**[17]把油 **倒入**[18] **鍋**[19] 中。
xiān ˇ yóu dàorù gūo —

2. **用**[20] **中火**[21] 先 **炒**[22] 洋蔥丁和蝦仁，**撈**[23]起來。
yòng zhōnghuǒ — chǎo ˊ — — ˋ — ˊ lāoqǐlái

3. 再炒蛋和蔬菜，然後倒入白飯**均勻**[24] **拌炒**[25]。
ˋ ˇ ˋ ˋ shūcài ˊ ˋ ˋ ˋ ˊ ˋ jūnyún bànchǎo

4. **加入**[26]**之前**[27] 的洋蔥、蝦仁和調味料 炒均勻。
jīa ˋ zhīqián ˊ — — ˊ ˋ tiáowèiliào ˇ — ˊ

5. 最後灑上蔥花**即可**[28]。
ˋ ˋ ˇ ˋ — — jíkě

LESSON 8

（廚房裡）[29]
chúfáng ˇ

艾婕：我們要怎麼開始呢？

龍媽：先來準備[30] 材料吧！我來洗蝦子、打蛋[31]和開罐頭，

艾婕，妳可以幫我切菜嗎？

艾婕：好啊，要怎麼切呢？

龍媽：蘿蔔先洗一洗，然後再削[32]皮[33]；洋蔥也要先剝[34]皮，

然後切丁[35]。小心[36]一點不要切到手了。

9. 材料 nguyên liệu	23. 撈 vớt
10. 適量 thích hợp, vừa phải	24. 均勻 đều
11. 匙 muỗng	25. 拌炒 xào trộn
12. 克 gam	26. 加 thêm
13. 碗 bát	27. 之前 trước
14. 隻 con	28. 即可 là được
15. 顆 quả	29. 廚房 bếp
16. 作法 cách làm; phương pháp làm	30. 準備 chuẩn bị
17. 先 đầu tiên	31. 打蛋 đánh trứng
18. 倒入 đổ vào	32. 削 cắt
19. 鍋 nồi	33. 皮 vỏ
20. 用 dùng, sử dụng	34. 剝 tước
21. 中火 lửa vừa	35. 丁 viên
22. 炒 xào	36. 小心 cẩn thận

艾婕：什麼是切丁？

龍媽：切丁就是把材料切成小**方塊**[37] fāngkuài。

艾婕：龍媽媽，我切好了，這樣可以嗎？

龍媽：太**棒**[38] bàng 了！那現在我們可以開始了。妳看，先倒一些油到鍋子裡，**等**[39] **它**[40] děng tā 熱了**以後**[41] yǐhòu，先炒蝦仁和洋蔥，**記得**[42] jìdé 不要炒太**久**[43] jiǔ，炒太久的話蝦子會**硬**[44]硬的 yìngyìng de。嗯，這樣就好了 hǎo le。

艾婕：然後呢？

龍媽：然後我們把那些打好的蛋啊，蔬菜啊放下去炒。好，現在可以把飯倒進來炒了。火不要太大，不然菜會**燒焦**[45] shāojiāo。

艾婕：這樣就好了嗎？

37. 東西 hàng, đồ vật
37. 方塊 hình vuông
38. 棒 thanh
39. 等 đợi
40. 它 nó
41. 以後 sau đó
42. 記得 nhớ
43. 久 lâu
44. 硬 cứng
45. 燒焦 cháy khét

龍媽：**還沒**[46] (háiméi) 呢！再把洋蔥、蝦仁加進來，炒一炒。現在可以放調味料和蔥了。OK，這樣就行了 (xíng le)。妳吃一口看看會不會太**鹹**[47] (xián)。

艾婕：聞起來好香喔！嗯……好好吃喔！

龍媽：來吧，去洗個手，我們**開動**[48] (kāidòng) 囉！

46. 還沒 chưa
47. 鹹 mặn
48. 開動 bắt đầu ăn

你不可以不知道
nǐ bù kěyǐ bù zhīdào

涼拌耳絲

【材料】
熟豬耳朵 四兩
辣椒 少許
蒜頭 少許

【調味料】
辣豆瓣醬 少許
白醋 少許
麻油 少許
糖 少許

【作法】
1. 把熟豬耳朵切絲。
2. 把豬耳朵、辣椒、蒜頭和所有調味料攪拌均勻即可。

煮法 cách nấu

煮(zhǔ) nấu
烤(kǎo) nướng
煎(jiān) chiên, rán
炒(chǎo) xào
炸(zhá) chiên
涼拌(liángbàn) gỏi

味道 vị
wèidào

鹽吃起來很鹹(xián) mặn
檸檬吃起來很酸(suān) chua
糖果吃起來很甜(tián) ngọt
藥吃起來很苦(kǔ) đắng
辣椒吃起來很辣(là) cay

調味料 gia vị

黑胡椒(hēi hújiāo) tiêu
糖(táng) đường
醋(cù) dấm
橄欖油(gǎnlǎn yóu) dầu ô liu
辣椒醬(làjiāo jiàng) tương ớt
蕃茄醬(fānqié jiàng) tương cà
辣豆瓣醬(làdòubàn jiàng) tương đậu cay
香油(xiāng yóu) dầu mè trắng
麻油(má yóu) dầu mè đen
醬油(jiàngyóu) tương

LESSON

8

句型演練
jùxíng yǎnliàn

自從A（以後），就B
Từ khi A, thì B

A （時間） B

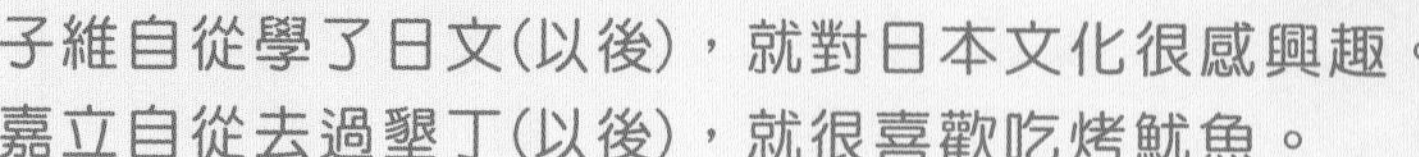

子維自從學了日文(以後)，就對日本文化很感興趣。
嘉立自從去過墾丁(以後)，就很喜歡吃烤魷魚。

先A，再B，然後再C，最後再D
A trước, rồi B, sau đó đến C, cuối cùng D

A → B → C → D

先倒油，再放蛋，然後放鹽，最後再放胡椒，就好了。
我等下要先去郵局，再去銀行，然後再到醫院，最後再去市場。

不要……不然……
Đừng... nếu không ....

不要炒太久，不然（的話）菜會燒焦。
＝不要炒太久，炒太久（的話）菜會燒焦。
不要吃太多，不然（的話）你等一下會吃不下。
＝不要吃太多，吃太多（的話）你等一下會吃不下。

……啊……啊 = ……啦……啦
Để liệt kê các ví dụ, bạn có thể sử dụng " 啊 " hoặc " 啦 " như v.v trong tiếng Việt.

美美討厭動物，不管是貓啦，狗啦，鳥啦，她都不喜歡。
他本來就喜歡花啊草啊的，難怪會去當農夫。

V看 看 （=V V看）
Thử một điều gì đó

你穿看看會不會太大 = 你穿穿看會不會太大。
你吃看看會不會太鹹 = 你吃吃看會不會太鹹。

動詞 + 個 + 賓語

để nhấn mạnh một hành động ngắn, làm cho nó bình thường hoặc ít quan trọng có thể thêm " 個 "

洗手 → 洗個手

打球 → 打個球

吃飯 → 吃個飯

把

để nói hoặc hỏi một điều gì đó được làm như thế nào hoặc bị ảnh hưởng bởi một hành động nào đó, sử dụng " 把 ".

我關窗戶 → 我把窗戶關起來

龍媽倒掉垃圾 → 龍媽把垃圾倒掉

那隻小貓喝牛奶 → 那隻小貓把牛奶喝下去

我關窗戶

Tôi đóng cửa sổ.

我把窗戶關起來

Tôi đóng cửa sổ lại.

(diễn tả cửa sổ bị hành động “đóng” của tôi tác động)

否定

我 龍媽 那隻小貓	沒有	把	窗戶 垃圾 牛奶	(給)	關起來。 倒掉。 喝下去。

你 龍媽 那隻小貓	不	可以 可能	把	窗戶 垃圾 牛奶	(給)	關起來。 倒掉。 喝下去。

LESSON 8

換我試試看

huàn wǒ shìshì kàn

挑戰一

請根據範例造句。

例：嘉立 / 去過墾丁以後 / 很喜歡吃烤魷魚

→ 嘉立自從去過墾丁以後，就很喜歡吃烤魷魚。

1. 艾婕 / 跟龍媽一起去買菜 / 很喜歡殺價
2. 她 / 有了小孩 / 變得很溫柔
3. 子芸 / 上了大學 / 沒有彈鋼琴了
4. 他 / 那天 / 沒有回來過
5. 我 / 看完醫生 / 好多了

挑戰二

請根據範例造句。

例：倒油 → 放蛋 → 放鹽 →放胡椒

→ 先倒油，再放蛋，然後再放鹽，最後再放胡椒。

1. 煮飯 → 炒菜
2. 洗澡 → 刷牙 → 睡覺
3. 掃地 → 拖地 → 洗碗
4. 買肉 → 買蘿蔔 → 買蝦仁 → 買火腿
5. 去市場 → 去銀行 → 去郵局 → 去學校

挑戰三

請根據範例造句。

例：炒太久 → 菜會燒焦

→ 不要炒太久，不然的話會菜燒焦。=不要炒太久，炒太久的話會菜燒焦。

1. 說太大聲 → 被別人聽到 ____ = ____
2. 走太遠 → 你迷路 ____ = ____
3. 穿太少 → 你感冒 ____ = ____
4. 太甜 → 客人會不喜歡 ____ = ____
5. 加太多辣椒 → 我會吃不下____ =____

挑戰四

請根據範例造句。

例：美美討厭動物，不管是狗鳥貓她都不喜歡。

→ 美美討厭動物，不管是貓啊，狗啊，鳥啊，她都不喜歡。

1. 小紅喜歡海鮮不管是魚、蝦子、螃蟹，她都喜歡。
2. 他常常跟我說一些他在英國、法國、德國看到的事。
3. 千千愛漂亮，鞋子、衣服、耳環、都是她的最愛。
4. 嘉立喜歡吃水果，不管是蘋果、橘子、草莓、他都喜歡。
5. 子軒喜歡運動，不管是籃球、棒球、網球、他都打得很好

挑戰五

請根據範例造句。

例：你 / 穿 / 會不會太大

→ 你穿看看會不會太大。= 你穿穿看會不會太大。

1. 我 / 問 / 有沒有牛奶 ____ = ____
2. 你 / 說 / 對不對 ____ = ____
3. 我 / 聽 / 她說什麼 ____ = ____
4. 你 / 喝 / 會不會太甜 ____ = ____
5. 我 / 想 / 要怎麼說 ____ = ____

挑戰六

請根據範例造句。

例：打球 → 打個球

1. 上廁所 ________________
2. 打招呼 ________________
3. 吃飯 ________________
4. 睡覺 ________________
5. 搭公車 ________________

挑戰七

請根據範例造句。

例：我炒一炒蔬菜

→ 我把蔬菜炒一炒

1. 爸爸喝光了啤酒
2. 我切一切水果
3. 貓吃了魚
4. 我不打開窗戶
5. 媽媽沒關音樂

挑戰八

請你教同學做一道你最愛吃的家鄉菜

食譜：____________________

【材料】

____

____

____

____

【作法】

1. ____________________
2. ____________________
3. ____________________
4. ____________________

聽力練習
tīnglì liànxí

子芸想去印度玩，她打電話給千千，她去過印度。

問她應該怎麼辦簽證（visa）。

請根據對話依序填上1-6。

◯準備錢

◯搭公車611到印度－台北協會（INDIA-TAIPEI ASSOCIATION）

◯訂機票

◯2-3天以後，到印度－台北協會拿簽證

◯照相

◯把身分證拿去影印

LESSON 9

第九課 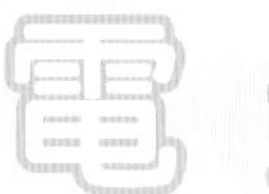

dì jiǔ kè kàn diànyǐng

Xem phim

duìhuà

自從上次吃完飯後，子芸和森川就**變**[1]成了好朋友。子芸**怕**[2]森川
ˋ ˊ ˋ ˋ — ˊ ˋ ˋ ˇ ˊ ˋ — — ˋ biàn ˊ ˇ ˊ ˇ ˇ ˊ pà — —

剛來臺灣**還**[3]不**適應**[4]，會**無聊**[5]，所以**有時**[6]會**帶**[7]他**出去**[8]走走，
— ˊ ˊ — hái ˊ shìyìng ˋ wúliáo ˇ ˇ yǒushí ˋ dài — chūqù ˇ ˇ

參加[9]一些**活動**[10]。這個星期六，她決定**邀**[11]森川去看**電影**[12]。
cānjiā ˋ — huódòng ˋ — ˊ ˋ — ˊ ˋ yāo — — ˋ ˋ ˋ ˇ

（在餐廳，子芸和森川**一邊**[13]吃飯，一邊**討論**[14]**等一下**[15]要看
ˋ — — ˇ ˊ ˋ — — yìbiān — ˋ yìbiān tǎolùn děngyíxìa ˋ ˋ

哪**部**[16]電影）
ˇ bù ˋ ˇ

森川：看《００７》怎麼樣？聽說這一次不只**故事**[17]很**精采**[18]，
ˋ ˊ ˊ ˉ ˇ ˋ ˉ ˉ ˋ ˊ ˋ ˋ ˇ gùshì ˇ jīngcǎi

女**主角**[19] 也很漂亮，而且還**得**[20]了不少**獎**。
ˇ zhǔjiǎo ˇ ˇ ˋ ˋ ˊ ˇ ˊ dé ˋ ˇ jiǎng

子芸：不要啦，我不喜歡**打**[21]打**殺**[22]殺的**片子**[23]。
ˊ ˋ ˇ ˋ ˇ ˉ dǎ ˇ shā ˉ piànzi

森川：那去看《**電車**[24]》**最近**[25]**一直**[26]在 **廣告**[27] 的日本**鬼片**[28]。
ˋ ˋ ˋ diànchē zuìjìn yìzhí ˋguǎnggào ˋ ˇ guǐpiàn

演[29]女鬼的**演員**[30] 也很漂亮。
yǎn ˇ ˇ yǎnyuán ˇ ˇ ˋ ˋ

1. 變 thay đổi, trở thành
2. 怕 sợ
3. 還 còn; vẫn; vẫn còn
4. 適應 thích ứng
5. 無聊 chán
6. 有時 đôi khi
7. 帶 dẫn
8. 出去 đi ra ngoài
9. 參加 tham gia
10. 活動 hoạt động
11. 邀 mời
12. 電影 phim
13. 一邊 vừa... vừa...
14. 討論 thảo luận
15. 等一下 chờ một chút
16. 部 bộ
17. 故事 câu chuyện
18. 精采 hấp dẫn
19. 主角 nhân vật chính
20. 得獎 đạt giải
21. 打 đánh
22. 殺 giết
23. 片子 phim
24. 電車 xe điện
25. 最近 gần đây
26. 一直 cứ, luôn luôn
27. 廣告 quảng cáo
28. 鬼片 phim ma
29. 演 diễn
30. 演員 diễn viên

LESSON 9

子芸：你就只知道漂亮的女演員。我**比較**[31]**膽小**[32]，看**恐怖片**[33] 晚上會**作惡夢**[34]。花錢自己**嚇**[35]自己，太**划不來**[36]了。

森川：我知道了，《**單身**[37]**日記**[38]》怎麼樣？**愛情**[39]**喜劇片**[40]，**雜誌**[41]上的**影評**[42] 說**內容**[43] 很**有趣**[44]。一個墨西哥**導演**[45] **拍**[46]的。

子芸：啊！我知道那部片！我很喜歡那個導演，**只要**[47]是他的**作品**[48]我都看過！

森川：我也很喜歡他，**特別**[49]是他的《**命運**[50]之歌》，**劇情**[51]又**幽默**[52]又**諷刺**[53]。他的電影有一種很特別的**風格**[54]。

31. 比較 so sánh
32. 膽小 nhát gan
33. 恐怖片 phim kinh dị
34. 作惡夢 gặp ác mộng
35. 嚇 doạ; hù doạ; hăm doạ
36. 划不來 không đáng; không xứng
37. 單身 độc thân
38. 日記 nhật ký
39. 愛情 tình yêu
40. 喜劇片 phim hài
41. 雜誌 tạp chí
42. 影評 nhà phê bình phim
43. 內容 nội dung
44. 有趣 thú vị
45. 導演 đạo diễn
46. 拍 chụp ảnh, chụp hình
47. 只要 chỉ cần
48. 作品 tác phẩm
49. 特別 đặc biệt
50. 命運 số phận
51. 劇情 nội dung vở kịch; tình tiết vở kịch
52. 幽默 hài hước
53. 諷刺 châm biếm
54. 風格 phong cách

子芸：《命運之歌》真的很棒，可是我更愛《回家》。那是他**唯一**[55] (wéiyī) 的**紀錄片**[56] (jìlù piàn)，非常**感人**[57] (gǎnrén)。

森川：真的嗎？我下次去**找**[58] (zhǎo) 來看。

子芸：看不出來你是會看**冷門**[59] (lěngmén) 電影的人，我還**以為**[60] (yǐwéi) 你只喜歡**刺激**[61] (cìjī) **好玩**[62] (hǎowán) 的**動作片**[63] (dòngzuò piàn) 或恐怖片。

森川：妳**誤會**[64] (wùhuì) 我了，我**品味**[65] (pǐnwèi) 可是很好的。電影的**內涵**[66] (nèihán) 很重要。

子芸：太好了，**反正**[67] (fǎnzhèng) **好萊塢**[68] (hǎoláiwù) 片也看**膩**[69] (nì) 了，這次就來點**新鮮**[70] (xīnxiān) 的吧！啊，六點四十三分了！我們快去買**票**[71] (piào) 吧，不然到時候就只能看**午夜場**[72] (wǔyèchǎng) 了！

55. 唯一 duy nhất, chỉ có một
56. 紀錄片 phim tài liệu
57. 感人 cảm động
58. 找 tìm kiếm
59. 冷門 ít chú ý; ít được quan tâm
60. 以為 cho rằng
61. 刺激 kích thích
62. 好玩 vui
63. 動作片 phim hành động
64. 誤會 hiểu lầm
65. 品味 khẩu vị, gu
66. 內涵 ý nghĩa
67. 反正 dù sao
68. 好萊塢 Hollywood
69. 膩 ngán
70. 新鮮 tươi mới
71. 票 vé
72. 午夜場 suất nửa đêm

nǐ bù kěyǐ bù zhīdào

2006臺北電影節

台北新光影城 - Microsoft Internet Explorer

檔案(F) 編輯(E) 檢視(V) 我的最愛(A) 工具(T) 說明(H)

網址(D) http://www.skcineplex.com.tw/Mov/taipei.asp

新光影城 SHIN KONG CINEPLEX

線上購票 GO> 台北 台中 台南

目前狀態：尚未登入 登入

SKC影城 | 上映強檔 | 線上購票及場次查詢 | 省錢大作戰 | 會員專區 | 與我們聯絡 | 網站導覽 | go home

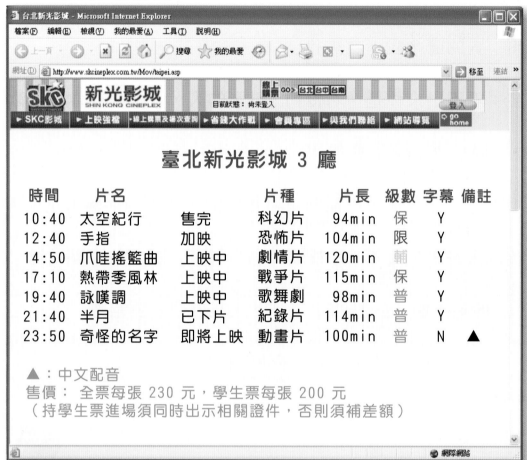

臺北新光影城 3 廳

時間	片名		片種	片長	級數	字幕	備註
10:40	太空紀行	售完	科幻片	94min	保	Y	
12:40	手指	加映	恐怖片	104min	限	Y	
14:50	爪哇搖籃曲	上映中	劇情片	120min	輔	Y	
17:10	熱帶季風林	上映中	戰爭片	115min	保	Y	
19:40	詠嘆調	上映中	歌舞劇	98min	普	Y	
21:40	半月	已下片	紀錄片	114min	普	Y	
23:50	奇怪的名字	即將上映	動畫片	100min	普	N	▲

▲：中文配音

售價： 全票每張 230 元，學生票每張 200 元

（持學生票進場須同時出示相關證件，否則須補差額）

網際網路

影片類型 Thể loại phim

恐怖片 phim kinh dị
kǒngbù piàn

劇情片 phim tình cảm
jùqíng piàn

喜劇片 phim hài
xǐjù piàn

悲劇 phim bi
bēijù

科幻片 phim khoa học giả tưởng
kēhuàn piàn

動作片 phim hành động
dòngzuò piàn

戰爭片 phim chiến tranh
zhànzhēng piàn

紀錄片 phim tài liệu
jìlù piàn

動畫片 phim hoạt hình
dònghuà piàn

卡通 phim hoạt hình
kǎtōng

歌舞劇 phim ca nhạc
gēwǔjù

影集 phim bộ
yǐngjí

關於電影 Về phim ảnh

- 影展 Liên hoan phim
  yǐngzhǎn
- 配角 diễn viên phụ
  pèijiǎo
- 影評人 nhà phê bình phim
  yǐngpíng rén
- 影迷 người hâm mộ
  yǐngmí
- 配音 lồng tiếng
  pèiyīn
- 字幕 phụ đề
  zìmù
- 預告片 trailer quảng cáo
  yùgào piàn
- 上映 phim đang chiếu
  shàngyìng
- 即將上映 phim sắp chiếu
  jíjiāng shàngyìng
- 下片 hết chiếu
  xiàpiàn
- 票房很好 / 很差 vé bán chạy / bán không tốt
  piàofáng hěnhǎo / hěnchā
- 二輪電影院 rạp chiếu phim cũ, phim đã qua đợt
  èrlún diànyǐngyuàn
- 錄影帶店 tiệm bán đĩa DVD
  lùyǐngdài diàn

場次 suất chiếu
chǎngcì

- 早場 suất chiếu sáng
  zǎo chǎng
- 晚場 suất chiếu tối
  wǎn chǎng
- 午夜場 suất chiếu tối khuya
  wǔyè chǎng

買票 mua vé

- 售票處 quầy mua vé
  shòu piào chù
- 全票 vé thường
  quán piào
- 半票 vé nửa giá
  bàn piào
- 學生票 vé sinh viên học sinh
  xuéshēng piào

句型演練
jùxíng yǎnliàn

一邊……，一邊……（= 一面……，一面……）（= 邊……，邊……）

vừa... vừa....

我	一邊	吃飯	一邊	看電視
他	一面	洗澡	一面	唱歌
媽媽	邊	講電話	邊	笑

LESSON 9

A不只A，還B A không chỉ A, còn B

這家店的東西	不只	很精緻，	還	很便宜。
這本書		很厚		很難懂。
今天的天氣		很冷，		下雨。

比較 / 更 Để so sánh mức độ của hai hay nhiều vật, bạn có thể sử dụng 比較 và 更

Tuy nhiên, hai từ này được sử dụng trong các tình huống khác nhau. Hãy so sánh ví dụ sau:

（其他的花不怎麼漂亮，）這朵花比較漂亮。
（其他的花也很漂亮，）這朵花更漂亮。
（昨天不怎麼冷，）今天比較冷。
（昨天也很冷，）今天更冷。
（小王的個性還可以，）老李的個性比較壞。
（小王的個性不好，）老李的個性更壞。

Ngoài ra, 比較 thường được sử dụng để diễn đạt một cách khéo léo hơn.

只要……就/都

Sử dụng 「只 / 要……就都」 để nói về điều gì đó xảy ra trong điều kiện nào đó

只要	是	媽媽作的菜，	我	都	喜歡吃。
		這個導演拍的電影，	他		看。
		我知道，	我	就	告訴你。
		小英喜歡，	子羽		買給她。

是……的

Sử dụng『是 …… 的』để diễn đạt / giải thích ý tưởng, quan điểm hay thái độ của một người nào đó. Từ đứng sau『是』là điểm nhấn của câu. Bạn còn có thể thêm 「可」để nhấn mạnh điểm này nhiều hơn nữa.

你的品味怎麼樣？/ 我品味（可）是很好的。

這部電影是誰演的？/ 這部電影（可）是成龍演的。(不是別人演的)

你是什麼時候知道這件事的？/ 我是昨天知道這件事的。(不是今天不是昨天)

換我試試看
huàn wǒ shìshì kàn

挑戰一

請根據範例造句。

例：我吃飯 + 看電視

→ 我一邊吃飯一邊看電視

1. 我讀書 + 聽音樂
2. 小明打球 + 大叫
3. 媽媽煮湯 + 切菜
4. 她寫日記 + 笑
5. 子芸看電影 + 哭

挑戰二

請根據範例造句。

例：這一次的故事很精采 + 得了不少獎 。

→這一次不只故事很精采，還得了不少獎。

1. 這個歌手 ： 長得漂亮 + 很有氣質
2. 這個籃球選手 ： 跑得快 + 跳得高
3. 這部片 ： 演員好 + 很有內涵
4. 艾婕 ： 會說中文 + 會說英文
5. 子維 ： 喜歡爬山 + 騎腳踏車

挑戰三

看圖造句。

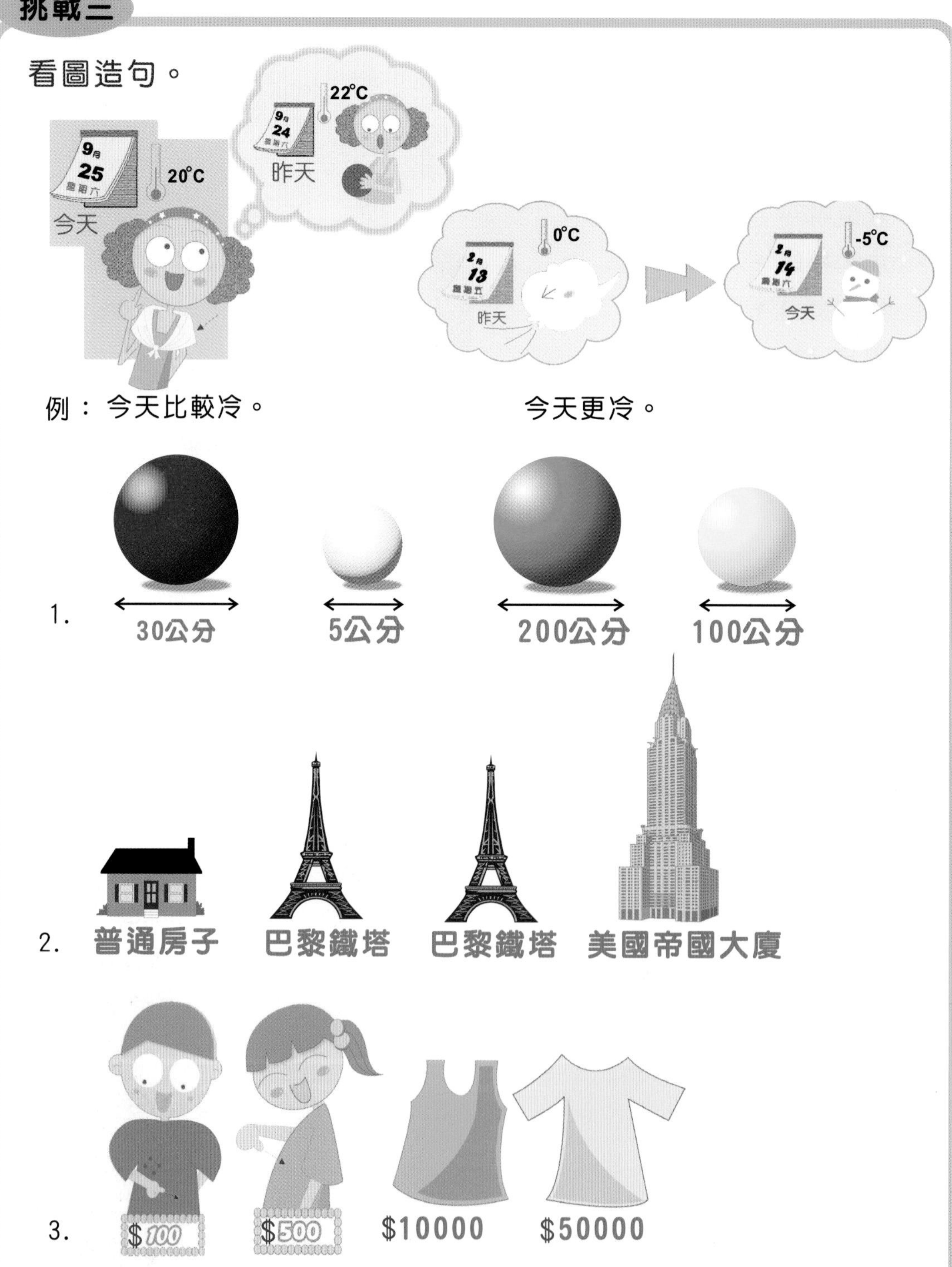
9月 25 星期六
20°C
今天
9月 24 星期六
22°C
昨天
2月 13 星期六
0°C
昨天
2月 14 星期六
-5°C
今天
例：今天比較冷。
今天更冷。
1.
30公分
5公分
200公分
100公分
2.
普通房子
巴黎鐵塔
巴黎鐵塔
美國帝國大廈
3.
$100
$500
$10000
$50000

挑戰四

請根據範例造句。

例：那個導演拍的電影 / 他 / 看

→ 只要是那個導演拍的電影，他都看。

1. 小英給的東西 / 小狗 / 吃
2. 老師上課說過的 / 我們 / 記下來
3. 你敢說 / 我 / 敢做
4. 看到書 / 他 / 想買
5. 公司放假 / 爸爸 / 帶我們出去玩

挑戰五

請根據範例造句。

例：我買這本書。

→誰買這本書的？

→ 是我買這本書的。

1. 爸爸把啤酒喝光了。
2. 艾婕在臺灣學中文。
3. 這臺電腦在臺灣製造。
4. 這個演員很有名。
5. 這部電影得過很多獎。

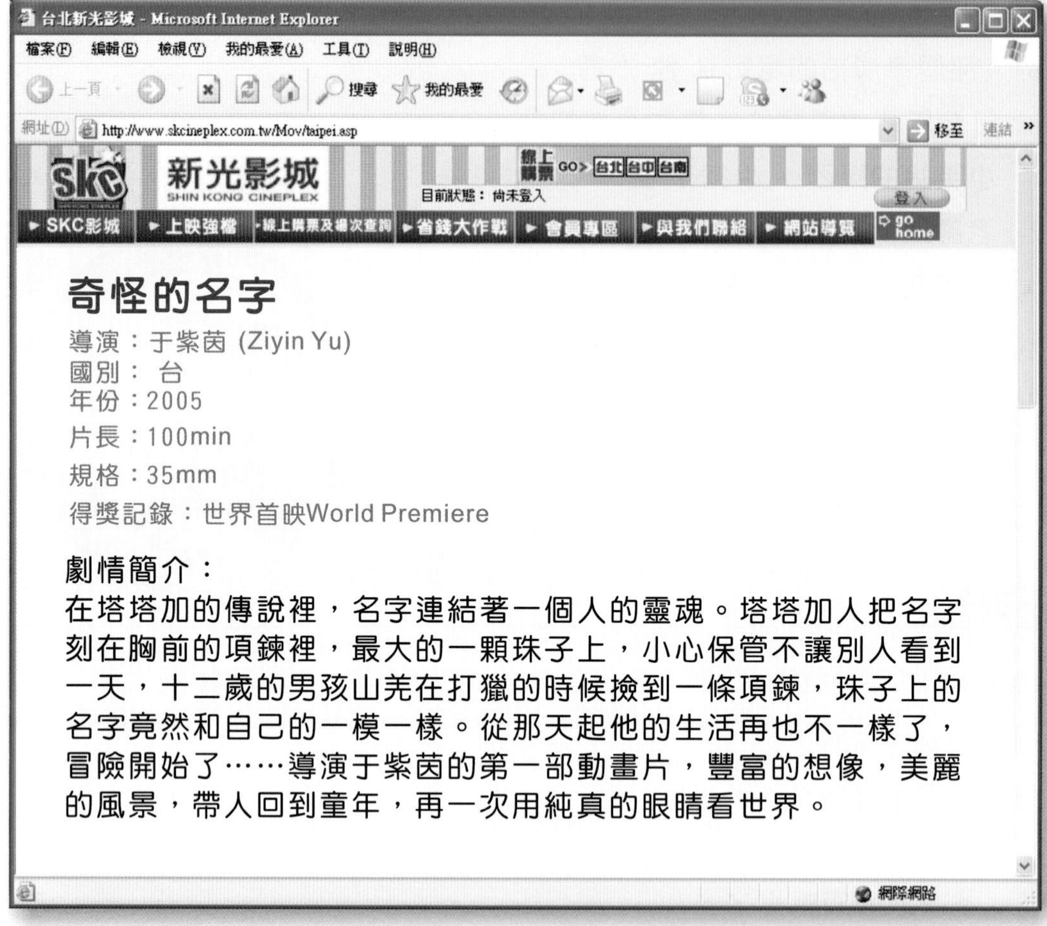
台北新光影城 - Microsoft Internet Explorer
http://www.skcineplex.com.tw/Mov/taipei.asp
新光影城
SHIN KONG CINEPLEX
奇怪的名字
導演：于紫茵 (Ziyin Yu)
國別： 台
年份：2005
片長：100min
規格：35mm
得獎記錄：世界首映World Premiere
劇情簡介：
在塔塔加的傳說裡，名字連結著一個人的靈魂。塔塔加人把名字刻在胸前的項鍊裡，最大的一顆珠子上，小心保管不讓別人看到一天，十二歲的男孩山羌在打獵的時候撿到一條項鍊，珠子上的名字竟然和自己的一模一樣。從那天起他的生活再也不一樣了，冒險開始了……導演于紫茵的第一部動畫片，豐富的想像，美麗的風景，帶人回到童年，再一次用純真的眼睛看世界。

傳說 truyền thuyết chuánshuō	珠子 hạt, hột cườm zhūzi	一模一樣 giống nhau như đúc yìmóyíyàng
連結 liên kết liánjié	保管 bảo quản bǎoguǎn	冒險 mạo hiểm màoxiǎn
靈魂 linh hồn línghún	山羌 con mang, con sơn khương shānqiāng	想像 tưởng tượng xiǎngxiàng
胸 ngực xiōng	打獵 săn bắt dǎliè	童年 tuổi thơ tóngnián
項鍊 dây chuyền xiàngliàn	撿 nhặt jiǎn	純真 ngây thơ chúnzhēn

聽力練習
tīnglì liànxí

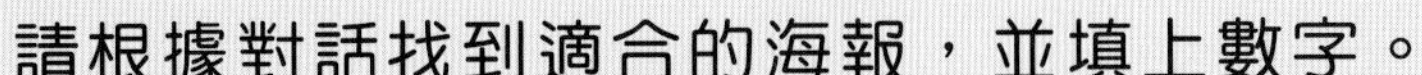
請根據對話找到適合的海報，並填上數字。

1.（　　　　　）

2.（　　　　　）

3.（　　　　　）

4.（　　　　　）

LESSON 10

第十課 看醫生

dì shí kè kàn yīshēng

Khám bác sĩ

對話

duìhuà

森川 來臺北兩個月了，臺北 [1]冬天 的[2]天氣不太[3]穩定，常常
ˉ ˉ ˊ ˊ ˇ ˇ ˋ ˊ ˇ dōngtiān tiānqì ˊ ˋ wěndìng ˊ ˊ

[4]一下冷，一下熱。上星期五他[5]下班回家時，[6]突然覺得 [7]身體
yíxià ˇ yíxià ˋ ˋ ˉ ˊ ˇ ˉ xiàbān ˊ ˉ ˊ túrán jué de shēntǐ

不大[8]舒服，[9]休息了幾天都沒有好，[10]便決定去看[11]醫生。
ˊ ˋ shūfú xiūxí ˇ ˉ ˉ ˊ ˇ ˇ biàn ˊ ˋ ˋ ˋ yīshēng

（在 [12]診所 [13]櫃檯）
ˋ zhěnsuǒ guìtái

森川：你好，我想[14]掛號。
ˇ ˇ ˇ ˇ guàhào

[15]護士：您是[16]初診 嗎？
hùshì ˊ ˋ chūzhěn

森川：對。
ˋ

護士：好的。請[17]填一下這張[18]病歷表，有[19]健保卡嗎？
ˇ ˇ tián ˊ ˋ ˋ ˉ bìnglì biǎo ˇ jiànbǎokǎ

森川：有的。

護士：掛號費[20]是一百五十元。請到那邊稍等[21]一下，
fèi shāo
到你的時候會叫[22]你。
jiào

森川：好。謝謝。

（診療室[23]裡）
zhěnliáoshì

醫生：森川晴史……你是日本人呀！剛來臺灣嗎？

森川：嗯，剛來沒多久，可能還不習慣臺灣的天氣，所以感冒了。

醫生：有哪些症狀[24]？
zhèngzhuàng

森川：我頭暈[25]、沒有食慾[26]、覺得很累，整天都只想睡覺。
tóuyūn shíyù jué zhěng dōu shuìjiào

小辭典

1. 冬天 mùa đông
2. 天氣 thời tiết
3. 穩定 ổn định
4. 一下 một lúc
5. 下班 tan ca
6. 突然 đột nhiên
7. 身體 cơ thể
8. 舒服 thoải mái
9. 休息 nghỉ ngơi
10. 便 sau đó
11. 醫生 bác sĩ
12. 診所 phòng khám
13. 櫃檯 quầy
14. 掛號 đăng ký lấy số
15. 護士 y tá
16. 初診 khám lần đầu
17. 填 điền vào
18. 病歷表 hồ sơ y tế
19. 健保卡 thẻ bảo hiểm y tế
20. 費 phí
21. 稍等 chờ một chút
22. 叫 gọi
23. 診療室 phòng chẩn đoán
24. 症狀 triệu chứng
25. 頭暈 chóng mặt
26. 食慾 sự thèm ăn

LESSON 10

醫生：有沒有**發燒**[27]、**咳嗽**[28]、**鼻塞**[29]、流**鼻涕**[30]或**鼻水**[31]？
ˇ ˊ ˇ fāshāo késòu bísāi liú bítì ˋ bíshuǐ

森川：什麼是鼻塞？
ˊ ˋ ˊ ˉ

醫生：鼻塞就是**鼻子**[32]**塞**[33]住，沒**辦法**[34] **正常**[35] **呼吸**[36]。
ˊ ˉ ˋ ˋ bízi sāi ˋ ˊ bànfǎ zhèngcháng hūxī

森川：有鼻涕，沒有發燒。咳嗽**倒**[37]還好，
ˇ ˊ ˋ ˊ ˇ ˉ ˉ ˊ ˋ dào ˊ ˇ

只是有時**喉嚨**[38] 會**癢**[39] 癢的。
ˇ ˋ ˇ ˊ hóulóng ˋ yǎng ˇ

醫生：我看看，**吸氣**[40]……**吐氣**[41]……很好，轉過來，吸……吐
ˇ ˋ ˋ xīqì tǔqì ˇ ˇ ˇ ˋ ˊ ˉ ˇ

……好，**嘴巴**[42] **張開**[43]，啊……好了。
ˇ zuǐba zhāngkāi ˉ ˇ

森川：我的**狀況**[44] 還好嗎？
ˇ zhuàngkuàng ˊ ˇ

醫生：還不錯，只是**輕微**[45] 的**流行性**[46] **感冒**，沒有**發炎**[47]的症狀。
ˊ ˊ ˋ ˇ ˋ qīngwéi liúxíngxìng gǎnmào ˊ ˇ fāyán ˋ ˋ

休息幾天就會好了。
ˉ ˊ ˇ ˉ ˋ ˋ ˇ

小辭典

27. 發燒 sốt
28. 咳嗽 ho
29. 鼻塞 nghẹt mũi
30. 鼻涕 chảy nước mũi
31. 鼻水 nước mũi
32. 鼻子 mũi
33. 塞 nghẹt
34. 辦法 cách
35. 正常 bình thường
36. 呼吸 hít thở
37. 倒 chảy ngược
38. 喉嚨 cổ họng
39. 癢 ngứa
40. 吸氣 hít
41. 吐氣 thở
42. 嘴巴 / 嘴 miệng / miệng
43. 張開 mở rộng
44. 狀況 trạng thái
45. 輕微 nhẹ, hơi một chút
46. 流行性感冒 cảm cúm
47. 發炎 viêm

記得多喝熱開水，不要吃**冰**[48] (bīng)的東西，也不要吃**羊肉**[49] (yángròu)和**橘子**[50] (júzi)。

森川：為什麼不要吃羊肉和橘子？

醫生：哦，這跟**中醫**[51] (zhōngyī)有**關**[52] (guān)，**根據**[53] (gēnjù)中醫**理論**[54] (lǐlùn)，吃橘子咳嗽會**加重**[55] (jiāzhòng)；吃羊肉也會加重**病情**[56] (bìngqíng)。來，這是你的**處方**[57] (chǔfāng)，到**藥局**[58] (yàojú)去**領**[59]藥 (lǐngyào)吧！

（藥局裡）

森川：小姐妳好，我想**拿**[60] (ná)藥。

小姐：好的……這是你的藥，白包三餐飯後吃，綠包睡前吃。紅色的這包是**退燒**[61]藥 (tuìshāoyào)。

森川：會有**副作用**[62] (fùzuòyòng)嗎？我還**得**[63] (děi)工作。

小姐：只有綠包吃了會想睡覺，**放心**[64] (fàngxīn)吧！

森川：好的。謝謝！

48. 冰 đá
49. 羊肉 thịt dê
50. 橘子 quýt
51. 中醫 y học Trung Quốc
52. 關 tắt
53. 根據 theo, căn cứ
54. 理論 lý luận
55. 加重 nặng thêm, trầm trọng hơn
56. 病情 bệnh tình
57. 處方 đơn thuốc; toa
58. 藥局 nhà thuốc
59. 領 lãnh, lĩnh
60. 拿 cầm
61. 退燒 hạ sốt
62. 副作用 tác dụng phụ
63. 得 phải
64. 放心 yên tâm

LESSON 10

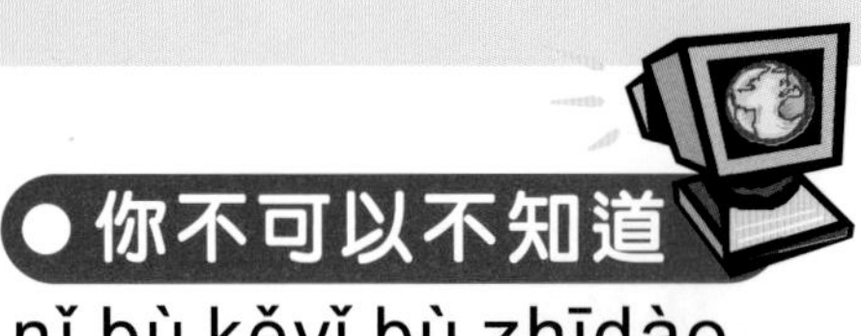

nǐ bù kěyǐ bù zhīdào

臉部圖

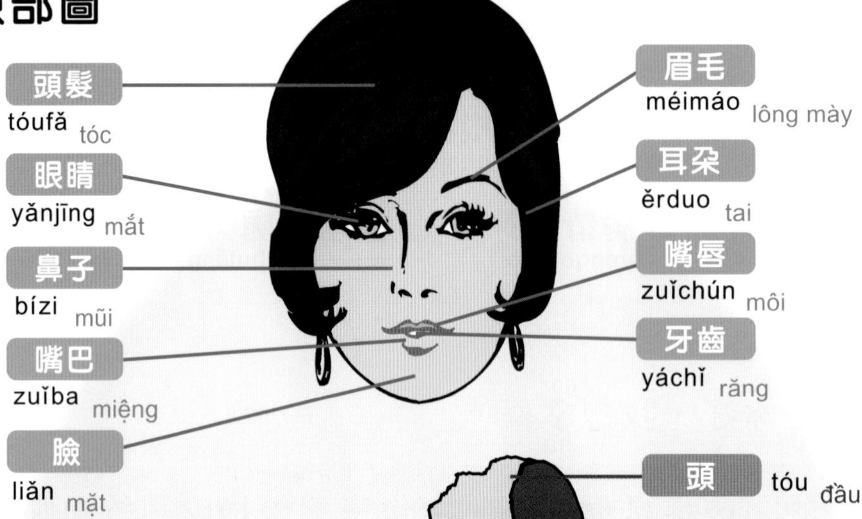

中文	拼音	Tiếng Việt
頭髮	tóufǎ	tóc
眼睛	yǎnjīng	mắt
鼻子	bízi	mũi
嘴巴	zuǐba	miệng
臉	liǎn	mặt
眉毛	méimáo	lông mày
耳朵	ěrduo	tai
嘴唇	zuǐchún	môi
牙齒	yáchǐ	răng

身體圖

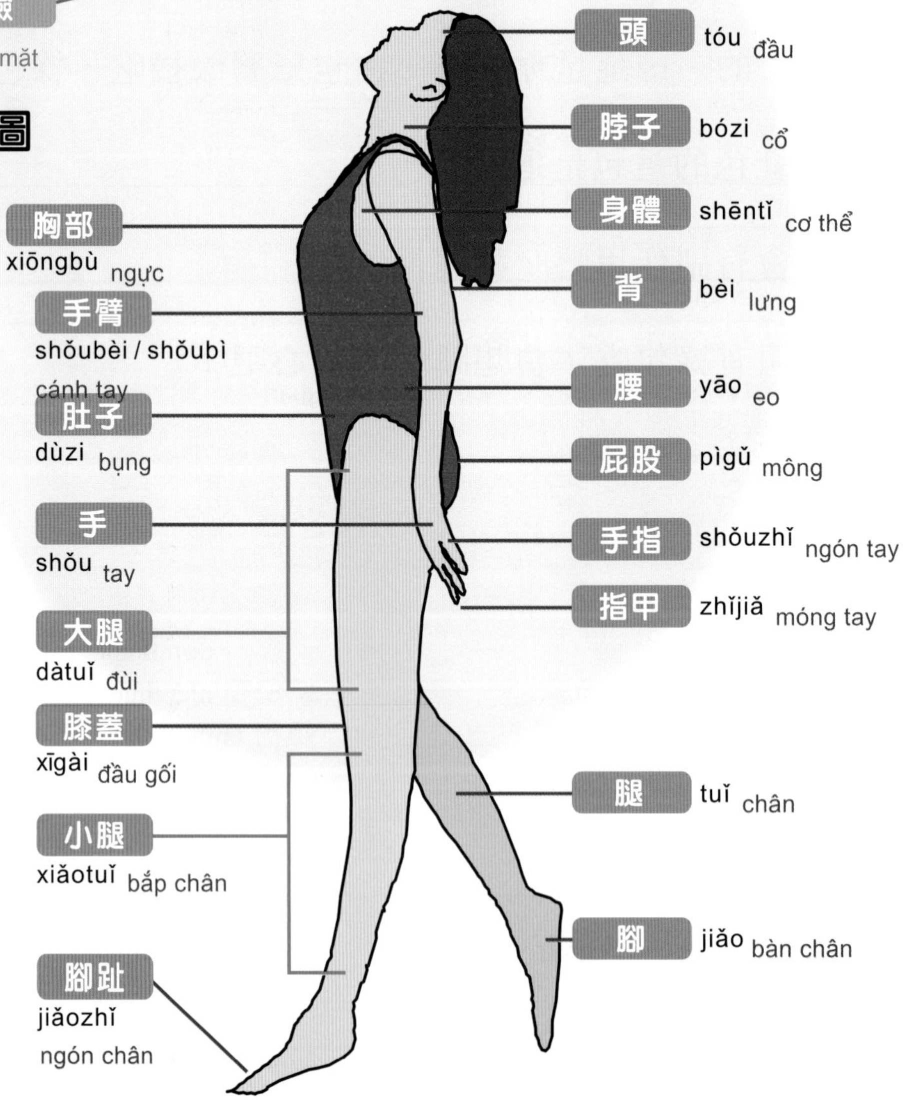

中文	拼音	Tiếng Việt
胸部	xiōngbù	ngực
手臂	shǒubèi / shǒubì	cánh tay
肚子	dùzi	bụng
手	shǒu	tay
大腿	dàtuǐ	đùi
膝蓋	xīgài	đầu gối
小腿	xiǎotuǐ	bắp chân
腳趾	jiǎozhǐ	ngón chân
頭	tóu	đầu
脖子	bózi	cổ
身體	shēntǐ	cơ thể
背	bèi	lưng
腰	yāo	eo
屁股	pìgǔ	mông
手指	shǒuzhǐ	ngón tay
指甲	zhǐjiǎ	móng tay
腿	tuǐ	chân
腳	jiǎo	bàn chân

健康檢查表

學生健康檢查項目表
HẠNG MỤC KIỂM TRA SỨC KHỎE SINH VIÊN

(照片)

基本資料
Thông tin cơ bản

姓名 (Tên) ________ xìngmíng	性別 (Giới tính) □男 □女 xìngbié
身分證字號(CMND) ________ shēnfènzhèng zìhào	年齡(Tuổi) ______ 歲 niánlíng
出生年月日 (Ngày tháng năm sinh) ___/___/___ chūshēng nián yuè rì	身高(Chiều cao) ______ 公分 shēngāo
護照號碼(Hộ chiếu số) ________ hùzhào hàomǎ	體重(Cân nặng) ______ 公斤 tǐzhòng
國籍(Quốc tịch) ________ guójí	血型 (Nhóm máu) ______ 型 xiěxíng

病史
Tiền sử bệnh

您有沒有過下列疾病：(Bạn có bệnh nào bên dưới không)
nín yǒuméiyǒu guò xiàliè jíbìng

- □ 心臟病 (Bệnh tim) xīnzàngbìng
- □ 高血壓(Cao huyết áp) gāoxiěyā
- □ 肺病(Bệnh phổi) fèi
- □ 肝病(Bệnh gan) gān
- □ 腎臟病 (Bệnh thận) shènzàng
- □ 胃病(Đau bao tử) wèi
- □ 皮膚病 (Bệnh về da) pífū
- □ 近視(Cận thị) jìnshì
- □ 手術(Phẫu thuật) shǒushù ○動過 ______ 次手術 哪裡：______ ○沒有
- □ 過敏(Dị ứng) guòmǐn ○有，對 ______ 過敏 ○沒有
- □ 耳聾(Điếc) ěrlóng
- □ 啞 (Câm) yǎ
- □ 蛀牙(Sâu răng) zhùyá ○有，______ 顆 ○沒有
- □ 其他 (Khác) ________

LESSON

10

我肚子/牙齒/胃……痛。
哪裡不舒服?
哪裡痛?
病情有點嚴重，
你可能必須……

痠痛 suān tòng
đau nhức
頭暈 tóuyūn
chóng mặt
吐 tù
ói, mửa
昏倒 hūndǎo
ngất xỉu
拉肚子 lādùzi
tiêu chảy
受傷 shòushāng
bị thương
流血 liúxiě
chảy máu

打針 dǎzhēn
chích
打點滴 dǎdiǎndī
vô nước biển

住院 zhùyuàn
nằm viện

句型演練
jùxíng yǎnliàn

一下……，一下……

Sử dụng「一下 …… 一下 ……」 để mô tả một hành động ngắn.

台北的冬天天氣不穩定，常常一下冷，一下熱的。
你一下說要去百貨公司，一下要去博物館，你到底要去哪裡？
姊姊結婚時一下要訂飯店，一下要寫邀請卡，把大家都累壞了。

覺

1. jué　để ý, cảm thấy　例：覺得 (cảm thấy, cảm nhận)/ 發覺 (phát giác, ý thức)
我覺得這個想法很好。
小明上了公車，才發覺自己沒帶錢包。

2. jué　cảm nhận giác quan　例：知覺 (tri giác) / 味覺 (vị giác)
那位小姐在路邊失去知覺昏倒了。
當廚師必須要有好的味覺。

3. jiào　ngủ　例：睡覺 (ngủ)
小胖每天什麼都不做，就只睡覺。

(一)整 + lượng từ + N + 都

整

「整」nghĩa là "toàn bộ, hoàn toàn", thông thường đã hoàn thành.

弟弟一口就把(一)整杯水都喝完了。
今天(一)整天都在下雨。
王太太罵人的聲音，(一)整條街都聽得到。

倒

Sử dụng 倒 để mô tả một thực tế vượt quá mong đợi; đôi khi từ 還 được thêm vào để nhấn mạnh.

咳嗽倒還好，只是有時候喉嚨會癢癢的。
那家小店看起來不怎樣，生意倒還不錯。
艾婕的中文雖然聲調不清楚，發音倒是很好。

得

1. de Được sử dụng sau động từ để thể hiện khả năng hoặc năng lực

艾婕寫字寫得很漂亮。
龍媽講電話講得很開心。

2. dé nhận được

這本書得了很多獎。
老陳得了一種怪病，沒有一個醫生能治得好。

3. děi phải, cần, sẽ

不要太晚睡了，明天還得早起呢！
我們做老師的，就得好好教學生。

LESSON 10

換我試試看

huàn wǒ shìshì kàn

挑戰一

照範例重組句子

例:姊姊結婚時／訂飯店／寫邀請卡／把大家都累壞了。

→姊姊結婚時一下要訂飯店，一下要寫邀請卡，把大家都累壞了。

1. 妹妹／哭，／笑，／我都不知道該怎麼辦了。
2. 中秋節的時候，／我們/吃柚子，／放煙火，／好不熱鬧。
3. 爸爸／擦窗戶，／洗碗，從早上忙到下午。
4. 天氣／下雨，／出太陽，／真是奇怪。
5. 他／要開會，／要送貨，／真是忙。

挑戰二

短文填空

覺得　知覺　發覺　聽覺　睡覺

中國人說人的身體裡面有三個靈魂，七個「魄」。有時晚上___的時候，人的魂魄會偷偷的從身體裡跑出來。中國人把這種現象叫做「靈魂出竅」。靈魂出竅的時候，人的身體是沒有___的，但是視覺、___、觸覺等等都還在。所以靈魂的主人往往沒有___自己靈魂出竅了。所以，下次你若睡完覺了還是___身體很累，小心，說不定你的魂魄剛剛跑出去玩了呢！

挑戰三

請把下列句子改為「(一)整＋lượng từ＋danh từ＋都」的形式。

例：弟弟一口就把水喝完了。

→弟弟一口就把(一)整杯水都喝完了。

1. 長假的時候，高速公路上都是車。
2. 房間有一股燒焦的味道。
3. 龍爸把蘋果吃光了。
4. 我的心屬於他。
5. 你可以一天不上網嗎?

挑戰四

連連看

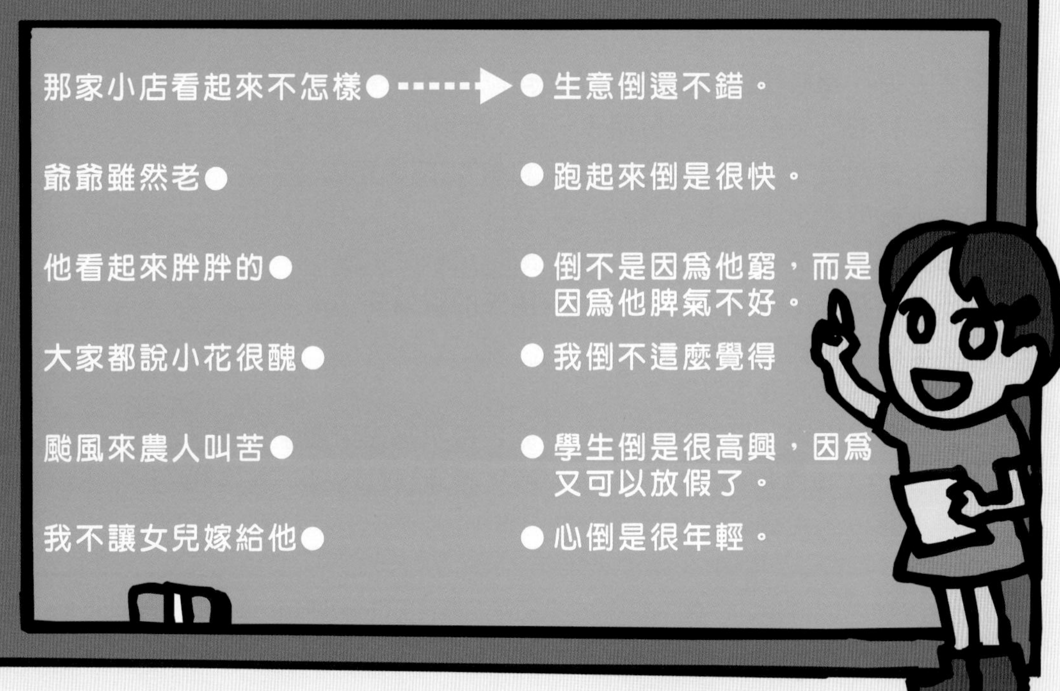
那家小店看起來不怎樣● - - - - - -▶● 生意倒還不錯。
爺爺雖然老●
●跑起來倒是很快。
他看起來胖胖的●
●倒不是因爲他窮，而是因爲他脾氣不好。
大家都說小花很醜●
●我倒不這麼覺得
颱風來農人叫苦●
●學生倒是很高興，因爲又可以放假了。
我不讓女兒嫁給他●
●心倒是很年輕。

挑戰五

請寫出句子中「得」的拼音

1. 十一點了，我得(　　)回家了！
2. 楊小姐的西班牙文說得(　　)很好。
3. 子芸從千千那裡得(　　)到了不少出國玩的資訊。
4. 老陳自從得(　　)了那種怪病，每天都得(　　)到醫院給醫生檢查，累得(　　)他哇哇叫。
5. 人生有失必有得(　　)，想活得(　　)自在，就得(　　)看得(　　)開。

LESSON 10

對話重組
duìhuà chóngzǔ

請依對話順序填上數字。

小豬的牙齒已經痛了一個星期了，連飯都沒有辦法吃。他媽媽帶他去看[1]牙醫。

- ☐ 醫生：好。這瓶[2]漱口水給你。下個月記得回來[3]複診喔。
- ☐ 小豬：我的牙齒已經痛一星期了，現在都沒辦法吃飯。
- ☐ 小豬：我知道了，我以後會多[4]刷牙和做[5]定期檢查的。
- ☐ 小豬：好的。謝謝醫生！
- ☐ 醫生：來，我看看。不要怕，嘴巴張開，啊……嗯……
- ☐ 醫生：你有好幾顆[6]蛀牙，你平常有刷牙的習慣嗎？
- ☐ 醫生：小朋友哪裡痛呢？
- ☐ 小豬：我的狀況還可以嗎？
- ☐ 醫生：這樣不夠，想要有[7]健康的牙齒，每次吃完東西都得刷牙才行。還有，每半年都得定期檢查。不然等牙齒蛀壞了，就得[8]拔牙了。
- ☐ 小豬：嗯……我每天早上起來都有刷牙。

1. 牙醫 yáyī nha sĩ
2. 漱口水 shùkǒushuǐ nước súc miệng
3. 複診 fùzhěn tái khám
4. 刷牙 shuāyá đánh răng
5. 定期檢查 dìngqí jiǎnchá kiểm tra định kỳ
6. 蛀牙 zhùyá sâu răng
7. 健康 jiànkāng khỏe, tốt
8. 拔牙 báyá nhổ răng

聽力練習

tīnglì liànxí

請判斷下列陳述是對（○）或錯（×）。

阿里星期三晚上突然肚子痛住院。他的朋友嘉立和子維一起去探望他。

- ☐ 醫生說阿里可以吃水果，而且要多喝牛奶。
- ☐ 阿里沒有動手術。
- ☐ 阿里肚子痛是因為他吃太多了。
- ☐ 阿里不只肚子痛，還吐和拉肚子。
- ☐ 阿里是吃海鮮食物中毒的。
- ☐ 阿里現在狀況好多了，應該下星期就可以出院了。

MEMO

第十一課  

dì shí yī kè yuē huì

Hẹn hò

對話
duìhuà

[1]**其實**(qíshí)森川一看到子芸，就對她[2]**一見鍾情**(yíjiàn zhōngqíng)。加上跟子芸在一起工作久了，更對她愈來愈有[3]**好感**(hǎogǎn)。下個星期就是[4]**情人節**(qíngrén jié)了，森川希望能約子芸出去，對她說出心裡的話。為了(wèi le)在那天有最好的表現，森川打電話給他的臺灣朋友碧玉(bìyù)[5]**求救**(qiújiù)。

碧玉：喂？

森川：碧玉嗎？我是森川。那個……我有件事情想[6]**請教**(qǐngjiào)妳。

碧玉：怎麼了？[7]**發生**(fāshēng)什麼事了嗎？

森川：那個……其實是這樣，我喜歡上一個臺灣女生，想[8]**趁**(chèn)情人節跟她[9]**告白**(gàobái)，可是我是日本人，不知道有沒有什麼

禁忌[10]，所以想**拜託**[11]妳給我一點**建議**[12]。
jìnjì bàituō jiànyì

碧玉：哈哈哈，我還**以為**[13]是什麼事呢！哪個女生這麼幸運啊？
yǐwéi

森川：嗯……是一起**合作**[14]的**同事**[15]。
hézuò tóngshì

碧玉：是那個你跟我**提**[16]過，「又漂亮又聰明笑起來很**迷人**[17]看到她會被電到」的小姐嗎？
tí mírén

森川：我已經很**不好意思**[18]了，妳就別再**鬧**[19]我了。對，就是她。
bùhǎo yì si bié nào

碧玉：好啦，這次就先**饒**[20]你，**咱們**[21]來**講**[22]**正經**[23]的。臺灣女生**一般來說**[24]比較**害羞**[25]、**矜持**[26]，加上你們又是同事，所以追的時
ráo zánmen jiǎng zhèngjīng yìbān láishuō hàixīu jīnchí

1. 其實 kỳ thực; thực ra
2. 一見鍾情 yêu từ cái nhìn đầu tiên
3. 好感 ấn tượng tốt
4. 情人節 ngày Valentine
5. 求救 cầu cứu
6. 請教 hỏi ý kiến
7. 發生 xảy ra
8. 趁 nhân (lúc); thừa (dịp)
9. 告白 tỏ tình
10. 禁忌 cấm kỵ
11. 拜託 xin nhờ; kính nhờ (lời nói kính trọng)
12. 建議 kiến nghị, đề xuất
13. 以為 cho rằng
14. 合作 hợp tác
15. 同事 đồng nghiệp
16. 提 nhắc đến
17. 迷人 hấp dẫn, thu hút
18. 不好意思 xin lỗi
19. 鬧 làm, trêu chọc
20. 饒 tha, buông tha
21. 咱們 chúng ta
22. 講 nói
23. 正經 chuyện chính, nghiêm túc
24. 一般來說 nói chung
25. 害羞 xấu hổ
26. 矜持 dè dặt

候最好[27]**含蓄**一點，不要太[28]**急**，不然[29]**弄** 得[30]**彼此**[31]**尷尬**就不好了。
hánxù jí nòng bǐcǐ gāngà

森川：那我該怎麼做？

碧玉：要有[32]**紳士** [33]**風度**，[34]**體貼**一點，像幫她拿東西或開門，
shēnshì fēngdù tǐtiē

送一點小禮物也不錯，最好能[35]**逗**她笑。臺灣女生
dòu

喜歡溫柔體貼又[36]**幽默**的男人。記得要說些[37]**甜言蜜語**，
yōumò tiányán mìyǔ

可是[38]**千萬** 不要太[39]**肉麻**！
qiānwàn ròumá

森川：唉，[40]**如果**我能逗她笑就好了。 還有呢？
rúguǒ

碧玉：[41]**另外**，臺灣女生說話不喜歡太[42]**露骨**，她們比較會用[43]**委婉**、
lìngwài lùgǔ wěiwǎn

27. 含蓄 hàm súc, tinh tế
28. 急 gấp
29. 弄 làm
30. 彼此 hai bên; lẫn nhau
31. 尷尬 lúng túng
32. 紳士 quý ông
33. 風度 phong độ
34. 體貼 ân cần, chu đáo
35. 逗 pha trò; gây cười
36. 幽默 hài hước
37. 甜言蜜語 những lời nói ngọt ngào
38. 千萬 nhất thiết; dù sao cũng
39. 肉麻 làm cho buồn nôn, gây buồn nôn
40. 如果 nếu
41. 另外 ngoài ra
42. 露骨 lộ liễu; trắng trợn
43. 委婉 uyển chuyển; khéo léo

暗示[44]的**方法**[45]說話。而你就得**花**[46]點**心思**[47]去**破解**[48]她們的**密碼**[49]囉！
ànshì fāngfǎ huā xīnsī pòjiě mìmǎ

森川：唔……我會**努力**[50]的。
wú nǔlì

碧玉：放心吧，我**相信**[51] 你不是**不解風情**[52]的**木頭**[53]。來，
xiāngxìn bùjiě fēngqíng mùtóu

我教你幾**招**[54]……
zhāo

（二月十四號晚上，在**居酒屋**[55]）
jūjiǔwū

子芸：剛剛的日本**能劇**[56]真美！你的**解說**[57]好**詳細**[58]，你真的
néngjù jiěshuō xiángxì

是**行家**[59]呢！
hángjiā

森川：哪裡，我要學的還多著呢。妳喜歡這裡的菜嗎？

子芸：好**極**[60]了。真**佩服**[61]你，能找到這麼**優雅**[62]又好吃的餐廳。
jí pèifú yōuyǎ

小辭典

44. 暗示 gợi ý
45. 方法 phương pháp
46. 花 tốn; tiêu
47. 心思 tâm tư; ý nghĩ
48. 破解 giải mã
49. 密碼 mật mã
50. 努力 nỗ lực, cố gắng
51. 相信 tin tưởng
52. 不解風情 không hiểu tâm tư
53. 木頭 gỗ
54. 招 chiêu
55. 居酒屋 Izakaya (quán nhậu Nhật Bản)
56. 能劇 Noh, kịch của Nhật Bản
57. 解說 giải thích
58. 詳細 chi tiết
59. 行家 chuyên gia
60. 極 vô cùng
61. 佩服 khâm phục, ngưỡng mộ
62. 優雅 nho nhã, trang nhã

森川：妳這樣講我就[63]**鬆一口氣**了，我還怕妳吃不慣呢。
ˇ ˋ ˋ ˇ ˇ ˋ sōng yìkǒuqì ˇ ˊ ˋ ˇ ˉ ˊ ˋ

子芸：不不，我真的很喜歡。不過……你的[64]**臉**怎麼這麼**紅**，不舒服嗎？
ˋ ˋ ˇ ˉ ˇ ˇ ˉ ˊ ˋ ˇ liǎn ˇ ˋ hóng ˋ ˉ ˊ

森川：好像有點熱，妳不覺得嗎？
ˇ ˋ ˇ ˇ ˋ ˇ ˋ ˊ

子芸：今天[65]**寒流**來耶！日本人[66]**果然**比較不怕冷。
ˉ ˉ hánliú ˊ ye ˋ ˇ ˊ guǒrán ˇ ˋ ˊ ˋ ˇ

森川：子芸小姐，我有些話想跟妳說。
ˇ ˊ ˇ ˇ ˇ ˇ ˉ ˋ ˇ ˉ ˇ ˉ

子芸：呃？子芸小姐？
ˇ ˊ ˇ ˇ

森川：我……我一直想[67]**告訴**妳，我真的很喜歡……喜歡……喜歡臺灣啦。
ˇ ˇ ˋ ˊ ˇ gàosù ˇ ˇ ˉ ˇ ˇ ˉ ˇ ˉ ˇ ˉ ˊ ˉ

63. 鬆一口氣 thở phào
64. 臉紅 đỏ mặt
65. 寒流 lạnh
66. 果然 quả nhiên
67. 告訴 cho biết

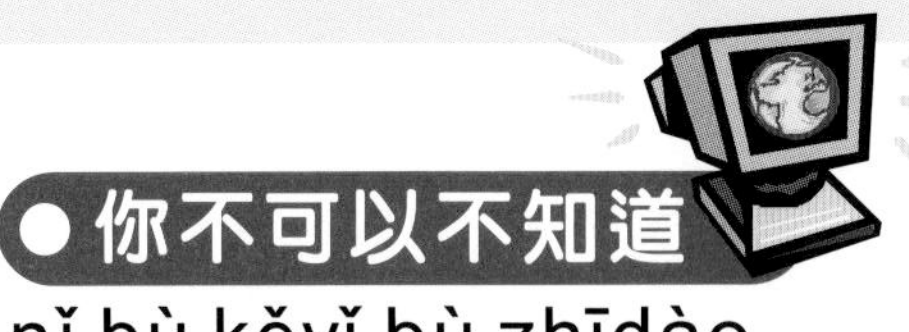

● 你不可以不知道
nǐ bù kěyǐ bù zhīdào

愛情心理測驗

愛情就像糖果，有些酸有些甜，讓人捨不得一口吃掉。你想知道自己的愛情像是哪一種糖果嗎？請從下面選出你現在最想吃的糖果。

A 巧克力 B 麥芽糖 C 喉糖 D 牛奶糖 E 薑糖 F 棉花糖

A 巧克力 類型 - 浪漫感性

你很浪漫，缺少了愛情，人生好像就沒了意義。巧克力只要愛上一個人，就會完全投入這段感情。敏感而浪漫的你，對有才華的對象，最沒有抵抗力。

B 麥芽糖 類型 - 愛情高手

你是天生的愛情高手，懂得享受愛情，製造浪漫。麥芽糖可能很黏，也可能很硬，所以對你的伴侶來說，跟你在一起非常刺激，可能幾天前才甜甜蜜蜜跟你一起計畫未來，幾天後你已經不見人影，或態度大變。

C 喉糖 類型 - 外冷內熱

你很實際，外表冷漠穩重，內心卻是溫柔又感性。不了解你的人，一開始會認為你是不重感情的人。事實上，就是因為你重感情，所以對愛情的態度才會這麼謹慎。你對精心挑選的情人非常堅貞，只要認定了最愛，就會相當投入。

D 牛奶糖 類型 - 柔情似水

牛奶糖類型的人為愛而活，每件事都以伴侶為優先。在愛情中，你是個小女人/小男人，你很溫柔體貼，大部分的人都為你心動。敏感、愛幻想的你，對別人很包容，也不吝嗇與人分享一切美好的事物。

E 薑糖 類型 - 敢愛敢恨

敢愛敢恨的薑糖有一種特別的魅力，愛情雖不是你生命中的唯一，可是只要談戀愛便會轟轟烈烈，當發現喜歡的目標，就會勇往直前。天生熱情的你，放電與被電都易如反掌。

F 棉花糖 類型 - 冷若冰霜

外表冷漠的棉花糖，通常給人的感覺都是不好接近，性格冷漠。其實你的冷淡來自謹慎，跟人保持距離不過是保護自己而已。當你遇見自己喜歡的人，會對他非常的好，對感情十分忠誠執著。

浪漫 lãng mạn
làngmàn

感性 cảm tính
gǎnxìng

敏感 nhạy cảm
mǐngǎn

黏 dính
nián

伴侶 bạn đồng hành
bànlǚ

甜甜蜜蜜 ngọt ngào
tiántián mìmì

實際 thực tế
shíjì

冷漠 thờ ơ
lěngmò

重感情 xem trọng tình cảm
zhòng gǎnqíng

堅貞 kiên trinh
jiānzhēn

柔情似水 thùy mị dịu dàng
róuqíng sì shuǐ

小女人 chỉ người con gái yếu đuối
xiǎonǚrén

心動 động lòng
xīndòng

包容 bao dung
bāoróng

魅力 hấp dẫn; quyến rũ
mèilì

談戀愛 yêu đương
tán liànài

轟轟烈烈 mạnh mẽ
hōnghōng lièliè

易如反掌 dễ dàng
yì rú fǎnzhǎng

冷若冰霜 lạnh lùng
lěng ruò bīngshuāng

忠誠 trung thành
zhōngchéng

執著 cố chấp
zhízhuó

句型演練
jùxíng yǎnliàn

一……就……
Ngay khi..., vừa... đã...

我一看到她的人，就決定要娶她做老婆。
人們一思考，上帝就發笑。
森川很聰明，小玉一說，他就懂了。

已經……就……
Dùng 已經……就 để cho lời khuyên

兒子已經知道錯了，你就不要再罵他了。
爸爸工作回來已經很累了，你就別吵他了。
你女朋友已經很傷心了，你就少說兩句吧。

愈來愈……
ngày càng ...

蘇小妹長大以後愈來愈漂亮，我都認不出來了。
很多人擔心地球會變得愈來愈熱。
他們之間的問題愈來愈多，最後就分手了。

趁
Nhân dịp ...

小偷趁大家不注意的時候跑掉了。
趁現在還有時間，趕快把問題說一說。
小孩趁媽媽午睡的時候跑出去玩。

為了……
Vì... (động lực, mục đích)

為了你的健康，以後不可以再抽菸了。
為了能買一棟自己的房子，龍姊努力工作賺錢。
這個男人為了錢什麼都做得出來。

如果……就好了

Sẽ thật tuyệt nếu ... (ước muốn những điều không phải sự thật)

如果這雙鞋子再小一點就好了。

如果他在這裡就好了。

人如果能永遠快樂就好了！

換我試試看

huàn wǒ shìshì kàn

挑戰一

按照範例重組句子。

例：人們/思考，/上帝/發笑

→人們一思考，上帝就發笑。

1. 艾婕/打開門，/小狗/跑進來了
2. 婉婷/坐車/頭暈
3. 學生/考試/忘記答案
4. 小胖/想到媽做的菜/流口水
5. 他/喝酒/亂唱歌

挑戰二

按照範例改寫句子。

例：爸爸工作回來很累，你別吵他。

→爸爸工作回來已經很累了，你就別吵他了。

1. 大雄很緊張，你別再嚇他了。
2. 時間不早，你快點睡吧。
3. 小明考不好，你別再說他了。
4. 這道菜很鹹，你別再加醬油了。
5. 事情過去，你別再想了。

huàn wǒ shìshì kàn

挑戰三

按照範例改寫句子。

例：王伯伯病得很嚴重，誰都醫不好。

→王伯伯病得愈來愈嚴重，誰都醫不好。

1. 森川的臉紅了。
2. 夏天到了，白天變長了。
3. 自從失戀以後，貝貝就變瘦了。
4. 結婚以後，千千的老公對她很體貼。
5. 老了以後，睡覺的時間短了。

挑戰四

按照範例重組句子。

例：大家不注意的時候/跑掉了。/小偷

→小偷趁大家不注意的時候跑掉了。

1. 媽媽 / 寫作。 / 寶寶睡覺的時候
2. 陳小姐 / 商店特價 / 買了好多東西。
3. 小翁 / 睡了一下覺。 / 坐公車的時候
4. 老闆不在的時候/ 偷懶。 / 員工們
5. 把她的東西藏起來。 / 小男生 / 小女生不注意的時候

挑戰五

按照範例改寫句子。

例：龍姊的夢想是出國唸書。龍姊努力賺錢。

→龍姐為了出國唸書的夢想而努力賺錢。

1. 艾婕想學好中文。艾婕到臺灣來。
2. 森川想要一個美好的約會。森川查了很多家餐廳。
3. 子芸想在約會時看起來更美。子芸很小心的化了妝。
4. 陳媽媽希望讓孩子健康。陳媽媽不再喝酒。
5. 大家希望能讓龍奶奶開心。大家幫她辦了一個慶生會。

挑戰六

按照範例造句。

例：我沒有錢

→如果我有錢就好了!

1. 颱風來了，今天我們不能去海邊了。
2. 真可惜葛雷不會說中文。
3. 剛剛糖放太多了。
4. 人不會飛。
5. 狗不會說話。

學生活動 森川的告白

森川實在是太害羞了，只要一看到子芸的臉，腦袋就變得一片空白，把跟碧玉練習過的話忘得一乾二淨。你覺得他該怎麼辦，才能贏得子芸的心？跟你的同伴一組，將接下來的故事演出來。

聽力練習

tīnglì liànxí

中午在辦公室裡，淑惠和怡君小聲的討論他們最新的八卦。請根據問題回答對或錯。

1. 淑惠昨天在居酒屋看到子芸和森川。
2. 森川在辦公室是個萬人迷，大家都很喜歡他。
3. 同事們覺得子芸是個害羞的女生。
4. 淑惠和怡君對森川和子芸的戀情很樂觀。
5. 怡君對談戀愛沒有興趣。

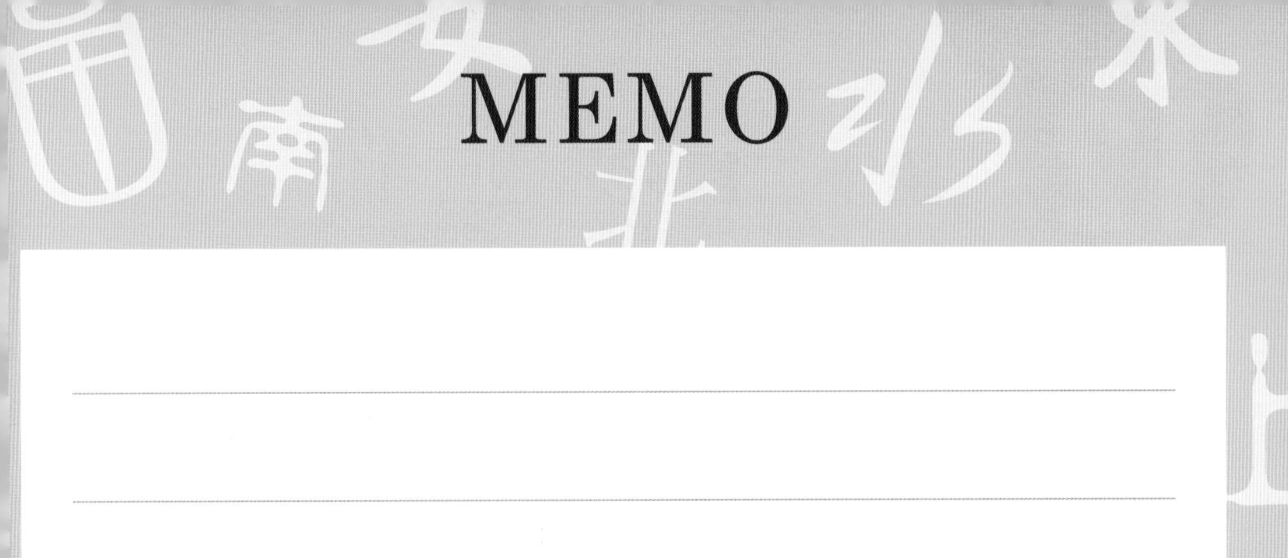

MEMO

LESSON 12

第十二課 找工作

dì shíèr kè zhǎo gōngzuò

Tìm việc làm

森川到臺灣來快一年了，按照[1] (ànzhào) 公司規定[2] (guīdìng)，明年六月他就必須回日本去了。可是森川喜歡臺灣，更捨不得[3] (shěbùde) 離開[4] (líkāi) 子芸，於是決定要在臺灣找工作。

小辭典

1. 按照 dựa theo, dựa vào, căn cứ vào
2. 規定 quy định
3. 捨不得 không nỡ
4. 離開 rời đi
5. 科技 kỹ thuật công nghệ
6. 資深 cấp cao
7. 工程師 kỹ sư
8. 說明 mô tả
9. 系統 hệ thống
10. 設計 thiết kế
11. 程式 chương trình
12. 管理 quản lý
13. 責任 trách nhiệm
14. 全職 toàn thời gian
15. 出差 công tác
16. 待遇 đãi ngộ
17. 面議 thương lượng
18. 休假 nghỉ phép
19. 制度 chế độ
20. 條件 điều kiện
21. 限制 hạn chế, giới hạn
22. 學歷 học vấn
23. 科系 khoa
24. 經驗 kinh nghiệm
25. 電腦 máy vi tính
26. 專業 chuyên nghiệp, chuyên về ...
27. 辦公室 văn phòng
28. 作業 công tác
29. 資料庫 cơ sở dữ liệu
30. 熟悉 quen thuộc
31. 應徵 ứng tuyển

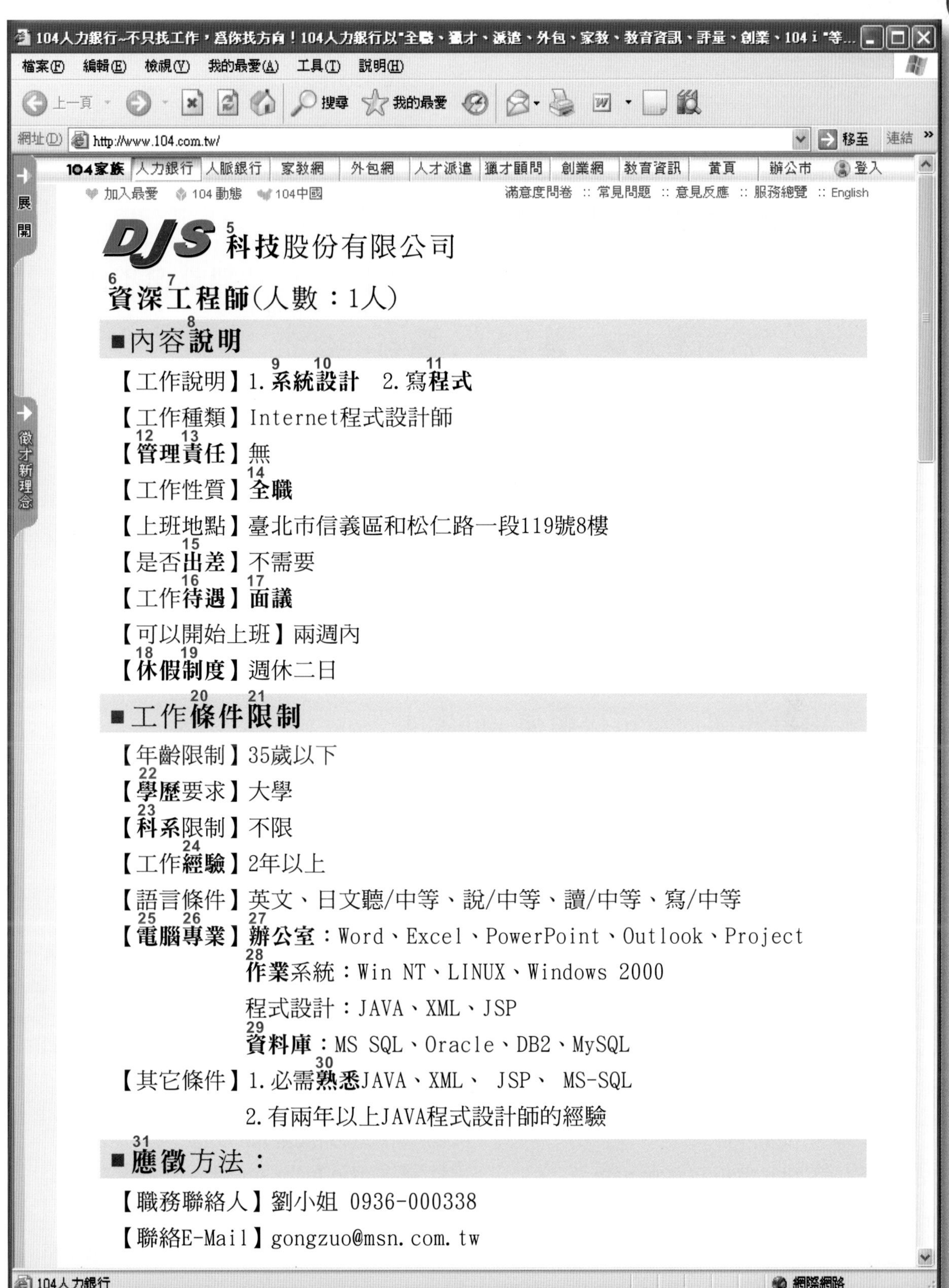

104人力銀行~不只找工作，爲你找方向！104人力銀行以"全職、獵才、派遣、外包、家教、教育資訊、評量、創業、104 i "等...

檔案(F) 編輯(E) 檢視(V) 我的最愛(A) 工具(T) 說明(H)

上一頁 搜尋 我的最愛

網址(D) http://www.104.com.tw/ 移至 連結

104家族 人力銀行 人脈銀行 家教網 外包網 人才派遣 獵才顧問 創業網 教育資訊 黃頁 辦公市 登入

加入最愛 104動態 104中國 滿意度問卷 :: 常見問題 :: 意見反應 :: 服務總覽 :: English

展開

徵才新理念

DJS 科技[5]股份有限公司

資深[6]工[7]程師(人數：1人)

■內容說明[8]

【工作說明】1. 系統[9]設計[10]　2. 寫程式[11]

【工作種類】Internet程式設計師

【管理[12]責任[13]】無

【工作性質】全職[14]

【上班地點】臺北市信義區和松仁路一段119號8樓

【是否出差[15]】不需要

【工作待遇[16]】面議[17]

【可以開始上班】兩週內

【休假[18]制度[19]】週休二日

■工作條件[20]限制[21]

【年齡限制】35歲以下

【學歷[22]要求】大學

【科系[23]限制】不限

【工作經驗[24]】2年以上

【語言條件】英文、日文聽/中等、說/中等、讀/中等、寫/中等

【電腦[25]專業[26]】辦公室[27]：Word、Excel、PowerPoint、Outlook、Project

作業[28]系統：Win NT、LINUX、Windows 2000

程式設計：JAVA、XML、JSP

資料庫[29]：MS SQL、Oracle、DB2、MySQL

【其它條件】1. 必需熟悉[30]JAVA、XML、 JSP、 MS-SQL

2. 有兩年以上JAVA程式設計師的經驗

■應徵[31]方法：

【職務聯絡人】劉小姐 0936-000338

【聯絡E-Mail】gongzuo@msn.com.tw

104人力銀行　網際網路

LESSON 12

（下班以後在森川家，子芸和子維一起幫森川找[32] 工作）
ˋ ˉ ˇ ˋ ˋ ˉ ˉ ˉ ˇ ˊ ˋ ˇ ˊ ˋ ˇ ˉ ˉ ˉ zhǎo ˉ ˋ

森川：外國人要在臺灣找工作真是不容易。
ˋ ˊ ˊ ˋ ˋ ˊ ˉ ˇ ˉ ˋ ˉ ˋ ˋ ˊ ˋ

子維：不過只要找得到，能有**合法**[33]的**工作證**[34]，待遇都還不錯。
ˊ ˋ ˇ ˋ ˇ ˋ ˊ ˇ héfǎ gōngzuò zhèng ˋ ˋ ˉ ˊ ˊ ˋ

松本 公司怎麼樣？**薪水**[35]高，**福利**[36]也好，
sōngběn ˉ ˉ ˇ ˋ xīnshuǐ ˉ fúlì ˇ ˇ

還有**年終**[37] **獎金**[38] 和**員工**[39] 旅遊。
ˊ ˇ niánzhōng jiǎngjīn ˋ yuángōng ˇ ˊ

森川：可是上班時間太長了，工作**壓力**[40]很大。
ˇ ˋ ˋ ˉ ˊ ˉ ˋ ˊ ˉ ˋ yālì ˇ ˋ

而且還必須**配合**[41]公司出差和**加班**[42]耶！
ˊ ˇ ˊ ˋ ˉ pèihé ˉ ˉ ˉ ˉ ˋ jiābān

子維：那也不錯啊，松本是日本**分公司**[43]，
ˋ ˇ ˊ ˋ ˉ ˇ ˋ ˋ ˇ fēngōngsī

出差的話你還可以**順便**[44] 回家！
ˉ ˉ ˋ ˇ ˊ ˇ ˇ shùnbiàn ˊ ˉ

子芸：這家呢？DJS科技，週休二日，**勞保**[45]、**健保**[46] 都有，
ˋ ˉ ˉ ˋ ˉ ˉ ˋ ˋ láobǎo jiànbǎo ˉ ˇ

附[47]員工**宿舍**[48]，薪水也不錯喔。
ˋ ˊ ˉ sùshè ˉ ˇ ˇ ˊ ˋ ˉ

小辭典

32. 找 tìm, kiếm
33. 合法 hợp pháp
34. 工作證 giấy phép làm việc
35. 薪水 lương
36. 福利 phúc lợi
37. 年終 tiền thưởng cuối năm
38. 獎金 tiền thưởng
39. 員工 nhân viên
40. 壓力 áp lực
41. 配合 phối hợp, hợp tác
42. 加班 làm thêm giờ, tăng ca
43. 分公司 chi nhánh văn phòng
44. 順便 thuận tiện, tiện thể
45. 勞保 bảo hiểm lao động
46. 健保 bảo hiểm sức khoẻ
47. 附 đính kèm
48. 宿舍 ký túc xá

森川：還有員工[49]**教育** [50]**訓練**，和……年終[51]**尾牙**大[52]**摸彩**。
jiàoyù xùnliàn wěiyá mōcǎi

年終尾牙是什麼啊？

子芸：年終尾牙就是年底的時候[53]**老闆**請員工吃飯。
lǎobǎn

森川：喔……，這個日本也有耶！不過我們叫做「忘年會」。

子維：不管哪一家，先寄[54]**履歷**過去再說吧！
lǚlì

森川：上次已經寄一些過去了，希望很快就會有[55]**面試** 的機會。
miànshì

（電話鈴聲）

森川：我來接！喂？您好！我是森川。嗯……真的嗎？那真

是太好了……什麼時候……五月八號下午三點半在

[56]**人事部**？好的，好的，我一定會準時到。謝謝你，
rénshìbù

謝謝！（掛上電話）有公司請我去面試了！

49. 教育 giáo dục
50. 訓練 đào tạo
51. 尾牙 tiệc cuối năm
52. 摸彩 bốc thăm trúng thưởng
53. 老闆 ông chủ
54. 履歷 lý lịch
55. 面試 phỏng vấn
56. 人事部 phòng nhân sự

子芸：這麼快就有**回應**[57] (huíyìng) 了？！真是太好了！

子維：來吧，我們快來幫他**惡補**[58] (èbǔ) 一下，**免得**[59] (miǎnde) 他到時候又害羞起來，什麼都忘了，**老是**[60] (lǎoshì) 說一些**奇怪**[61] (qíguài) 的話！

（森川臉紅了一下）

（在竹內公司的辦公室裡，森川正在面試）

經理[62] (jīnglǐ)：森川先生，可以請您先自我介紹嗎？

森川：好的。我叫森川晴史，來自日本大阪 (dàbǎn)。大學的時候**主修**[63] (zhǔxiū) **資訊**[64] (zīxùn) 工程，之前在日本的山下公司**服務**[65] (fúwù)，

小辭典

57. 回應 hồi âm, phản hồi
58. 惡補 học gạo
59. 免得 để tránh; đỡ phải
60. 老是 luôn luôn
61. 奇怪 kỳ lạ
62. 經理 giám đốc
63. 主修 ngành học chính
64. 資訊 thông tin
65. 服務 dịch vụ

當程式設計師。去年三月**外派**[66]到臺灣工作。現在
— ˊ ˋ ˋ ˋ — ˋ ˊ — ˋ wàipài ˋ ˊ — — ˋ ˋ ˋ

合約[67] 要**結束**[68]了，**由於**[69]我很喜歡臺灣，所以希望能
héyuē ˋ jiéshù yóuyú ˇ ˇ ˇ — ˊ — ˇ ˇ — ˋ ˊ

留在這裡工作。
ˊ ˋ ˋ ˇ — ˋ

經理：是什麼**吸引**[70]你來**本**[71]公司應徵工作呢？
ˋ ˊ xīyǐn ˇ ˊ běn — — ˋ — — ˋ

森川：我在臺灣**觀察**[72] 了幾個月，我覺得臺灣在這**方面**[73] 很有
ˇ ˋ ˊ — guānchá ˇ ˋ ˇ ˊ ˊ — ˋ ˋ fāngmiàn ˇ ˇ

前景[74]，我**認為**[75]在這裡我能有更大的**發展**[76] **空間**[77]。
qiánjǐng ˇ rènwéi ˋ ˋ ˇ ˇ ˊ ˇ ˋ ˋ fāzhǎn kōngjiān

另外，我看過**貴**[78]公司的**資料**[79]，貴公司的制度很好，
ˋ ˋ ˇ ˋ ˋ guì — — zīliào ˋ — — zhìdù ˇ ˇ

不過如果能更**國際化**[80]，一定會更有競爭力。
ˊ ˋ ˊ ˇ ˊ ˋ guójìhuà ˊ ˋ ˋ ˋ ˇ ˋ — ˋ

小辭典

66. 外派 làm việc ở nước ngoài
67. 合約 hợp đồng
68. 結束 kết thúc
69. 由於 do
70. 吸引 thu hút
71. 本 vốn
72. 觀察 quan sát
73. 方面 phương diện, khía cạnh
74. 前景 tiền cảnh, tương lai
75. 認為 cho rằng
76. 發展 phát triển
77. 空間 không gian
78. 貴 mắc
79. 資料 tài liệu
80. 國際化 quốc tế hoá

LESSON 12

經理：很好，所以你對你的專業**有自信**[81]？
ˇ ˇ　ˇ ˇ ˇ ˋ ˇ　ˉ ˋ yǒu zìxìn

森川：是的。我在日本時**接**[82]的**案子**[83]都是國際**企業**[84]的案子，
ˋ　ˇ ˋ ˋ ˇ ˊ jiē　ànzi ˉ ˋ ˊ ˋ qìyè　ˋ

我對自己的**能力**[85]很有**信心**[86]。
ˇ ˋ ˋ ˇ　nénglì ˇ ˇ xìnxīn

經理：在我們公司裡**團隊**[87]**合作**[88]很**重要**[89]，你覺得你可以
ˋ ˇ　ˉ ˉ ˇ tuánduì hézuò ˇ zhòngyào ˇ ˊ　ˇ ˇ ˇ

勝任[90]嗎？
shēngrèn

森川：我以前服務的公司也都是**小組**[91]合作，我相信對我來說，
ˇ ˇ ˊ ˊ ˋ　ˉ ˉ ˇ ˉ ˋ xiǎozǔ ˊ ˋ　ˇ ˉ ˋ ˋ ˇ ˊ ˉ

人際[92]**溝通**[93]不是問題。
rénjì gōutōng ˊ ˋ ˋ ˊ

經理：很好，謝謝你。下星期一就來上班吧！希望我們合作
ˇ ˇ　ˋ　ˇ　ˋ ˉ ˉ ˉ ˋ ˊ ˋ ˉ　ˉ ˋ ˇ　ˊ ˋ

愉快[94]！
yúkuài

小辭典

81. 有自信 có sự tự tin
82. 接 nhận
83. 案子 vụ việc, ca, trường hợp
84. 企業 doanh nghiệp
85. 能力 khả năng
86. 信心 tự tin, lòng tin
87. 團隊 đội ngũ
88. 合作 hợp tác
89. 重要 quan trọng
90. 勝任 đảm nhiệm được; có thể gánh vác
91. 小組 nhóm nhỏ
92. 人際 quan hệ xã hội
93. 溝通 giao tiếp
94. 愉快 vui vẻ

你不可以不知道
nǐ bù kěyǐ bù zhīdào

一、履歷表

姓名	森川晴史 MORIKAWA HARESHI				
生日	西元1976年11月25日	婚姻狀況	未婚		
學歷	1. 日本筑波大學情報學群學士 2. 日本東京工業大學情報理工學研究所碩士				
個性	1. 積極進取、認真負責 2. 沉穩細心、應變力強				
專長	1. 電腦網路 2. 資料庫系統 3. 應用密碼 4. 電子商務 5. 作業系統設計與製作 6. 影像資料壓縮 7. 晶片設計				
語文能力	日文、英文、中文				
聯絡方式	通訊地址	臺北市信義區松仁路二段64號	電話	02-21081119	
	行動電話	0936-102036			
	e-mail	sashimihaochi@gmail.com			

二、工作經歷

服務機關名稱	職別	任職起訖年月
Sphere	程式設計師	2001年8月~2003年10月
山下科技公司	電子工程師	2004年1月~2007年7月

三、自傳

我叫森川晴史，在臺灣已經兩年了。畢業於日本筑波大學情報學群（相當於臺灣的資訊工程學系）及日本東京工業大學情報理工學研究所。主要研究電腦網路及程式設計。

從研究所畢業以後，我接到 Sphere 公司的聘書，到 Sphere 公司擔任程式設計師。我在那裡主要做的是開發新的遊戲軟體。Sphere 公司是家剛成立的小公司，雖然背景不強但是很有創意。只是因為資本較少，常常忙起來一個人要當兩個人用。在 Sphere 公司工作的經驗是一個很好的磨練，我在那裡培養出快速處理案件的能力和良好的抗壓性，Sphere 公司的高創意也給我許多啟發。只是在 Sphere 公司工作時的壓力實在太大，生活作息常常不正常，讓我的健康受到了影響。於是我最後決定離開Sphere。

在 Sphere 公司之後，我第二份工作是在山下公司擔任工程師。山下公司是一家跨國公司，在亞洲、美洲、歐洲都有分公司，也和很多國際公司有合作。一開始在山下公司，我被歸在程式設計小組下，接過的案子有捷運自行行駛系統設計、M-36機器人研發、TOYOTA汽車GPS系統設計等等。在2003年我升到資訊小組的組長，開始代表公司到國外去視察，所以我對歐美的資訊市場有一定的了解。

因為之前的訓練，我對人事調度略有經驗，加上表現良好，於是在2006年被調到臺灣擔任臺灣分公司的程式設計總監。我以前就曾經拜訪過臺灣，也在臺灣學過中文，所以中文和臺灣對我來說都不陌生，在臺灣的工作是一個全新的挑戰，如何管理底下的外籍員工，並帶領大家合作，寫出最合乎客戶要求的程式，是我不停努力的目標。所幸我的努力並沒有白費，在臺灣的經驗給了我寶貴的一課，除了在人事管理方面更有心得，也讓我觀察到臺灣獨特的商機。臺灣的電腦產業很發達，在研發的路上也已經起步。我相信現在的臺灣更需要具有創意、外語能力及專業能力的人才。

貴公司身為臺灣屬一屬二的新銳公司，產品以高創意和精密聞名相信對這方面的人才需要一定更為迫切。我相信以我的專業能力以及工作經驗，一定能勝任貴公司這次徵才的職位。期盼我有與貴公司合作的一天。

句型演練
jùxíng yǎnliàn

表示意見

我	覺得	臺灣的資訊業很有前景。
	認為	子維這樣做是對的。
	相信	艾婕會喜歡這份禮物的。
	想	這次面試對嘉立來說很重要。

對

1. để diễn tả cách đối xử với ai đó / điều gì đó

子芸對人很熱情。

森川對自己的工作能力很有信心。

龍爸對病患很有耐心。

2. để chỉ ra mục tiêu của một hành động

那個女孩對我輕輕的一笑。

不知道子芸對森川有什麼看法。

艾婕對子維說了一句悄悄話。

對……來說

để dẫn dắt một điều gì đó / một ai đó liên quan đến điều kiện quan tâm; diễn tả ý kiến, cách nhìn nhận vấn đề của một người nào đó.
Nghĩa là: "Đối với ... mà nói", ...

對老闆來說，員工最重要的特質是勤勞。

對艾婕來說，來臺灣學中文的日子是她最好的回憶。

這只手錶你來說不算什麼，但是對我來說卻很重要。

……化

Từ hậu tố 化 có nghĩa là "trở thành ...," như "... hóa" trong tiếng Việt.

國際化 = Quốc tế hóa

工業化 = Công nghiệp hóa

商業化 = Thương mại hóa

LESSON 12

換我試試看

huàn wǒ shìshì kàn

挑戰一

看圖討論

挑戰二

重組句子

例：人／很熱情／子芸

→子芸對人很熱情。

1. 妤霖／鋼琴／很有天份。
2. 森川／電腦／從小／有興趣。／就
3. 大人／說話／小孩子／要有禮貌。
4. 很好。／小英的爸媽／她
5. 有些老師／很兇。／學生

挑戰三

依照範例造句

例：艾婕：「到臺灣來學中文是我最好的回憶。」

→對艾婕來說，到臺灣來學中文的日子是她最好的回憶。

1. 龍媽：「我的家庭是世界上最珍貴的東西。」
2. 森川：「成為電腦專家是我從小的夢想，為了這個夢想，我很努力讀書。」
3. 子維：「英文好難。」
4. 子芸：「蟑螂是全世界最噁心的動物。」
5. 龍爸：「投給一號候選人的人都是笨蛋。」

挑戰四

填空

沙漠化　簡單化　暖化　工業化

地球會變成水世界嗎？

科學家指出，這幾年來地球_____，將會讓南北極的冰山融化，以後地球可能會成為一個水世界。氣溫上升的原因，是因為很多________國家製造了太多二氧化碳（CO_2）。另外，樹木減少也讓地球慢慢________。如果人類再不把生活________，地球有一天將不再適合人類居住。

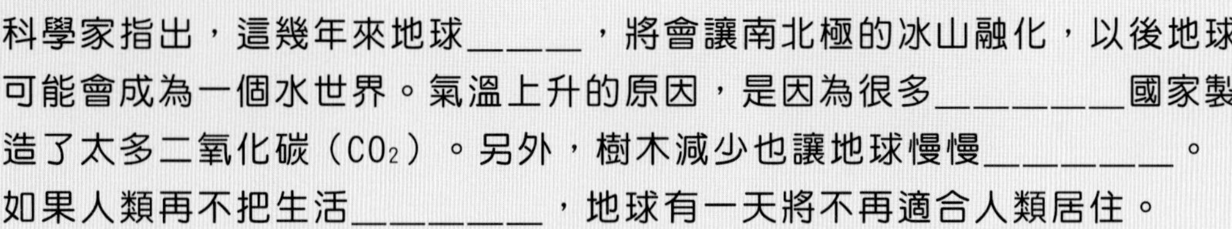

學生活動

寫一份自己的自傳

聽力練習

tīnglì liànxí

請聽廣播，並判斷問題是對（ v ）或錯（ X ）。

☐妤霖從十七歲才開始學鋼琴

☐對妤霖來說，音樂是她生命的全部

☐妤霖認為古典音樂比其他音樂更能感動人

☐妤霖沒想到她會在西班牙Andorra的鋼琴比賽裡得獎

☐妤霖認為藝術家遇到困難是正常的，可是不是件好事

MEMO

附錄單字 & 翻譯

詞性表

越南文	中文
Danh từ	名詞
Danh từ riêng	專有名詞
Đại từ	代名詞
Đại từ nghi vấn	疑問代名詞
Lượng từ	量詞
Động từ	動詞
Động từ tĩnh	靜態動詞
Bổ ngữ	補語
Bổ ngữ xu hướng	趨向補語
Phó từ	副詞
Liên từ	連接詞
Từ cảm thán	嘆詞
Giới từ	介詞
Trợ từ	助詞
Từ ngữ khí	語氣助詞
Từ chỉ thị	指示詞
Cụm từ thường dùng	套語

課文譯文
Bài dịch

BÀI 1 Tôi là ai

Hội thoại

(Gia đình Tử Duy là một gia đình homestay. Hôm nay Tử Duy muốn giới thiệu với gia đình một người bạn mới.)

Tử Duy: Ba! Mẹ! Người bạn mới của chúng ta đến rồi. Nghệ Tiệp, bạn hãy tự giới thiệu đi.
Nghệ Tiệp: Xin chào tất cả mọi người! Tên tôi là Nghệ Tiệp, tôi đến từ nước Pháp. Năm nay tôi 24 tuổi, là một sinh viên đại học.
Bác gái: Mời ngồi, mời ngồi! Cháu rất xinh đẹp!
Nghệ Tiệp: Cảm ơn! Xin hỏi vị này là ...?
Tử Duy: Nghệ Tiệp, đây là mẹ tôi, bà ấy là một nội trợ.
Bác gái: Cháu có thể gọi bác là bác gái. Chào mừng cháu đến nhà của chúng tôi!
Nghệ Tiệp: Xin chào bác gái!
Tử Duy: Đây là ba tôi, ông là một bác sĩ nội khoa.
Bác trai: Cháu có thể gọi bác là bác trai. Đừng khách sáo, cứ xem đây là nhà của mình nhé!
Nghệ Tiệp: Xin chào bác trai!
Tử Duy: Đây là chị gái tôi, chị ấy làm ở công ty thương mại nước ngoài.
Tử Vân: Xin chào! Chị là Tử Vân. Nếu có vấn đề gì em cứ hỏi chị nhé!
Nghệ Tiệp: Xin chào chị Tử Vân!
Bác gái: Cháu nói tiếng Hoa rất tốt!
Nghệ Tiệp: Không đâu không đâu, bác quá khen rồi!
Tử Duy: Đương nhiên rồi, Nghệ Tiệp khi còn ở Pháp là sinh viên ưu tú của khoa tiếng Hoa đó!
Nghệ Tiệp: Tôi rất thích tiếng Hoa, tôi nghĩ tiếng Hoa cũng hay như tiếng Pháp vậy.
Bác gái: Hy vọng cháu sẽ yêu thích Đài Loan!
Tử Duy: Và người Đài Loan nữa!
Nghệ Tiệp: Nhất định, nhất định!
Tử Vân: Ba, mẹ, con cùng Tử Duy dẫn Nghệ Tiệp đi xem phòng của em ấy nhé!
Bác gái: Được! Mẹ gọt xong trái cây sẽ đem qua ngay!
Tử Duy: Vậy bọn con đợi mẹ nhé!

(Tử Vân và Tử Duy dẫn Nghệ Tiệp đi xem phòng.)

Bác gái: Cô bé này vừa ngoan vừa lịch thiệp, để con bé ở nhà chúng ta tôi cũng thấy yên tâm.
Bác trai: Lại còn xinh đẹp nữa chứ!
Bác gái: Đúng rồi, giống như tôi vậy!

BÀI 2 Mua sắm

Hội thoại 1

(Nghệ Tiệp đến quán ăn sáng, dự định mua bữa sáng cho mình.)

Ông chủ: Xin chào!
Bà chủ: Chào cô! Hôm nay muốn ăn gì?
Nghệ Tiệp: Ừm ... Bà chủ, bánh hamburger kẹp thịt xông khói bao nhiêu tiền?
Bà chủ: Bánh hamburger kẹp thịt xông khói 1 cái 25 đồng.
Nghệ Tiệp: Vâng, cho tôi một bánh hamburger kẹp thịt xông khói.
Bà chủ: Có muốn thêm trứng không?
Nghệ Tiệp: Thêm trứng phải thêm bao nhiêu tiền?
Bà chủ: Thêm trứng phải thêm 5 đồng.
Nghệ Tiệp: Vâng, cho thêm trứng.
Bà chủ: Cô có muốn uống gì không?
Nghệ Tiệp: Ừm ... Hồng trà bao nhiêu tiền một ly?
Bà chủ: Ly nhỏ 15, ly trung 20, ly lớn

25.
Nghệ Tiệp: Vậy cho tôi ly trung.
Bà chủ: Cần thêm đá không?
Nghệ Tiệp: Thêm một ít thôi ạ.
Bà chủ: Vậy tổng cộng là 50 đồng.
Nghệ Tiệp: Cảm ơn!

Hội thoại 2

(Nghệ Tiệp đi cùng bác gái ra chợ mua thức ăn, nhìn thấy một cửa hàng bán trang sức.)

Ông chủ: Đến xem đi! Dây chuyền, nhẫn vừa đẹp vừa rẻ đây!
Nghệ Tiệp: Bác gái xem này, dây chuyền bên đó đẹp quá!
Bác gái: Cái đó gọi là Nút dây Trung Quốc, có vẻ không tệ, chúng ta qua đó xem thử đi!
Ông chủ: Bà và cô muốn mua gì?
Bác gái: Ông chủ, bao nhiêu tiền một dây?
Ông chủ: Hàng của chúng tôi là rẻ nhất đó, một dây chỉ có 100 đồng!
Bác gái: Một trăm đồng? Mắc quá đi!
Ông chủ: Làm gì mắc? Bà có thể đi hỏi thử, chỗ chúng tôi là rẻ nhất rồi.
Bác gái: Một dây 60 đồng thì tôi mua.
Ông chủ: Không được, không được, tôi sẽ lỗ vốn mất!
Bác gái: Vậy chúng tôi không mua nữa, cảm ơn ông!
Ông chủ: Được rồi! Tôi tính bà một dây 60 đồng.
Bác gái: Cảm ơn ông chủ nhé! Nghệ Tiệp, đây gọi là trả giá, cháu hiểu không?
Nghệ Tiệp: Bác gái, bác thật là lợi hại! Hãy dạy cháu với!

BÀI 3 Hỏi đường

Hội thoại

(Nghệ Tiệp đã viết một bức thư, muốn gửi về Pháp, nhưng cô ấy không biết bưu điện nằm ở đâu.)

Nghệ Tiệp: Hỏng rồi, mình quên mất bưu điện nằm ở đâu rồi... Ông ơi! Ông ơi!
Người đi đường A: Cô có chuyện gì thế?
Nghệ Tiệp: Xin lỗi, cho hỏi một chút bưu điện nằm ở đâu?
Người đi đường A: À, bưu điện ư, cô cứ đi thẳng, nhìn thấy cột đèn giao thông đầu tiên rẽ trái, tiếp tục đi khoảng 100 mét sẽ nhìn thấy bưu điện.
Nghệ Tiệp: Có cần phải băng qua đường không?
Người đi đường A: Cần. Nhưng ở đó có cầu vượt, có đường cho người đi bộ, cũng có đường hầm, nên rất tiện.
Nghệ Tiệp: Cảm ơn ông!
Người đi đường A: Đừng khách sáo!

(Sau khi gửi thư xong, Nghệ Tiệp dự định một mình đi đến sở thú, nhưng không biết đi như thế nào.)

Nghệ Tiệp: Cô ơi, cô ơi! Xin lỗi, cho hỏi một chút, sở thú đi như thế nào ạ?
Người đi đường B: À, cô đi thẳng về phía trước đến trạm MRT, đón xe đi Kunyang rồi xuống ở trạm Zhongxiao Fuxing, sau đó chuyển sang tuyến xe màu nâu đón xe đi Taipei Zoo, ngồi đến trạm cuối. Xuống xe ra khỏi trạm là đến.
Nghệ Tiệp: Cảm ơn cô rất nhiều!
Người đi đường B: Đừng khách sáo!

(Trên MRT)

Nghệ Tiệp: Xin lỗi bà, cho hỏi trạm kế là trạm gì?
Người đi đường C: Trạm kế là trạm

Zhongxiao Dunhua.
Nghệ Tiệp: Vậy trạm Zhongxiao Fuxing đến chưa ạ?
Người đi đường C: Cô đi quá rồi! Trạm Zhongxiao Fuxing là trạm trước rồi!
Nghệ Tiệp: Ôi, thế tôi phải làm sao?
Người đi đường C: Cô mau xuống xe ở trạm kế, rồi đi sang đối diện, ngồi xe quay lại là được
Nghệ Tiệp: Cảm ơn bà!
Người đi đường C: Đừng khách sáo!

(Trên ga trạm Zhongxiao Dunhua)

Nghệ Tiệp: Mình thật lơ mơ! Cũng may là người Đài Loan đều rất thân thiện, đều sẵn lòng giúp người khác. Ừm, bác gái thường hay nói với mình, "đường đi trong miệng mà ra", quả nhiên không sai mà!

BÀI 4 Gọi điện thoại

Hội thoại

(Buổi chiều, bác gái rảnh rỗi nên muốn gọi cho ai đó trò chuyện để giết thời gian.)

Bác gái: A lô?
Người đàn ông: A lô?
Bác gái: Bà Lưu có ở nhà không?
Người đàn ông: Xin lỗi, cho hỏi bà tìm ai?
Bác gái: Bà Lưu, cậu không phải là con trai bà ấy sao?
Người đàn ông: Xin lỗi, bà nhầm số rồi.
Bác gái: Sao thế được? Không phải là số 29332751 sao?
Người đàn ông: Không, đây là 29332451.
Bác gái: Ồ, xin lỗi, tôi gọi nhầm số rồi.
Người đàn ông: Không sao.

(Sau khi gác máy, bác gái lại nhấn gọi một lần nữa.)

Bác gái: Hai, chín, ba, ba, hai, bảy, năm, một, lần này chắc sẽ đúng. A lô?
Bà Lưu: A lô? Bà Long phải không?
Bác gái: Úi chà, vừa nghe đã nhận ra tôi, không hổ là bà Lưu mà.
Bà Lưu: Còn nói nữa, cả buổi sáng muốn gọi cho bà mà toàn bị máy bận.
Bác gái: Buổi sáng tôi nói chuyện với bà Lâm. Bà ấy nói có chuyện quan trọng muốn nói với tôi.
Bà Lưu: Tôi thấy bà nên đưa số điện thoại di động cho tôi đi, như vậy mới có thể nói chuyện với bà bất kỳ lúc nào. Nào, số mấy?
Bác gái: Tôi chưa có số di động.
Bà Lưu: Bây giờ một người Đài Loan trung bình có 1 đến 2 cái điện thoại di động rồi đó.
Bác gái: Ây da, phiền phức lắm. Thôi đừng nói chuyện này nữa, bà biết con trai út của bà Thái gần đây như thế nào chưa?
Bà Lưu: Con trai của bà Thái? Mau mau, đừng vòng vo nữa, nó làm sao?
Bác gái: Nghe nói nó trúng độc đắc rồi!
Bà Lưu: Thật sao? Làm sao mà bà biết?
Bác gái: Thì bạn học của con gái bà Lâm kể lại đó.
Bà Lưu: Hèn gì, bà biết bà Thái định dọn đi đâu không?
Bác gái: Không biết, đi đâu vậy?
Bà Lưu: Los Angeles đó! Có tiền rồi là khác hẳn.
Bác gái: Ai dà, thật ngưỡng mộ quá!

(Lúc này, Nghệ Tiệp và Tử Duy cũng vào phòng khách.)

Nghệ Tiệp: Bác gái nói chuyện điện thoại vui quá nhỉ. Người Đài Loan nói điện thoại cũng vui như vậy ư?
Tử Duy: Mẹ không phải nói điện thoại mà vui, mà là tám chuyện nên mới vui như vậy đó!

BÀI 5 Ra ngoài dùng bữa

Hội thoại

(Giám đốc công ty của Tử Vân muốn Tử Vân tiếp đón một vị khách đến từ Nhật Bản. Vị khách này tên là Haruki Morikawa, biết một ít tiếng Trung. Giám đốc đã hẹn Morikawa và Tử Vân ba người cùng dùng bữa trưa.)

Giám đốc: Xin chào anh Morikawa! Tôi họ Lâm. Lần đầu gặp mặt, xin hãy chỉ giáo thêm!
Tử Vân: Xin chào, lần đầu gặp mặt, tôi họ Long.
Morikawa: Chào giám đốc Lâm, chào cô Long! Tôi là Haruki Morikawa, đây là danh thiếp của tôi.
Giám đốc: Mọi người chắc cũng đói bụng rồi. Anh Morikawa thích ăn món Trung Hoa không?
Morikawa: Tôi không biết nhiều về món ăn Trung Hoa, khi còn ở Nhật Bản tôi chỉ ăn qua sủi cảo và đậu phụ ma bà. Giám đốc Lâm, phiền ông giới thiệu một chút nhé!
Giám đốc: Gọi một đĩa "Kiến leo cây" và "Đầu sư tử" nhé, rất chính thống luôn, được không?
Tử Vân: Được ạ, món "Kiến leo cây" và "Đầu sư tử" rất hợp khẩu vị của em.
Morikawa: Xin lỗi, các bạn thường ăn kiến và sư tử sao?
Tử Vân: Không phải đâu! Kiến trên cây là miến xào thịt băm, kiến chính là thịt băm đó!
Giám đốc: Đầu sư tử là heo viên, không phải làm từ thịt sư tử đâu!
Morikawa: Haha, làm tôi giật cả mình! Như vậy thì tôi mới dám ăn!
Tử Vân: Gọi thêm một đĩa Tôm viên dứa, Bắp cải Cung Bảo, và lẩu Thịt trắng cải chua nhé! Anh Morikawa từ Nhật Bản đến, tất nhiên phải ăn no một chút, ăn ngon một chút chứ.
Giám đốc: Đúng vậy!
Morikawa: Cảm ơn hai vị!
Người phục vụ: Xin lỗi, quý khách có thể gọi món chưa?
Giám đốc: Được, chúng tôi gọi món Đậu phụ ma bà, Kiến leo cây, Đầu sư tử, Tôm viên dứa, Bắp cải Cung Bảo, lẩu Thịt Trắng cải chua.
Tử Vân: Và thêm 3 bát cơm trắng!
Người phục vụ: Vâng ạ, xin đợi một chút.

(Sau khi dùng bữa)

Morikawa: No quá! Cảm ơn mọi người, bữa ăn này thật sự rất ngon.
Tử Vân: Vâng, ăn không nổi luôn rồi!
Giám đốc: Quan trọng là mọi người ăn vui vẻ mà!
Morikawa: Cảm ơn hai vị đã nhiệt tình tiếp đãi! Lần sau nếu có cơ hội đến Nhật Bản, đến lượt tôi mời mọi người dùng bữa nhé!
Tử Vân: Anh Morikawa, anh khách sáo rồi!
Giám đốc: Đúng rồi đó. Anh Morikawa, tôi định nhờ Tử Vân dẫn anh đi loanh quanh, tìm hiểu thêm về Đài Loan, anh thấy sao?
Morikawa: Tuyệt vời! Tử Vân, xin hãy chỉ giáo thêm.
Tử Vân: Xin hãy chỉ giáo thêm!

BÀI 6 Đi du lịch

Hội thoại

(Sau bữa ăn lần trước, Tử Vân và Morikawa đã tận dụng kỳ nghỉ cuối tuần cùng nhau đi chơi hai, ba lần nữa, bây giờ họ đã trở thành hai người bạn tốt có thể trò chuyện suốt với nhau rồi. Cuối tuần này Tử Vân dự định dẫn Morikawa đi Cửu Phần chơi.)

(Tử Vân gọi điện thoại cho Morikawa)

Tử Vân: A lô? Morikawa phải không?

Morikawa: Vâng, tôi là Morikawa, em là Tử Vân phải không?
Tử Vân: Ồ! Anh đã có thể nhận ra giọng nói của em rồi.
Morikawa: Mình là bạn bè mà! Tìm anh có việc gì thế?
Tử Vân: Đương nhiên là chuyện cuối tuần đi chơi ấy mà. Thứ bảy này em muốn dẫn anh đi Cửu Phần chơi.
Morikawa: Cửu Phần? Ở đâu vậy?
Tử Vân: Cửu Phần nằm ở trấn khu Thụy Phương, thành phố Tân Bắc, là một điểm tham quan du lịch với bầu không khí rất hoài cổ.
Morikawa: Bầu không khí hoài cổ, anh thích điều này.
Tử Vân: Vậy khoảng 08:30 sáng thứ bảy gặp nhau ở trước cửa công ty được không?
Morikawa: Vâng! 8:30 sáng, cổng công ty, phải không?
Tử Vân: Đúng. Vậy không gặp không về nhé!
Morikawa: OK! Không gặp không về!

(Sáng thứ 7 lúc 8: 40, tại cổng công ty)

Tử Vân: Xin lỗi! Không ngờ e lại đến trễ.
Morikawa: Không sao, không sao, anh cũng mới đến thôi.
Tử Vân: May là anh không ngại!
Morikawa: À, chúng ta đi như thế nào đây?
Tử Vân: Chúng ta đón xe buýt đến ga xe lửa trước, rồi ngồi đến ga Thụy Phương, sau đó ngồi xe buýt đến Cửu Phần.
Morikawa: Anh hiểu rồi, vậy chúng ta đi thôi!
Tử Vân: Vâng, xuất phát!

(Xe buýt cuối cùng đã đến Cửu Phần, hai người xuống xe)

Tử Vân: Nơi này chính là Cửu Phần!
Morikawa: Ồ, đường phố ở đây thật đặc biệt, có rất nhiều cầu thang!
Tử Vân: Con đường này được gọi là đường Shuqi, quán trà hai bên đường cũng rất nổi tiếng!
Morikawa: Đã là buổi trưa rồi, hèn chi anh đói bụng quá!
Tử Vân: Phải rồi, đến Cửu Phần nhất định phải ăn trân châu khoai môn, uống canh cá viên. Nào, đi theo em!

(Hai người vào tiệm canh cá viên trên đường Jinshan)

Tử Vân: Bà chủ! Cho hai bát canh cá viên.
Bà chủ: Được! Có ngay!
Morikawa: Cá viên làm từ cá phải không?
Tử Vân: Đúng rồi! Canh cá viên ở Cửu Phần là ngon nhất đó.
Bà chủ: Canh cá viên đây! Cẩn thận nóng nhé!
Morikawa: (uống thử một ngụm) Thật ngon quá!
Tử Vân: Họ dùng cá rất tươi, đương nhiên canh cá phải ngon rồi! Anh uống chậm một chút, đừng để bị nghẹn.
Morikawa: (uống quá nhanh nên bị nghẹn)
Tử Vân: Vừa nói đã bị nghẹn. (Vỗ lưng) Để em đi lấy khăn giấy cho anh.
Morikawa: (thầm nghĩ: không ngờ Tử Vân lại chu đáo như vậy...).
Tử Vân: (Đưa khăn giấy cho Morikawa) Anh ăn chậm thôi, nếu không em sẽ ăn cá viên của anh đấy.
Morikawa: (thầm nghĩ: lại còn dễ thương nữa...).

(Hai người vào tiệm bán quà lưu niệm trên đường Jinshan)

Tử Vân: Cửu Phần từng là nơi đào vàng nên rất phồn thịnh, nhưng sau này không đào được vàng nữa nên dần suy tàn. Nhưng hiện nay Cửu Phần đã trở thành địa điểm tham quan du lịch, lại trở nên hưng thịnh như lúc trước rồi.

Morikawa: Hèn gì nơi này có rất nhiều tiệm bán các loại đá.

Tử Vân: Đúng vậy. Ồ, viên đá trong suốt này đẹp quá!

Morikawa: Nếu em thích thì anh sẽ mua cho em.

Tử Vân: Như vậy em sẽ thấy ngại lắm!

Ông chủ: Cô thật có mắt nhìn! Cô biết nhìn hàng như vậy, tôi sẽ tính rẻ cho cô nhé!

Cả hai: Cảm ơn ông chủ!

Ông chủ: Có muốn tôi khắc tên đôi tình nhân lên đây không? Miễn phí đó!

Tử Vân: (đỏ mặt) Tôi ... Chúng tôi không phải người yêu!

Ông chủ: Cô xấu hổ rồi kìa!

Morikawa: Tử Vân, cặp tình nhân là gì?

Tử Vân: Không nói anh biết đâu!

(Hoàng hôn, hai người đang đợi xe buýt đến)

Morikawa: Hôm nay lại làm phiền em dẫn anh đi chơi, thực sự cảm ơn em!

Tử Vân: Không phiền gì, em cũng chơi rất vui mà.

Morikawa: Em nhìn xem, hoàng hôn thật đẹp.

Tử Vân: Đúng vậy.

Morikawa: Tử Vân, ...

Tử Vân: Nhìn kìa, xe đến rồi! Chúng ta về thôi!

Morikawa: (thầm nghĩ: mình muốn lưu giữ lại khoảnh khắc này ...).

Tử Vân: Lần sau chúng ta đi Đạm Thủy chơi nhé!

Morikawa: À được! Em dẫn anh đi đâu cũng được! (thầm nghĩ: Lần sau vẫn còn cơ hội! Hoàng hôn ở Đạm Thủy chắc cũng sẽ đẹp như thế này!)

Tử Vân: (thầm nghĩ: cá viên ở Đạm Thủy chắc cũng rất ngon!)

BÀI 7 Chúc sinh nhật vui vẻ!

Hội thoại

(Tại cửa hàng bách hóa)

Bác gái: Hai năm trước đã tặng nồi cơm điện, năm ngoái đã tặng một ghế massage, năm nay nên tặng gì nhỉ? Nghệ Tiệp, cháu đang xem gì đấy?

Nghệ Tiệp: Chiếc đồng hồ này thật tinh tế, bác gái, nhà của bà nội có thiếu đồng hồ không?

Bác gái: Ha ha, trong văn hóa của chúng tôi, sinh nhật không thể tặng đồng hồ, vì nó có âm như "songzhong" nghĩa là tiễn người chết, như vậy không may mắn.

Nghệ Tiệp: Cháu hiểu rồi. Vậy tặng khăn choàng thế nào? Hoặc là di động?

Bác gái: Ừm... khăn choàng cũng tốt, nhưng hơi thường quá; còn di động, chỉ sợ bà không biết dùng.

Nghệ Tiệp: Nếu không thì... ồ, bộ quần áo kiểu Trung Hoa này thật đẹp!

Bác gái: Đúng thật, chất liệu cũng tốt, mặc vào nhất định sẽ rất ấm áp. Được, quyết định xong, chúng ta sẽ mua bộ quần áo này!

(Tại nhà hàng Quê Hương, bữa tiệc sinh nhật của bà)

Cô Long: Anh hai! Chị dâu! Cuối cùng anh chị cũng đến rồi! Mau đến ăn miến giò heo! Nếu không miến sẽ nguội đó!

Bác trai: Cảm ơn em! Wow, miến thơm quá!

Bác gái: Mẹ ơi, đây là quà Nghệ Tiệp và con cùng chọn! Mẹ mau mở ra xem có thích không!

Bà Long: Làm cha mẹ, chỉ cần nhìn thấy con cái của mình là vui rồi, đâu

	cần quà cáp gì! Ồ, cảm ơn, các con thật chu đáo, gần đây thời tiết trở lạnh, mẹ đang muốn mua một bộ quần áo thế này!
Chú Long:	Hôm nay là sinh nhật lần thứ 72 của bà, chúng ta hãy chúc bà những lời chúc tốt đẹp nào!
Tử Duy:	Để em, để em trước! Cháu chúc bà "Phúc như Đông Hải, thọ tỷ Nam Sơn"!
Tử Vân:	Vậy cháu chúc bà dồi dào sức khỏe, sống lâu trăm tuổi!
Tử Vũ:	Đến cháu, chúc bà ngày nào cũng vui vẻ, vạn sự như ý!
Mọi người:	Chúc mừng sinh nhật bà!

BÀI 8 Rửa tay nấu canh

Hội thoại

Sau khi Nghệ Tiệp đến Đài Loan, cô bắt đầu yêu thích ẩm thực phong phú của Đài Loan. Hôm nay cô quyết định theo bác gái học nấu ăn, sau khi về Pháp có thể nấu cho gia đình và bạn bè của mình.

Bác gái tìm thấy một công thức nấu ăn, chuẩn bị dạy Nghệ Tiệp làm món cô yêu thích nhất, cơm chiên tôm trứng.

Nguyên liệu:

Cách làm:

1. Cho dầu vào chảo trước.
2. Mở lửa vừa, xào hành tây với tôm trước, vớt lên.
3. Sau đó xào trứng và rau cải, rồi cho cơm vào trộn đều.
4. Cho hành tây, tôm và gia vị vào trộn đều.
5. Cuối cùng rắc hành lá băm nhỏ lên trên là được.

(Trong nhà bếp)

Nghệ Tiệp:	Chúng ta phải bắt đầu như thế nào?
Bác gái:	Hãy chuẩn bị nguyên liệu trước! Bác sẽ rửa tôm, đánh trứng và mở hộp bắp, Nghệ Tiệp, cháu hãy giúp bác cắt rau nhé!
Nghệ Tiệp:	Vâng, phải cắt thế nào ạ?
Bác gái:	Rửa cà rốt trước, rồi tước vỏ; hành tây cũng bóc vỏ, rồi thái hạt lựu. Cẩn thận đừng để cắt trúng tay đấy.
Nghệ Tiệp:	Thái hạt lựu là gì ạ?
Bác gái:	Thái hạt lựu là cắt thành những hình vuông nhỏ.
Nghệ Tiệp:	Bác gái, cháu đã cắt xong rồi, như thế này được chứ?
Bác gái:	Tốt lắm! Vậy bây giờ chúng ta có thể bắt đầu rồi. Cháu xem nhé, đầu tiên cho một chút dầu vào chảo, đợi nó nóng lên rồi cho tôm và hành tây vào xào, phải nhớ không được xào quá lâu, nếu không tôm sẽ bị cứng. Như thế này là được rồi.
Nghệ Tiệp:	Sau đó thì sao ạ?
Bác gái:	Sau đó cho trứng, cho rau cải vào. Rồi cho cơm vào xào. Không nên để lửa quá lớn, nếu không rau cải sẽ bị khét.
Nghệ Tiệp:	Như vậy là xong rồi ạ?
Bác gái:	Chưa đâu! Sau đó cho hành tây, tôm vào xào. Bây giờ chúng ta có thể cho thêm gia vị và hành lá vào. OK, như vậy là được rồi. Cháu nếm thử xem có mặn quá không.
Nghệ Tiệp:	Thơm quá ạ! Ừm, ngon quá cơ!
Bác gái:	Nào, đi rửa tay, chúng ta dùng cơm thôi!

BÀI 9 Xem phim

Hội thoại

Từ sau lần dùng cơm hôm trước, Tử Vân và Morikawa trở thành bạn tốt của nhau. Tử Vân sợ Morikawa mới đến Đài Loan vẫn chưa thích ứng được, sẽ cảm thấy buồn chán, nên thường dẫn anh ấy ra ngoài dạo, tham gia vào một số hoạt động. Thứ bảy này, cô quyết định mời Morikawa đi xem phim.

(Trong nhà hàng, Tử Vân và Morikawa vừa ăn vừa bàn luận chút nữa sẽ phim gì)

Morikawa: Xem phim 007 thế nào? Nghe nói lần này nội dung không chỉ hấp dẫn, nữ diễn viên cũng rất đẹp, còn nhận được rất nhiều giải thưởng.
Tử Vân: Thôi, em không thích phim đánh đấm đâu.
Morikawa: Vậy đi xem "Xe điện" nhé, phim ma Nhật Bản đang được quảng cáo rầm rộ gần đây. Diễn viên đóng vai ma nữ cũng rất đẹp.
Tử Vân: Anh chỉ biết đến nữ diễn viên xinh đẹp thôi. Em nhát lắm, xem phim kinh dị tối ngủ sẽ gặp ác mộng. Tốn tiền để tự dọa mình, thật không đáng.
Morikawa: Anh hiểu rồi, thế "Nhật ký độc thân" thế nào? Phim hài tình cảm, đánh giá trên tạp chí nói nội dung cũng rất thú vị. Đạo diễn là người Mexico.
Tử Vân: À, em biết bộ phim đó! Em rất thích đạo diễn đó, chỉ cần là phim do ông ấy đạo diễn em đều xem hết!
Morikawa: Anh cũng rất thích ông ấy, đặc biệt là phim "Bài ca số phận", nội dung vừa hài hước lại châm biếm. Phim của ông ấy luôn mang một phong cách rất đặc biệt.
Tử Vân: "Bài ca số phận" thực sự rất tuyệt vời, nhưng em thích phim "Về nhà" hơn. Đó là bộ phim tài liệu duy nhất của ông, rất cảm động.
Morikawa: Thật sao? Lần sau anh sẽ tìm xem thử.
Tử Vân: Không ngờ anh cũng xem phim kén người xem như vậy, em còn nghĩ anh chỉ thích phim hành động kịch tính hay phim kinh dị thôi.
Morikawa: Em hiểu lầm anh rồi, gu của anh cũng không tệ đâu. Ý nghĩa của bộ phim mới quan trọng.
Tử Vân: Tốt quá, dù gì thì phim Hollywood xem mãi cũng chán, lần này đổi thứ mới xem sao! À, 6 giờ 43 phút rồi, chúng ta mau đi mua vé thôi, nếu không đến lúc đó chỉ có thể xem suất chiếu khuya thôi!

BÀI 10 Khám bác sĩ

Hội thoại

Morikawa đến Đài Bắc được hai tháng rồi, mùa đông ở Đài Bắc không ổn định, thường lúc lạnh lúc nóng. Thứ sáu tuần trước khi anh tan làm trở về nhà, đột nhiên cảm thấy cơ thể không khỏe, nghỉ ngơi vài ngày nhưng vẫn chưa khỏi, nên đã quyết định đi khám bác sĩ.

(Tại quầy phòng khám)

Morikawa: Xin chào, Tôi muốn đăng ký lấy số.
Y tá: Anh lần đầu đến khám phải không?
Morikawa: Vâng.
Y tá: Vâng, mời anh điền vào mẫu đơn tiền sử bệnh này, có thẻ bảo hiểm y tế không?
Morikawa: Có ạ.
Y tá: Tiền đăng kí khám là 150 tệ. Xin vui lòng đợi một chút, khi

đến lượt sẽ gọi anh.
Morikawa: Vâng. Cảm ơn.

(Trong phòng khám)

Bác sĩ: Haruki Morikawa, anh là người Nhật ư! Mới đến Đài Loan phải không?
Morikawa: Vâng, vừa đến không lâu, có lẽ do không quen với thời tiết tại Đài Loan, nên bị cảm rồi.
Bác sĩ: Có những triệu chứng gì?
Morikawa: Tôi cảm thấy chóng mặt, mất cảm giác ngon miệng, cảm thấy mệt mỏi, chỉ muốn ngủ cả ngày.
Bác sĩ: Có bị sốt, ho, nghẹt mũi, chảy nước mũi không?
Morikawa: Nghẹt mũi là gì?
Bác sĩ: Nghẹt mũi là mũi bị nghẹt, không thể thở bình thường được.
Morikawa: Có sổ mũi, không có sốt. Ho cũng có nhưng không nặng lắm, nhưng cổ họng thỉnh thoảng bị ngứa.
Bác sĩ: Để tôi xem, hít vào...thở ra... Rất tốt, quay người lại, hít... thở... tốt, há miệng to ra, a... . Xong rồi.
Morikawa: Tình trạng của tôi ổn chứ?
Bác sĩ: Tạm ổn, chỉ bị cảm nhẹ, không có triệu chứng viêm. Nghỉ ngơi một vài ngày sẽ khỏe. Nhớ uống nhiều nước nóng, không ăn đồ lạnh, cũng không nên ăn thịt dê và quýt.
Morikawa: Tại sao không được ăn thịt dê và quýt?
Bác sĩ: Ồ, điều này liên quan với y học cổ truyền Trung Quốc, theo lý luận của y học Trung Quốc, ăn quýt sẽ khiến bệnh ho trầm trọng hơn; ăn thịt dê cũng sẽ khiến bệnh nặng hơn. Đây là đơn thuốc, anh ra quầy thuốc nhận thuốc đi!
Morikawa: Chào cô, tôi muốn lấy thuốc.
Nhân viên nhà thuốc: Vâng ... Đây là thuốc của anh, bao màu trắng uống ngày 3 lần sau bữa ăn, bao màu xanh lá uống trước khi ngủ. Bao màu đỏ này là thuốc hạ sốt.
Morikawa: Có tác dụng phụ không? Tôi còn phải đi làm.
Nhân viên nhà thuốc: Chỉ có bao thuốc màu xanh lá khi uống vào sẽ buồn ngủ, anh hãy yên tâm!
Morikawa: Vâng, cảm ơn cô!

BÀI 11 Hẹn hò

Hội thoại

Thật ra, Morikawa vừa gặp Tử Vân đã bị tiếng sét ái tình. Hơn nữa, càng làm việc với cô, anh càng cảm thấy thích cô hơn. Tuần tới là Ngày lễ tình nhân, Morikawa hi vọng có thể mời Tử Vân đi chơi, và bày tỏ tình cảm với cô ấy. Để ngày hôm ấy biểu hiện được tốt nhất, Morikawa đã gọi điện thoại cho cô bạn Bích Ngọc cầu cứu.

Bích Ngọc: A lô?
Morikawa: Bích Ngọc phải không? Anh là Morikawa. Chuyện đó... Anh có điều này muốn hỏi em.
Bích Ngọc: Sao thế? Có chuyện gì vậy?
Morikawa: Chuyện đó ... thực ra là thế này, anh thích một cô gái Đài Loan, anh muốn nhân ngày Valentine tỏ tình với cô ấy, nhưng anh là người Nhật, anh không biết có điều cấm kỵ nào không, nên anh muốn nhờ em cho anh một số lời khuyên.
Bích Ngọc: Ha ha ha, em còn tưởng có chuyện gì chứ! Cô gái nào may mắn vậy ạ?
Morikawa: À... là một đồng nghiệp cùng làm chung với anh.
Bích Ngọc: Là người mà anh từng nhắc đến, "một cô gái vừa xinh đẹp

vừa thông minh, cười rất quyến rũ, vừa nhìn đã bị sét đánh" phải không?

Morikawa: Anh đã ngại rồi, em đừng trêu anh nữa mà. Đúng rồi, chính là cô ấy.

Bích Ngọc: Được rồi, lần này em sẽ tha cho anh, chúng ta nói chuyện chính nào. Con gái Đài Loan thường nhút nhát và dè dặt, hơn nữa hai người còn là

đồng nghiệp, vì vậy khi theo đuổi nên tinh tế một chút, đừng vội vàng, nếu không sẽ khiến cả hai bối rối.

Morikawa: Vậy anh nên làm thế nào?

Bích Ngọc: Phải ra dáng đàn ông ga lăng, ân cần một chút, ví dụ như giúp cô ấy xách đồ hay mở cửa, tặng một vài món quà nhỏ cũng tốt, tốt nhất là có thể khiến cô ấy cười. Con gái Đài Loan thích những người con trai nhẹ nhàng ân cần và hài hước. Nên nói những lời nói ngọt ngào, nhưng đừng quá ủy mị!

Morikawa: Haizz, nếu anh có thể làm cho cô ấy cười là tốt rồi. Còn gì nữa không?

Bích Ngọc: Ngoài ra, con gái Đài Loan không thích nói chuyện một cách quá lộ liễu, họ thích dùng cách nói uyển chuyển, ẩn dụ hơn. Vì thế anh phải tốn chút tâm ý để giải mã họ đấy!

Morikawa: Vâng ... Anh sẽ cố gắng hết sức.

Bích Ngọc: Đừng lo lắng, em chắc chắn rằng anh không phải là cục gỗ không hiểu chuyện. Nào, để em chỉ anh vài chiêu nhé...

(Buổi tối ngày 14 tháng 2, tại quán rượu)

Tử Vân: Kịch Noh lúc nãy thật hay! Anh giải thích rất chi tiết, anh đúng là chuyên gia đó!

Morikawa: Quá khen rồi, anh còn phải học hỏi nhiều nữa. Em thích đồ ăn ở đây chứ?

Tử Vân: Rất ngon. Thật sự khâm phục anh, có thể tìm thấy tiệm ăn vừa trang nhã vừa ngon thế này.

Morikawa: Em nói thế khiến anh thở phào nhẹ nhõm, anh còn sợ em ăn không quen.

Tử Vân: Không, không, em thực sự rất thích. Nhưng ... tại sao mặt của anh lại đỏ ửng thế, không khỏe ư?

Morikawa: Có vẻ hơi nóng một chút, em không cảm thấy sao?

Tử Vân: Hôm nay trời lạnh mà! Người Nhật quả nhiên không sợ lạnh.

Morikawa: Cô Tử Vân, anh có chuyện muốn nói với em.

Tử Vân: Hả? Cô Tử Vân?

Morikawa: Anh... anh luôn muốn nói em biết, anh thật sự rất thích... thích... thích Đài Loan lắm.

BÀI 12 Tìm việc làm

Hội thoại 1

Morikawa đến Đài Loan gần một năm rồi, theo quy định của công ty, tháng 6 năm tới anh phải về lại Nhật. Nhưng Morikawa thích Đài Loan, lại càng không nỡ rời xa Tử Vân, nên anh quyết định tìm việc ở Đài Loan.

(Sau giờ làm, tại nhà Morikawa, Tử Vân và Tử Duy cùng giúp Morikawa tìm việc)

Morikawa: Người nước ngoài muốn tìm việc ở Đài Loan thật không dễ dàng gì.

Tử Duy: Nhưng nếu tìm được, có được giấy phép lao động hợp pháp, phúc lợi đều khá tốt. Công ty Matsumoto thế nào? Lương cao, phúc lợi cũng tốt, còn có tiền thưởng cuối năm và nhân viên du lịch.

Morikawa: Nhưng thời gian làm việc quá dài, áp lực công việc rất cao. Còn phải phối hợp với công ty đi công tác và tăng ca nữa!

Tử Duy: Cũng không tệ mà, Matsumoto là công ty con của Nhật, nếu đi công tác thì anh có thể về nhà luôn.

Tử Vân: Còn công ty này thì sao? Công nghệ DJS, nghỉ hai ngày cuối tuần, bảo hiểm lao động, bảo hiểm y tế đều có, còn có ký túc xá cho nhân viên, lương cũng không tệ.

Morikawa: Còn có huấn luyện đào tạo nhân viên, và... tiệc cuối năm có xổ số. Tiệc cuối năm là gì?

Tử Vân: Tiệc cuối năm là khi đến cuối năm ông chủ sẽ mời nhân viên dùng cơm.

Morikawa: Ồ, ở Nhật cũng có! Nhưng chúng tôi gọi là "Tiệc Bonenkai".

Tử Duy: Công ty nào cũng được, hãy gửi hồ sơ lý lịch trước đã!

Morikawa: Lần trước đã gửi đi một vài nơi rồi, hi vọng sớm có cơ hội phỏng vấn.

(Điện thoại reng)

Morikawa: Để anh nghe máy! Xin chào! Tôi là Morikawa. Ồ... Thật ư? Như vật tốt quá! ... Khi nào... 15:30 ngày 8 tháng 5 ở phòng nhân sự? Vâng, tôi nhất định sẽ đến đúng giờ. Cảm ơn cô, cảm ơn! (Gác máy điện thoại) Có công ty gọi mời anh đi phỏng vấn rồi!

Tử Vân: Mới đó đã có hồi âm ư? Thật tốt quá!

Tử Duy: Nào, chúng ta hãy giúp anh ấy luyện tập một chút, tránh đến lúc đó anh ấy xấu hổ, quên hết mọi thứ, rồi nói vài điều kỳ quái nữa!

(Morikawa hơi đỏ mặt)

Hội thoại 2

(Trong văn phòng công ty Takeuchi, Morikawa đang phỏng vấn)

Giám đốc: Anh Morikawa, phiền anh tự giới thiệu về mình được không?

Morikawa: Vâng. Tôi là Haruki Morikawa, đến từ Osaka, Nhật Bản. Khi học đại học, chuyên ngành của tôi là Kỹ sư công nghệ thông tin, trước đây tôi làm việc ở công ty Yamashita của Nhật, vị trí lập trình viên. Tháng 3 năm ngoái tôi được cử sang Đài Loan làm việc. Hiện nay hợp đồng gần đến hạn, vì tôi rất thích Đài Loan, nên tôi hy vọng có thể ở lại đây làm việc.

Giám đốc: Điều gì thu hút anh đến công ty chúng tôi ứng tuyển?

Morikawa: Tôi đã quan sát Đài Loan vài tháng qua, tôi cảm thấy lĩnh vực này rất hứa hẹn, tôi cho rằng tại đây tôi có cơ hội phát triển nhiều hơn. Ngoài ra, tôi cũng đã xem qua hồ sơ công ty, công ty có chế độ rất tốt, nhưng nếu có thể quốc tế hóa, nhất định sẽ cạnh tranh hơn.

Giám đốc: Rất tốt, như vậy anh rất tự tin về chuyên ngành của mình?

Morikawa: Vâng. Khi ở Nhật, những dự án tôi nhận đều là dự án của doanh nghiệp quốc tế, tôi rất tin tưởng vào năng lực của mình.

Giám đốc: Trong công ty chúng tôi, làm việc theo nhóm rất quan trọng, anh cảm thấy mình có thể đảm nhiệm được chứ?

Morikawa: Công ty trước đây của tôi cũng làm việc theo nhóm nhỏ, tôi tin rằng giao tiếp không là vấn đề.

Giám đốc: Rất tốt, cảm ơn anh. Thứ hai tuần sau đến làm việc nhé! Hy vọng chúng ta hợp tác vui vẻ!

第一課

1. 一家 yìjiā cả nhà, hộ gia đình
小李一家都很親切。
xiǎo lǐ yìjiā dōu hěn qīnqiè
Gia đình Tiểu Lý rất tử tế.

2. 家庭 jiātíng gia đình
中國社會以大家庭為主。
zhōngguó shèhuì yǐ dà jiātíng wéizhǔ
Xã hội Trung Quốc đa số là gia đình lớn (đông người).

家 jiā nhà
我家在桃園。
wǒ jiā zài táoyuán
Nhà tôi ở Đào Viên.

寄宿家庭 jìsù jiātíng gia đình bản xứ, homestay
湯姆已經回到他的寄宿家庭去了。
tāngmǔ yǐjīng huí dào tā de jìsù jiātíng qù le
Tom đã trở về nhà ký túc của anh ấy rồi.

家人 jiārén thành viên trong gia đình, người nhà
我愛我的家人。
wǒ ài wǒ de jiārén
Tôi yêu gia đình tôi.

3. 要 yào muốn
我要去上洗手間。
wǒ yào qù shàng xǐshǒujiān
Tôi muốn đi vệ sinh.

4. 向 xiàng hướng về
向 + noun of object
向 +đối tượng
我向老師敬禮。
wǒ xiàng lǎoshī jìng lǐ
Tôi chào thầy giáo.

5. 介紹 jièshào giới thiệu
我要向大家介紹一位來自德國的朋友。
wǒ yào xiàng dàjiā jièshào yíwèi láizì déguó de péngyǒu
Tôi muốn giới thiệu với mọi người một người bạn đến từ Đức.

自我介紹 zìwǒ jièshào Tự giới thiệu
請阿龍先向大家自我介紹。
qǐng ālóng xiān xiàng dàjiā zìwǒ jièshào
Mời A Long tự giới thiệu.
阿龍的自我介紹很有趣。
ālóng de zìwǒ jièshào hěn yǒuqù
A Long tự giới thiệu rất thú vị.

6. 新 xīn mới
我今天認識了不少新同學。
wǒ jīntiān rènshì le bùshǎo xīn tóngxué
Hôm nay tôi đã quen nhiều bạn học mới.

7. 朋友 péngyǒu bạn, bạn bè
我最好的朋友是一個日本人。
wǒ zuìhǎo de péngyǒu shì yí ge rìběn rén
Bạn tốt nhất của tôi là một người Nhật.

8. 了 le rồi, diễn tả hành động hoàn thành
媽媽說了很多話。
māma shuō le hěn duō huà
Mẹ đã nói rất nhiều.

9. 一下 yíxià một chút
我們先休息一下，十分鐘後回來。
wǒmen xiān xiūxí yíxià, shí fēnzhōng hòu huílái
Chúng tôi nghỉ một chút, 10 phút sau sẽ trở lại.

10. 大家 dàjiā Mọi người
大家都還沒回來。
dàjiā dōu háiméi huílái
Mọi người vẫn chưa về.

大家好 dàjiāhǎo Chào mọi người!
大家好！我是你們的新老師。
dàjiāhǎo! wǒ shì nǐmen de xīn lǎoshī
Xin chào tất cả mọi người! Tôi là giáo viên mới của các bạn.

11. 叫（做）jiào(zuò)　gọi là
高雄以前叫做打狗。
gāoxióng yǐqián jiàozuò dǎgǒu
Cao Hùng trước đây gọi là Takau.

12. 來自 láizì　đến từ
我的葡萄牙語老師來自巴西。
wǒ de pútáoyá yǔ lǎoshī láizì bāxī
Giáo viên tiếng Bồ Đào Nha của tôi đến từ Brazil.

13. 法國 fàguó / fǎguó　Nước Pháp
法國位於歐洲西部。
fàguó wèiyú ōuzhōu xībù
Nước Pháp nằm ở tây Âu.

14. 請 qǐng　Mời
請上來寫這個字。
qǐng shànglái xiě zhège zì
Mời em lên viết chữ này.
不要客氣，請坐！
búyào kèqì qǐngzuò
Đừng khách sáo, mời ngồi!

15. 把 bǎ　đem; lấy. (Tân ngữ chịu tác động của động từ đi sau, cả kết cấu có nghĩa là "xử lý; cách làm".)
幫我把那包垃圾丟掉。
bāng wǒ bǎ nà bāo lèsè diū diào
Giúp tôi vứt bao rác kia.

16. 這裡 zhèlǐ　nơi này, nơi đây
這裡是臺北車站。
zhèlǐ shì táiběi chēzhàn
Đây là ga Đài Bắc.

17. 當成 dāngchéng　cho rằng; xem như; làm
小明把他當成妹妹一樣照顧。
xiǎomíng bǎ tā dāngchéng mèimei yíyàng zhàogù
Tiểu Minh chăm sóc cô ấy như một em gái.

18. 長得 zhǎngde　Vẻ ngoài có vẻ ...
阿龍長得很帥，在學校很受歡迎。
ālóng zhǎngde hěn shuài zài xuéxiào hěn shòu huānyíng
A Long rất đẹp trai, ở trường rất được hoan nghênh.

19. 好 hǎo　quá; thật (dùng trước tính từ, động từ, biểu thị mức độ sâu sắc và kèm theo ngữ khí cảm thán.)
你好聰明啊！
nǐ hǎo cōngmíng a
Bạn thông minh quá!

20. 漂亮 piàoliàng　đẹp
這朵玫瑰花好漂亮！
zhè duǒ méiguī huā hǎo piàoliàng
Đóa hoa hồng này rất đẹp!

21. 問 wèn　hỏi
有問題的話一定要問喔！
yǒu wèntí dehuà yídìng yào wèn o
Nếu bạn có thắc mắc nhất định phải hỏi nhé!

問題 wèntí　câu hỏi, vấn đề
請回答以下的問題。
qǐng huídá yǐxià de wèntí
Hãy trả lời những câu hỏi sau đây.
子維：艾婕，那就交給你了！艾婕：沒問題！
zǐwéi àijié nà jiù jiāo gěi nǐ le àijié méi wèntí
Tử Duy: Nghê Tiệp, vậy giao cho bạn nhé!
Nghê Tiệp: Không thành vấn đề!

22. 請問 qǐngwèn　xin hỏi, cho hỏi
請問兔子最愛吃的食物是什麼？
qǐngwèn tùzǐ zuìài chī de shíwù shì shéme
Xin hỏi thức ăn ưa thích của thỏ là gì?

這位 zhèwèi　vị này
我向您介紹一下，這位是楊老師。
wǒ xiàng nín jièshào yíxià zhèwèi shì

yáng lǎoshī
Để tôi giới thiệu một chút, vị này là cô Dương.

這 zhè đây; này
我很喜歡這家餐廳的菜。
wǒ hěn xǐhuān zhè jiā cāntīng de cài
Tôi thích thức ăn ở nhà hàng này.

位 wèi vị (lượng từ chỉ người, tỏ ý tôn kính)
對不起，請問您是哪位？
duìbùqǐ qǐngwèn nín shì nǎ wèi
Xin lỗi, xin hỏi ngài là ai?

23. 主婦 zhǔfù nội trợ
那位主婦到市場買東西。
nà wèi zhǔfù dào shìchǎng mǎi dōngxi
Bà nội trợ đó đi chợ mua đồ.

家庭主婦 jiātíng zhǔfù nội trợ
我的母親是位家庭主婦。
wǒ de mǔqīn shì wèi jiātíng zhǔfù
Mẹ tôi là một bà nội trợ.

24. 可以 kěyǐ có thể; có khả năng;
你可以喝酒嗎？
nǐ kěyǐ hē jiǔ ma
Bạn có thể uống được rượu không?

25. 歡迎 huānyíng Hoan nghênh
歡迎光臨！
huānyíng guānglín
Hoan nghênh! Chào mừng bạn!
讓我們熱烈歡迎我們的新朋友！
ràng wǒmen rèliè huānyíng wǒmen de xīn péngyǒu
Hãy chào đón người bạn mới của chúng ta nào!

26. 內科 nèikē nội khoa
每次看完內科，醫生都會開很多藥。
měicì kàn wán nèikē yīshēng dōu huì kāi hěn duō yào
Mỗi khi đến khám nội khoa, bác sĩ sẽ kê rất nhiều thuốc.

27. 醫生 yīshēng bác sĩ
生病的話，最好去看醫生。
shēngbìng dehuà zuìhǎo qù kàn yīshēng
Nếu bạn bị bệnh, cách tốt nhất là đi khám bác sĩ.

內科醫生 nèikē yīshēng bác sĩ nội khoa
內科醫生正在替病患看病。
nèikē yīshēng zhèngzài tì bìnghuàn kànbìng
Bác sĩ nội khoa đang khám cho bệnh nhân.

28. 不要客氣 búyào kèqì Đừng khách sáo
大家不要客氣，多吃一點！
dàjiā búyào kèqì duō chī yìdiǎn
Mọi người đừng khách sáo, hãy ăn nhiều một chút!

29. 在 zài ở (biểu thị người hoặc vị trí của sự vật)
晚上可以在天空中看見許多星星。
wǎnshàng kěyǐ zài tiānkōng zhōng kànjiàn xǔduō xīngxing
Buổi tối ở trên trời có thể nhìn thấy rất nhiều ngôi sao.

30. 外貿 wàimào Thương mại nước ngoài
臺北是一個外貿中心。
táiběi shì yí ge wàimào zhōngxīn
Đài Bắc là một trung tâm thương mại nước ngoài.

外國 wàiguó nước ngoài
學習外國語文，聽、說、讀、寫都非常重要。
xuéxí wàiguó yǔwén tīng shuō dú xiě dōu fēicháng zhòngyào
Học ngoại ngữ việc nghe, nói, đọc, viết đều rất quan trọng.

貿易 màoyì mậu dịch; buôn bán; thương mại; mua bán
美國與日本之間貿易頻繁。

měiguó yǔ rìběn zhījiān màoyì pínfán
Mỹ và Nhật Bản giao dịch thường xuyên.

31. 公司 gōngsī　công ty
麥當勞是一家大公司。
màidāngláo shì yì jiā dà gōngsī
McDonald's là một công ty lớn.

32. 上班 shàngbān　đi làm
星期天不用上班。
xīngqítiān búyòng shàngbān
Chủ nhật không phải đi làm.

33. 有 yǒu　có
我有兩個姊姊。
wǒ yǒu liǎng ge jiějie
Tôi có hai người chị.
板橋現在有捷運站了。
bǎnqiáo xiànzài yǒu jiéyùn zhàn le
Banqiao bây giờ có ga tàu điện ngầm rồi.

34. 什麼 shéme / shénme　Cái gì
這是做什麼的？
zhè shì zuò shéme de
Cái này để làm gì?
什麼是武俠小說？
shéme shì wǔxiá xiǎoshuō
Tiểu thuyết võ thuật là gì?

35. 都 dōu　đều
他們都喜歡楊老師的課。
tāmen dōu xǐhuān yáng lǎoshī de kè
Họ đều thích lớp của cô Yang.
整條街都是人。
zhěng tiáo jiē dōu shì rén
Cả con đường đều là người.

第二課

語氣助詞 (Trợ từ ngữ khí)

1. 喔 o　từ thán ô, ồ
這種花好香喔！
zhè zhǒng huā hǎo xiāng o
Loại hoa này thơm quá!
這裡有好喝的果汁，快來喝喔！
zhèlǐ yǒu hǎohē de guǒzhī kuài lái hē o
Ở đây có nước ép rất ngon, mau đến uống nhé!

2. 吧 ba　nào; nhé; chứ; thôi; đi (dùng ở cuối câu, biểu thị thương lượng, thỉnh cầu, nghi vấn, cảm thán, mệnh lệnh, thúc giục)
一起來打球吧！
yìqǐ lái dǎ qiú ba
Hãy cùng chơi bóng nhé!

3. 啦 la　đấy; nhé; nhá; à (trợ từ, hợp âm của "了", "啊")
我就是龍子維啦！
wǒ jiù shì lóng zǐwéi la
Tôi chính là Long Tử Duy đây!

副詞 (Phó từ)

1. 一起 yìqǐ　cùng, cùng nhau
要不要一起去吃早餐？
yào bú yào yìqǐ qù chī zǎocān
Bạn có muốn cùng nhau ăn sáng không?

2. 又……又…… yòu　Vừa ... vừa ...
又美麗又動人的情歌總是最吸引人的。
yòu měilì yòu dòngrén de qínggē zǒng shì zuì xīyǐn rén de
Bài hát tình yêu vừa đẹp vừa cảm động luôn thu hút nhất.
這首情歌又美麗又動人。
zhè shǒu qínggē yòu měilì yòu dòngrén
Bài hát tình yêu này vừa đẹp vừa cảm động.

3. 最 zuì　nhất

全世界面積最大的國家是俄羅斯。

quán shìjiè miànjī zuì dà de guójiā shì èluósī

Nước lớn nhất trên thế giới là Nga.

4. 只 zhǐ　chỉ

表弟只花了五分鐘就寫完全部功課了。

biǎodì zhǐ huā le wǔ fēnzhōng jiù xiě wán quánbù gōngkè le

Em họ chỉ mất năm phút để viết toàn bộ bài tập về nhà.

5. 太 tài　quá; lắm

你走得太快了，我跟不上。

nǐ zǒu de tài kuài le wǒ gēn bú shàng

Bạn đi nhanh quá, tôi theo không kịp.

6. 哪會 nǎhuì　Làm gì có...

子芸：你吃太多了！

zǐyún nǐ chī tài duō le

子維：哪會多？才兩碗飯而已！

zǐwéi nǎhuì duō cái liǎng wǎn fàn éryǐ

Tử Vân: Bạn ăn nhiều quá rồi!

Từ Duy: Làm gì nhiều? Mới hai chén cơm thôi!

7. 就 jiù　liền; ngay

室友的鬧鐘一響，我就醒了。

shìyǒu de nàozhōng yì xiǎng wǒ jiù xǐng le

Đồng hồ báo thức của bạn cùng phòng vừa vang lên là tôi tỉnh dậy ngay.

小英一年就去了十二個國家。

xiǎoyīng yìnián jiù qù le shíèr ge guójiā

Tiểu Anh một năm đã đi du lịch 12 nước.

8. 真的 zhēnde　Thật, thật sự

小川同學真的很聰明。

xiǎochuān tóngxué zhēnde hěn cōngmíng

Bạn Tiểu Xuyên thật sự rất thông minh.

名詞 (Danh từ)

1. 市場 shìchǎng　chợ

超級市場的東西往往比較貴一點。

chāojí shìchǎng de dōngxi wǎngwǎng bǐjiào guì yìdiǎn

Hàng trong siêu thị luôn mắc hơn một chút.

2. 菜 cài　rau cải; hoặc món ăn; thức ăn

出家人只吃菜不吃肉。

chūjiārén zhǐ chī cài bù chī ròu

Các nhà sư chỉ ăn rau mà không ăn thịt.

龍媽常常到市場買菜。

lóngmā chángcháng dào shìchǎng mǎi cài

Mẹ Long thường đi chợ để mua thức ăn.

做菜 zuòcài　nấu ăn, nấu nướng

喜歡做菜的男生不多了。

xǐhuān zuòcài de nánshēng bù duō le

Rất ít chàng trai thích nấu ăn.

3. 飾品 shìpǐn　đồ trang sức

這條街上有很多飾品店。

zhè tiáo jiē shàng yǒu hěn duō shìpǐn diàn

Có rất nhiều cửa hiệu đồ trang sức trên đường này.

4. 店 diàn　tiệm, cửa hàng

子芸在那家店打工。

zǐyún zài nà jiā diàn dǎgōng

Tử Vân làm việc trong cửa hàng đó.

5. 老板 lǎobǎn　ông chủ

魚店的老板為人親切、待人客氣。

yú diàn de lǎobǎn wéirén qīnqiè dàirén kèqì

Ông chủ cửa hàng cá rất thân thiện và lịch sự.

老板遲遲不肯替我加薪。

lǎobǎn chíchí bùkěn tì wǒ jiāxīn

Ông chủ cứ từ chối tăng lương cho tôi.

6. 項鍊 xiàngliàn　dây chuyền, vòng cổ

這條項鍊是純銀的。

zhè tiáo xiàngliàn shì chúnyín de

Chiếc vòng cổ này bằng bạc.

7. 戒指 jièzhǐ　nhẫn
老師的結婚戒指上有顆很漂亮的鑽石。
lǎoshī de jiéhūn jièzhǐ shàng yǒu kē hěn piàoliàng de zuànshí
Nhẫn cưới của cô giáo có một viên kim cương rất đẹp.

8. 邊 biān　cạnh
方形有四個邊。
fāngxíng yǒu sì ge biān
Hình vuông có bốn cạnh.

這邊 zhèbiān　bên này
這邊沒有空位了。
zhèbiān méiyǒu kòngwèi le
Bên này không còn chỗ trống.

那邊 nàbiān　bên kia

哪邊 nǎbiān　bên nào
請問你住哪邊？
qǐngwèn nǐ zhù nǎbiān
Xin hỏi bạn sống ở đâu?

9. 中國結 zhōngguó jié　Nút thắt Trung Quốc
中國結是一門特殊的藝術。
zhōngguó jié shì yì mén tèshū de yìshù
Nút thắt Trung Quốc là một môn nghệ thuật đặc biệt.

中國 zhōngguó　Trung Quốc
天一冷我就想吃中國菜了。
tiān yì lěng wǒ jiù xiǎng chī zhōngguó cài le
Khi trời lạnh, tôi thường muốn ăn đồ ăn Trung Quốc.

結 jié　cái nút, cái nơ
可不可以請你幫我打個蝴蝶結？
kě bù kěyǐ qǐng nǐ bāng wǒ dǎ ge húdié jié
Bạn có thể giúp tôi thắt một cái nơ không?

10. 太太 tàitai　bà (gọi người phụ nữ đã có chồng, thường kèm theo họ chồng)
太太，今天想吃點什麼？
tàitai jīntiān xiǎng chī diǎn shéme
Thưa bà, hôm nay bà muốn ăn gì?
去年的李小姐，今年已經是王太太了。
qùnián de lǐ xiǎojiě jīnnián yǐjīng shì wáng tàitai le
Năm ngoái là cô Lý, năm nay đã thành bà Vương rồi.

11. 小姐 xiǎojiě　cô, chị
楊小姐跟她的男朋友已經交往三年了。
yáng xiǎojiě gēn tā de nánpéngyǒu yǐjīng jiāowǎng sān nián le
Cô Dương và bạn trai đã quen nhau ba năm rồi.

12. 點 diǎn　ít; tí; chút; vặt; nhỏ (số lượng nhỏ)
沒關係，多吃點，我煮了很多！
méi guānxi duō chī diǎn wǒ zhǔ le hěn duō
Không sao, ăn nhiều chút đi, tôi nấu rất nhiều!

13. 東西 dōngxi　đồ vật
房間裡什麼東西也沒有。
fángjiān lǐ shéme dōngxi yě méiyǒu
Trong phòng không có đồ vật gì.

量詞 (Lượng từ)

1. 家 jiā　ngôi; hiệu; tiệm; quán; nhà (lượng từ, dùng chỉ nhà hoặc xí nghiệp)
那家餐廳的生意一向很好。
nà jiā cāntīng de shēngyì yíxiàng hěn hǎo
Nhà hàng đó kinh doanh rất tốt.
學校附近有幾家書店？
xuéxiào fùjìn yǒu jǐ jiā shūdiàn
Gần trường có mấy nhà sách?

2. 條 tiáo　sợi; cái; con (dùng cho đồ vật mảnh mà dài)
這條腰帶跟衣服不搭。

zhè tiáo yāodài gēn yīfú bù dā
Dây nịt này không hợp với bộ quần áo.
有一條繩子掛在牆上。
yǒu yì tiáo shéngzi guà zài qiáng shàng
Có một sợi dây treo trên tường.
我養的兩條狗正為了爭一條香腸吃而打架。
wǒ yǎng de liǎng tiáo gǒu zhèng wèile zhēng yì tiáo xiāngcháng chī ér dǎjià
Hai con chó tôi nuôi đang giành một cây lạp xưởng.
張太太一次就買了六條魚。
chāng tàitai yí cì jiù mǎi le liù tiáo yú
Bà Trương một lần mua 6 con cá.

3. 塊 kuài = 元 yuán　đơn vị tiền Đài tệ
一杯珍珠奶茶二十塊。
yì bēi zhēnzhū nǎichá èrshí kuài
Một ly trà sữa trân châu là 20 đồng.
一杯珍珠奶茶二十元，對嗎？
yì bēi zhēnzhū nǎichá èrshí yuán duì ma
Một ly trà sữa trân châu là 20 đồng, đúng không?

動詞與靜態動詞 (Động từ, và động từ tĩnh)

1. 陪 péi　cùng
留下來陪我好嗎？
liú xiàlái péi wǒ hǎo ma
Bạn có thể ở lại với tôi không?

2. 去 qù　đi
你要到哪裡去？我要到臺北。
nǐ yào dào nǎlǐ qù wǒ yào dào táiběi
Bạn muốn đi đâu? Tôi muốn đến Đài Bắc.

3. 買 mǎi　mua
子維買了一雙球鞋。
zǐwéi mǎi le yì shuāng qiúxié
Tử Duy đã mua một đôi giày.
媽媽買了兩條裙子給我。
māma mǎi le liǎng tiáo qúnzi gěi wǒ
Mẹ đã mua hai cái váy cho tôi.

4. 看 kàn　nhìn; xem; coi
我看到老師坐在休息室裡看報紙。
wǒ kàn dào lǎoshī zuò zài xiūxíshì lǐ kàn Bàozhǐ
Tôi thấy thầy giáo đang ngồi trong phòng khách đọc báo.
子芸看電視的時候，一直感覺有人在看他。
zǐyún kàn diànshì de shíhòu yìzhí gǎnjué yǒu rén zài kàn tā
Khi Tử Vân xem ti vi, cô luôn cảm thấy có người đang nhìn cô ấy.

5. 賣 mài　bán
這家店不賣香菸。
zhè jiā diàn bú mài xiāngyān
Cửa hàng này không bán thuốc lá.

6. 小 xiǎo　nhỏ
我小時候最喜歡玩小汽車了。
wǒ xiǎoshíhòu zuì xǐhuān wán xiǎo qìchē le
Khi còn nhỏ, tôi thích chơi xe hơi.

7. 便宜 piányí　rẻ
便宜一點好嗎？
piányí yìdiǎn hǎo ma
Rẻ một chút được không?

8. 不錯 búcuò　tốt; không tệ
你的作文寫得很不錯！
nǐ de zuòwén xiě de hěn búcuò
Bài văn của em viết rất tốt!

9. 貴 guì　mắc
住旅館太貴了。
zhù lǚguǎn tài guì le
Ở khách sạn mắc quá!

10. 打聽 dǎtīng　hỏi thăm; thăm dò; nghe ngóng; dò la
張三負責打聽李四的下落。
chāng sān fùzé dǎtīng lǐ sì de xiàluò
Trương Tam phụ trách dò la tung tích của Lý Tư.

11. 不行 bùxíng　không được; không thể; không được phép

你要在這裡吃飯，可以；想要吃飯不給錢，不行。
nǐ yào zài zhèlǐ chīfàn kěyǐ xiǎng yào chīfàn bù gěi qián bùxíng
Bạn muốn ăn ở đây, được, muốn ăn mà không trả tiền, không được.

12. 虧本 kuīběn lỗ vốn; mắc nợ; hụt tiền; thiếu hụt
花的錢比賺的還多就叫虧本。
huā de qián bǐ zhuàn de hái duō jiù jiàokuīběn
Chi tiêu nhiều hơn tiền kiếm được gọi là thiếu hụt.

13. 算 suàn tính toán
這碗麵老板算我二十塊錢。
zhè wǎn miàn lǎobǎn suàn wǒ èrshí kuàiqián
Tô mì này ông chủ tính tôi 20 đồng.

14. 殺價 shājià trả giá
姊姊每次到泰國購物，一定殺價。
jiějie meicì dào tàiguó gòuwù yídìng shājià
Chị gái mỗi lần đến mua sắm ở Thái Lan nhất định sẽ trả giá.

15. 懂 dǒng hiểu; biết; thạo; thông thạo; hiểu biết
麥克不懂這一句話的意思。
màikè bù dǒng zhè yí jù huà de yìsi
Mike không hiểu ý nghĩa của câu này.

16. 厲害 lìhài lợi hại
王聰明太厲害了，我完全贏不了他。
wáng cōngmíng tài lìhài le wǒ wánquán yíng bùliǎo tā
Vương Thông Minh quá lợi hại, tôi hoàn toàn không thể thắng anh ta.

17. 教 jiāo dạy
媽媽目前在國小教鋼琴演奏。
māma mùqián zài guóxiǎo jiāo gāngqín yǎnzòu
Mẹ tôi hiện đang dạy piano ở trường tiểu học.

動詞作補語用 (Động từ làm bổ ngữ)

1. 到 dào được (dùng làm bổ ngữ chỉ kết quả)
Cách dùng: Động từ + 到
你看到我了嗎？
nǐ kàn dào wǒ le ma
Anh thấy (được) tôi không?
小真在公車上聽到一首動人的歌。
xiǎozhēn zài gōngchē shàng tīng dào yì shǒu dòngrén de gē
Tiểu Chân trên xe buýt đã nghe thấy một bài hát rất cảm động.
我好像聞到一股怪味。
wǒ hǎoxiàng wén dào yì gǔ guàiwèi
Hình như tôi ngửi thấy một mùi lạ.
大兒子終於想到解決辦法了。
dà érzi zhōngyú xiǎng dào jiějué bànfǎ le
Con trai lớn cuối cùng đã nghĩ ra cách giải quyết.

2. 起來 qǐlái [compliment of movement]
the described thing + V. of sense + 起來 + description
Mô tả một điều gì đó đang diễn ra
這些歌聽起來都很吵。
zhè xiē gē tīng qǐlái dōu hěn chǎo
Bài hát này nghe rất ồn.
他做的蛋糕看起來不怎樣，吃起來卻非常可口。
tā zuò de dàngāo kàn qǐlái bùzěnyàng chīqǐlái què fēicháng kěkǒu
Bánh kem của anh ấy làm nhìn không đẹp gì, nhưng ăn vào rất ngon.

疑問代詞 (Đại từ nghi vấn)

1. 多少錢 duōshǎo qián bao nhiêu tiền
饅頭一個多少錢？
mántóu yí ge duōshǎo qián
Cái bánh bao này bao nhiêu tiền một cái?

多少 duōshǎo　bao nhiêu
你有多少兄弟姊妹？
nǐ yǒu duōshǎo xiōngdì jiěmèi
Bạn có bao nhiêu anh chị em?

錢 qián　tiền
最近我的錢常常不夠花。
zuìjìn wǒ de qián chángcháng bú gòu huā
Gần đây, tiền của tôi thường không đủ tiêu.

第三課

1. 後 hòu　sau; phía sau
   她死後留下許多傷心難過的影迷。
   tā sǐ hòu liú xià xǔduō shāngxīn nánguò de yǐngmí
   Sau khi cô qua đời, rất nhiều người hâm mộ thương tiếc.
   表哥要找的書在你身後的桌子上。
   biǎogē yào zhǎo de shū zài nǐ shēn hòude zhuōzi shàng
   Cuốn sách anh họ đang tìm nằm trên bàn phía sau bạn.

名詞 (Danh từ)

1. 路 lù　đường
   小朋友迷路了。
   xiǎopéngyǒu mí lù le
   Đứa trẻ lạc đường rồi.
   我住在中山路三段。
   wǒ zhù zài zhōngshān lù sān duàn
   Tôi ở trên đường Trung Sơn đoạn 3.
   叔叔沿著小路走了一個多小時，終於走到了目的地。
   shúshu yán zhe xiǎo lù zǒu le yí ge duō xiǎoshí zhōngyú zǒu dào le mùdì dì
   Chú men theo con đường nhỏ này đi khoảng một tiếng, cuối cùng cũng đến nơi.
2. 信 xìn　thư
   網路普及以後，人們就很少寫信了。
   wǎnglù pǔjí yǐhòu rénmen jiù hěn shǎo xiěxìn le
   Sau khi Internet phổ biến, mọi người ít khi viết thư.
3. 郵局 yóujú　bưu điện
   在臺灣，郵局的招牌是綠色的。
   zài táiwān yóujú de zhāopái shì lǜsè de
   Tại Đài Loan, logo bưu điện có màu xanh lá cây.
4. 地點 dìdiǎn　địa điểm
   那所大學的地點不好，太遠了。
   nà suǒ dàxué de dìdiǎn bù hǎo tài yuǎn le
   Vị trí của trường đại học đó không tốt, quá xa!
5. 先生 xiānshēng　ông
   不好意思，先生，你的筆掉了。
   bùhǎo yìsī xiānshēng nǐ de bǐ diào le
   Xin lỗi, thưa ông, bút của ông đã rơi rồi.
   林先生是在六年前的一場酒會上認識林太太的。
   lín xiānshēng shì zài liù nián qián de yì chǎng jiǔhuì shàng rènshì lín tàitai de
   Ông Lâm đã gặp bà Lâm tại buổi tiệc rượu vào sáu năm trước.
6. 路人 lùrén　người đi đường (người không liên quan gì đến mình)
   街頭表演吸引了許多路人圍觀。
   jiētou biǎoyǎn xīyǐn le xǔduō lùrén wéiguān
   Những người biểu diễn đường phố thu hút nhiều người qua lại để xem.
   他不過是個路人甲而已。
   tā búguò shì ge lùrén jiǎ éryǐ

Anh ấy chỉ là người qua đường.

7. 底 dǐ　cuối (con đường, sảnh,...); đáy (ly, tách,...)
走廊走到底你就會看到廁所了。
zǒuláng zǒu dào dǐ nǐ jiù huì kàn dào cèsuǒ le
Đi xuống cuối hành lang bạn sẽ thấy nhà vệ sinh.
咖啡杯的杯底沒有洗乾淨。
kāfēibēi de bēi dǐ méiyǒu xǐ gānjìng
Đáy ly cà phê chưa rửa sạch.

到底 dàodǐ　adv. / on earth
cuối cùng; rốt cuộc
你喜歡的到底是誰？
nǐ xǐhuān de dàodǐ shì shéi
Rốt cuộc em thích ai?

8. 第 dì　thứ, hạng
（第一 thứ/hạng nhất 第二 thứ/hạng nhì 第三 thứ/hạng ba…）
他夠用功，所以拿到了第一名。
tā gòu yònggōng suǒyǐ ná dào le dìyī míng
Anh ấy rất chăm chỉ, nên đã được hạng nhất.

9. 紅綠燈 hónglǜdēng　đèn xanh đèn đỏ; đèn giao thông
臺北街頭的行人紅綠燈很有意思。
táiběi jiētou de xíngrén hónglǜdēng hěn yǒu yìsi
Những tín hiệu đèn đường cho người đi bộ ở đường phố Đài Bắc rất thú vị.

紅 hóng　đỏ

綠 lǜ　xanh

燈 dēng　đèn
紅燈停，綠燈行。
hóng dēng tíng lǜ dēng xíng
Đèn đỏ dừng, đèn xanh chạy.

10. 捷運 jiéyùn　MRT, tàu điện ngầm
如果你要去碧潭的話，坐捷運最方便。
rúguǒ nǐ yào qù bìtán de huà zuò jiéyùn zuì fāngbiàn
Nếu bạn muốn đến Bitan, ngồi tàu điện ngầm là tiện nhất.

11. 動物園 dòngwùyuán　sở thú
在臺灣如果想看到熊貓，就一定要到動物園。
zài táiwān rúguǒ xiǎng kàn xióngmāo jiù yídìng yào dào dòngwùyuán
Ở Đài Loan nếu muốn xem gấu trúc nhất định phải đến sở thú.

動物 dòngwù　động vật
人也是動物的一種。
rén yě shì dòngwù de yì zhǒng
Con người cũng là một loại động vật.

12. 站 zhàn　trạm
臺北火車站一共有四個月臺。
táiběi huǒchē zhàn yígòng yǒu sì ge yuètái
Trạm ga Đài Bắc có tổng cộng 4 sân ga.

13. 車 chē　xe
姊姊的車壞了。
jiějie de chē huài le
Xe của chị tôi hư rồi.

搭車 dāchē　đón xe (xe buýt, xe lửa, MRT,...)
我要搭六點的車到臺北。
wǒ yào dā liù diǎn de chē dào táiběi
Tôi muốn đón xe lúc 6 giờ đi Đài Bắc

14. 終點 zhōngdiǎn　điểm cuối cùng, điểm kết thúc
有人認為死亡不是生命的終點。
yǒu rén rènwéi sǐwáng bú shì shēngmìng de zhōngdiǎn
Một số người nghĩ rằng cái chết không phải là điểm kết thúc của cuộc sống.

終（點）站 zhōng (diǎn) zhàn　trạm cuối
淡水線的終站就是淡水站。

dànshuǐ xiàn de zhōngzhàn jiù shì dànshuǐ zhàn
Trạm cuối của line Tamsui là ga Tamsui.

15. 出口 chūkǒu　lối ra
十五分鐘後，表妹依然找不到迷宮的出口。
shíwǔ fēnzhōng hòu biǎomèi yīrán zhǎo bú dào mígōng de chūkǒu
15 phút sau, em họ vẫn chưa tìm ra lối ra của mê cung.

出 chū　ra ngoài
小君一整天都沒出過房門。
xiǎojūn yìzhěngtiān dōu méi chū guò fángmén
Tiểu Quân cả ngày đều không ra khỏi cửa.
你給我出去！
nǐ gěiwǒ chū qù
Ra ngoài cho tôi!
爸爸打開箱子，拉出那件舊洋裝，又仔細地看了一遍。
bàba dǎ kāi xiāngzi lā chū nà jiàn jiùyángzhuāng yòu zǐxì de kàn le yí biàn
Bố mở rương, lấy ra một cái đầm cũ, rồi cẩn thận nhìn một lượt.

介詞 (Giới từ)

1. 往 wǎng　hướng về
那群燕子往北邊的山脈飛去。
nà qún yànzi wǎng běibiān de shānmài fēi qù
Đàn chim yến bay về những ngọn núi phía bắc.
我們應該不斷往前走。
wǒmen yīnggāi búduàn wǎng qián zǒu
Chúng ta nên tiếp tục tiến lên phía trước.

2. 從 cóng　từ
我朋友是從日本來的。
wǒ péngyǒu shì cóng rìběn lái de
Bạn tôi từ Nhật đến.
老鼠大概是從這個洞溜出去的。
lǎoshǔ dàgài shì cóng zhè ge dòng liūchū qù de
Con chuột này chắc từ cái lỗ kia chui ra.

動詞作趨向補語用 qūxiàng (Bổ ngữ cho động từ về xu hướng)

1. 回 huí　về, trở về
爸爸每天六點準時回家。
bàba měitiān liù diǎn zhǔnshí huí jiā
Mỗi ngày ba về nhà lúc 6 giờ.
(diễn tả hành động di chuyển) Động từ + 回 + nơi bắt đầu hoặc nhà
我們一邊聊天一邊走回宿舍。
wǒmen yìbiān liáotiān yìbiān zǒu huí sùshè
Chúng tôi vừa trò chuyện vừa đi về ký túc xá.
最後青蛙終於變回了王子。
zuìhòu qīngwā zhōngyú biàn huí le wángzǐ
Cuối cùng chú ếch cũng biến trở lại thành hoàng tử.

2. 到 dào　đến
你要到哪裡去？
nǐ yào dào nǎlǐ qù
Anh muốn đi đến nơi nào?
(diễn tả hành động di chuyển) Động từ + 到 + nơi đến
老板把車開到車庫裡了。
lǎobǎn bǎ chē kāi dào chēkù lǐ le
Ông chủ lái xe đến gara rồi.

動詞與靜態動詞 (Động từ và động từ tĩnh)

1. 寫 xiě　viết
這個字怎麼寫？
zhè ge zì zěnme xiě
Chữ này viết như thế nào?
這位作家已經寫了好幾本小說了。
zhèwèi zuòjiā yǐjīng xiě le hǎojǐ běnxiǎoshuō le
Tác giả này đã viết (sáng tác) rất nhiều tiểu thuyết rồi.

2. 想 xiǎng　nghĩ, suy nghĩ

最近一直很想到日本去玩。

zuìjìn yìzhí hěn xiǎng dào rìběn qù wán

Gần đây cứ nghĩ đến việc đi Nhật chơi.

你在想什麼？

nǐ zài xiǎng shéme

Anh đang nghĩ gì?

3. 寄 jì　gửi (thư, bưu phẩm, ...)

保羅打算把一部分的行李寄回巴西。

bǎoluó dǎsuàn bǎ yíbùfèn de xínglǐ jì huí bāxī

Paul dự định gửi một số hành lý của mình về Brazil.

4. 曉得 xiǎode　biết

沒有人曉得正確答案是哪一個。

méiyǒu rén xiǎode zhèngquè dáàn shìnǎ yí ge

Không ai biết đáp án chính xác là cái nào.

你曉得老師哪一天辦婚禮嗎？

nǐ xiǎode lǎoshī nǎ yì tiān bàn hūnlǐ ma

Anh biết cô giáo ngày nào đám cưới không?

5. 糟糕 zāogāo　tệ; hỏng; hỏng bét; gay go

我連這麼簡單的字都不會拼，真糟糕。

wǒ lián zhème jiǎndān de zì dōu bú huìpīn zhēn zāogāo

Ngay cả từ đơn giản thế này tôi cũng không biết phiên âm, thật tệ quá!

6. 忘 wàng　quên (thường đi kèm 了 hoặc 掉)

老師突然忘了他的名字。

lǎoshī túrán wàng le tā de míngzi

Thầy giáo đột nhiên quên tên mình.

小玲又把雨傘忘在公車上了。

xiǎolíng yòu bǎ yǔsǎn wàng zài gōngchēshàng le

Tiểu Linh lại để quên cây dù trên xe buýt.

忘記 wàngjì　quên

我永遠不會忘記她天使般的笑容。

wǒ yǒngyuǎn bú huì wàngjì tā tiānshǐ bānde xiàoróng

Tôi sẽ không bao giờ quên nụ cười thiên thần của cô.

7. 直走 zhízǒu　đi thẳng

司機先生，遇到下個十字路口就直走。

sījī xiānshēng yù dào xià ge shízìlùkǒu jiùZhízǒu

Tài xế, ông hãy đi thẳng vào ngã tư tiếp theo.

8. 轉 (1) zhuǎn　quẹo, rẽ

舞者優雅地轉了一圈。

wǔzhě yōuyǎ de zhuǎn le yì quān

Các vũ công duyên dáng xoay một vòng.

左轉 / 右轉 zuǒzhuǎn/yòuzhuǎn　quẹo trái/ quẹo phải

等一下先左轉，再右轉，就到我家了。

děng yíxià xiān zuǒzhuǎn zài yòuzhuǎn jiù dào wǒ jiā le

Một chút nữa hãy quẹo trái trước rồi quẹo phải, là đến nhà tôi.

9. 走 zǒu　đi bộ

我快要走不動了。

wǒ kuàiyào zǒu bú dòng le

Tôi sắp đi hết nổi rồi.

10. 完 wán　hết, kết thúc; xong

上完課就打電話給我。

shàng wán kè jiù dǎ diànhuà gěi wǒ

Học xong thì gọi điện thoại cho em.

11. 打算 dǎsuàn　dự định

室友打算明年報考國外的研究所。

shìyǒu dǎsuàn míngnián bàokǎo guówàide yánjiùsuǒ

Bạn cùng phòng dự định năm sau sẽ du học thạc sĩ.

12. 坐 zuò　ngồi

師丈看到老師坐在沙發上，就在她身邊坐了下來。

shīzhàng kàn dào lǎoshī zuò zài shāfā shàng jiù zài tā shēnbiān zuò le xià lái
Thầy (chồng cô giáo) nhìn thấy cô giáo đang ngồi trên ghế sofa liền ngồi xuống cạnh cô ấy.
媽媽今天早上坐火車到花蓮去了。
māma jīntiān zǎoshàng zuò huǒchē dào huālián qù le
Sáng hôm nay mẹ ngồi xe lửa đi Hoa Liên rồi.

13. 知道 zhīdào biết
我不知道問題的答案。
wǒ bù zhīdào wèntí de dáàn
Tôi không biết đáp án của câu hỏi.

14. 搭 dā ngồi (phương tiện giao thông)= 坐
日本朋友明天會搭五點半的班機到臺灣來。
rìběn péngyǒu míngtiān huì dā wǔ diǎn bàn de bānjī dào táiwān lái
Bạn người Nhật ngày mai sẽ ngồi chuyến bay lúc 5 giờ rưỡi đến Đài Loan.

15. 轉 (2) zhuǎn chuyển (trạm xe lửa hoặc MRT)
要從一 O 一大樓坐捷運到新店的話，必須在臺北站轉車。
yào cóng yīlíngyī dàlóu zuò jiéyùn dàoXīndiàn dehuà bìxū zài táiběi zhànzhuǎn chē
Muốn từ Tòa nhà 101 đến ga Xindian, bạn phải chuyển trạm ở ga Đài Bắc.

16. 下 (車) xià(chē) xuống (xe)
列車快要開了，請還沒下車的旅客趕快下車。
lièchē kuàiyào kāi le qǐng háiméi xiàchēde lǚkè gǎnkuài xiàchē
Xe lửa sắp chạy rồi, hành khách nào chưa xuống xe hãy mau xuống xe.

量詞 (lượng từ)

1. 封 fēng bức; lá; phong
今天早上老師寄了兩封信過來。
jīntiān zǎoshàng lǎoshī jì le liǎng fēngxìn guòlái
Sáng hôm nay thầy giáo gửi hai bức thư đến.

2. 個 ge cái; con; quả; trái (lượng từ, dùng trước danh từ)
那個人買了兩個燈泡。
nà ge rén mǎi le liǎng ge dēngpào
Người đó mua hai cái bóng đèn.
你這個想法不錯。
nǐ zhè ge xiǎngfǎ búcuò
Ý tưởng của bạn không tệ.

副詞 (Phó từ)

1. 先 xiān trước
子維決定先讀書再出去逛街。
zǐwéi juédìng xiān dúshū zài chūqù guàngjiē
Tử Duy quyết định đọc sách trước rồi mới đi dạo phố.

2. 再 zài rồi, sau đó
先吃完早餐再出門！
xiān chī wán zǎocān zài chūmén
Ăn sáng trước rồi đi ra ngoài!

3. 大約 dàyuē khoảng chừng; khoảng; ước chừng; ước độ
晚會來了大約五十個人。
wǎnhuì lái le dàyuē wǔshí ge rén
Khoảng 50 người đến dự buổi tiệc.

4. 一直 yìzhí luôn luôn; suốt; liên tục
路上他一直不說話，只是看著窗外的風景。
lùshàng tā yìzhí bù shuōhuà zhǐshì kàn zhe chuāng wài de fēngjǐng
Trên đường anh ấy mãi không nói chuyện gì, chỉ nhìn ra ngắm phong cảnh ngoài cửa sổ.

疑問代詞 (Đại từ nghi vấn)

1. 哪裡 nǎlǐ Ở đâu

完蛋了，我把護照放到哪裡去了？
wándàn le wǒ bǎ hùzhào fàng dào nǎlǐ qù le
Hỏng rồi, tôi đã để hộ chiếu ở đâu rồi nhỉ?

這裡 zhèlǐ 這裡有兩張椅子，那裡有一張桌子。
zhèlǐ yǒu liǎng zhāng yǐzi nàlǐ yǒu yì zhāng zhuōzi
Ở đây có hai cái ghế, ở kia có một cái bàn.

那裡 nàlǐ demonstrative proN. / there
ở kia
從你那裡開車到我這裡要花多少時間？
cóng nǐ nàlǐ kāi chē dào wǒ zhèlǐ yào huāduōshǎo shíjiān
Từ chỗ bạn đến chỗ tôi lái xe phải mất bao lâu?

2. 怎麼 zěnme thế nào; sao; làm sao
你怎麼知道我的名字？
nǐ zěnme zhīdào wǒ de míngzi
Làm sao anh biết tên của tôi?

怎麼了？ zěnmele Làm sao thế?
艾婕：先生，你怎麼了？路人：沒事的，頭有點暈而已。
àijié xiānshēng nǐ zěnmele lùrén méishìde tóu yǒu diǎn yūn éryǐ
Nghê Tiệp: Thưa ông, ông làm sao thế?
Người qua đường: Không sao cả, chỉ hơi nhức đầu thôi.

連詞 (liên từ; từ nối)

1. 但是 dànshì nhưng
這個故事雖然很短，但是十分精彩。
zhè ge gùshì suīrán hěn duǎn dànshì shífēn jīngcǎi
Câu chuyện này tuy rất ngắn, nhưng rất thú vị.
我很想買這個皮包，但是我的錢不夠。
wǒ hěn xiǎng mǎi zhè ge píbāo dànshì wǒde qián búgòu
Tôi thực sự muốn mua chiếc túi này, nhưng tôi không đủ tiền.

嘆詞 (Từ cảm thán)

1. 喔 o từ thán ô, ồ
喔，我懂了。
o wǒ dǒng le
Ô, tôi hiểu rồi.

語氣助詞 (Trợ từ ngữ khí)

1. 啊 a a; chà; à
李老師啊，已經到夏威夷去玩囉！
lǐ lǎoshī a yǐjīng dào xiàwēiyí qù wán luo
Thầy Lý à, thầy đã đến Hawaii chơi rồi!
我啊，從來不作弊。
wǒ a cónglái bú zuòbì
Tôi à, không bao giờ lừa dối.

套語 (Cụm từ thường dùng)

1. 不客氣 búkèqì đừng khách sáo
艾婕：謝謝你的招待！
龍媽：不客氣！
àijié xièxie nǐ de zhāodài lóngmā búkèqì
Nghê Tiệp: Cảm ơn sự tiếp đón của bạn!
Mẹ Long: Đừng khách sáo!

第四課

1. 不愧是～ búkuìshì không hổ là ~~
真不愧是老師，什麼字都難不倒他。
zhēn búkuìshì lǎoshī shéme zì dōu nánbu dǎo tā
Không hổ là thầy giáo, chữ nào cũng không thể làm khó được thầy.

2. 乾脆 gāncuì dứt khoát; cứ
你這麼想要的話，乾脆買下來好了。
nǐ zhème xiǎngyào dehuà gāncuì mǎixiàlái hǎo le
Nếu bạn muốn như thế thì cứ mua nó đi.

3. 聽說～ tīngshuō nghe nói
聽說花貓一定是母的，真的嗎？
tīngshuō huāmāo yídìng shì mǔ de zhēndema
Nghe nói mèo vằn nhất định là mèo cái, có thật không?

4. 還不是～ háibúshì còn không phải ~
子芸會受這個傷，還不是森川害的。
zǐyún huì shòu zhège shāng háibúshìsēnchuān hài de
Tử Vân bị thương thế này, còn không phải do Morikawa hại sao.

5. 難怪 nánguài thảo nào; hèn chi
晚餐吃得這麼油膩，難怪會肚子痛。
wǎncān chīde zhème yóunì nánguài huì dùzi tòng
Bữa tối ăn dầu mỡ thế này, thảo nào bị đau bụng.

名詞 (Danh từ)

1. 下午 xiàwǔ buổi chiều
下午三點到三點半是點心時間。
xiàwǔ sāndiǎn dào sāndiǎnbàn shì diǎnxīnshíjiān
Buổi chiều từ 3 đến 3:30 là thời gian ăn vặt.

2. 男子 nánzǐ đàn ông, nam giới
突然有一名陌生男子出現在我家門口。
túrán yǒu yì míng mòshēng nánzǐ chūxiàn zài wǒ jiā ménkǒu
Đột nhiên có một người đàn ông lạ xuất hiện trước nhà tôi.

3. 兒子 érzi con trai
陳先生的兒子在臺大醫院當醫生。
chén xiānshēng de érzi zài táidà yīyuàndāng yīshēng
Con trai của ông Trần là một bác sĩ tại Bệnh viện Đại học Quốc gia Đài Loan.

4. 號碼 hàomǎ số
請問您方不方便給我您的電話號碼？
qǐngwèn nín fāng bù fāngbiàn gěi wǒ nín de diànhuà hàomǎ
Xin hỏi ngài có tiện cho tôi số điện thoại không?

5. 消息 xiāoxí tin tức
有一個壞消息跟一個好消息，你要先聽哪一個？
yǒu yí ge huài xiāoxí gēn yí ge hǎo xiāoxí nǐ yào xiān tīng nǎ yí ge
Có một tin xấu và một tin tốt, bạn muốn nghe tin nào trước?

6. 手機 shǒujī điện thoại di động
現在的手機功能越來越多變了。
xiànzài de shǒujī gōngnéng yuè lái yuèduōbiàn le
Các tính năng điện thoại di động đang thay đổi ngày càng nhiều.

7. 平均 píngjūn trung bình
每天平均有三十個人坐這班車上學。
měitiān píngjūn yǒu sānshí ge rén zuò zhèbān chē shàngxué
Mỗi ngày, trung bình 30 người ngồi xe buýt này đến trường.

8. 每 měi mỗi
子芸每天都準時上班，從不遲到。
zǐyún měitiān dōu zhǔnshí shàngbān cóngbù chídào
Tử Vân mỗi ngày đều đi làm đúng giờ, chưa từng đến muộn.
每個孩子都很用功。
měi ge háizi dōu hěn yònggōng
Mỗi đứa trẻ đều rất chăm chỉ.

9. 洛杉磯 luòshānjī Los Angeles
洛杉磯位於美國西部的加州，是一座大城

市。
luòshānjī wèi yú měiguó xībù de jiāzhōu shìyí zuò dà chéngshì
Los Angeles là một thành phố lớn thuộc California ở phía Tây Hoa Kỳ.

10. 客廳 kètīng　phòng khách
家裡一共有兩臺電視機，一臺在客廳，一臺在主臥室。
jiālǐ yígòng yǒu liǎng tái diànshìjī yì tái zài kètīng yì tái zài zhǔwòshì
Có hai tivi trong nhà, một trong phòng khách và một trong phòng ngủ.

11. 八卦 bāguà　chuyện phiếm, tán dóc
其實大部分的人，不分性別年齡，都喜歡聊八卦。
qíshí dàbùfèn de rén bùfēn xìngbié niánlíng dōu xǐhuān liáo bāguà
Trên thực tế, hầu hết mọi người, bất kể giới tính và tuổi tác, đều thích tán dóc.

動詞與靜態動詞 (Động từ, và động từ và tĩnh)

1. 閒著沒事 xiánzhe méishì　rảnh rỗi không có việc gì
你閒著沒事就來幫我整理房間吧！
nǐ xiánzhe méishì jiù lái bāng wǒ zhěnglǐ fángjiān ba
Em rảnh rỗi không có việc gì thì giúp anh dọn dẹp phòng đi!

2. 打電話 dǎ diànhuà　gọi điện thoại
有問題就打電話給我。
yǒu wèntí jiù dǎ diànhuà gěi wǒ
Nếu có vấn đề gì hãy gọi điện thoại cho tôi.

3. 找 zhǎo　tìm
張太太上個月飛到舊金山去找朋友。
zhāng tàitai shàng ge yuè fēi dào jiùjīnshān qù zhǎo péngyǒu
Bà Trương bay đến San Francisco để tìm bạn bè vào tháng trước.

4. 聊天 liáotiān　trò chuyện
我們一起用中文聊天吧！
wǒmen yìqǐ yòng zhōngwén liáotiān ba
Chúng ta hãy dùng tiếng Trung để trò chuyện đi!

5. 打發時間 dǎfā shíjiān　cho qua thời gian, giết thời gian
慧琪和她妹妹玩撲克牌打發時間。
huì qí hàn tā mèi mei wán pūkèpái dǎfā shíjiān
Huệ Kỳ và em gái chơi đánh bài để giết thời gian.

6. 打錯 dǎcuò　gọi sai, gọi nhầm số
打錯電話是件很尷尬的事。
dǎcuò diànhuà shì jiàn hěn gāngà de shì
Gọi nhầm số là việc rất lúng túng khó xử.

錯 cuò　sai
老師又唸錯我的名字了。
lǎoshī yòu niàn cuò wǒ de míngzi le
Giáo viên lại đọc sai tên của tôi rồi.

7. 掛 guà　treo; móc; khoác / bỏ máy; đặt máy điện thoại xuống
隨便掛人電話是很不禮貌的。
suíbiàn guà rén diànhuà shì hěn bù lǐmào de
Tùy tiện ngắt máy điện thoại là rất mất lịch sự.

8. 撥 bō　quay số
報警請撥一一O。
bàojǐng qǐng bō yīyīlíng
Gọi cho cảnh sát hãy quay số 110.

9. 應該 yīnggāi　nên; cần phải; phải
艾婕中文那麼好，考試應該沒問題吧！
àijié zhōngwén nàme hǎo kǎoshì yīnggāi méi wèntí ba
Nghê Tiệp tiếng Trung tốt như vậy, thi kiểm tra chắc sẽ không thành vấn đề!

10. 聽 tīng　nghe
子維每次聽這首歌都會流下眼淚。
zǐwéi měicì tīng zhè shǒu gē dōu huì

liúxià yǎnlèi
Tử Duy mỗi lần nghe bài nhạc này đều khóc.

11. 認 rèn nhận thức; phân biệt
老師認得每一位同學的臉。
lǎoshī rèn de měi yí wèi tóngxué de liǎn
Giáo viên nhận ra (nhớ) khuôn mặt của mỗi bạn học sinh.

12. 通 tōng thông; thông suốt; thông qua; xuyên qua
火車通過了山洞。
huǒchē tōngguò le shāndòng
Xe lửa xuyên qua qua sơn động.
女兒的手機一直打不通。
nǚér de shǒujī yìzhí dǎ bù tōng
Điện thoại của con gái mãi không gọi được.

13. 重要 zhòngyào quan trọng
這篇文章非常重要，是認識中國文化的一把鑰匙。
zhèpiān wénzhāng fēicháng zhòngyào shì rènshì zhōngguó wénhuà de yì bǎ yàoshi
Bài văn này rất quan trọng, là chìa khóa để hiểu rõ văn hóa Trung hoa.

14. 告訴 gàosù nói, cho biết
如果我們的服務讓您滿意，請告訴您的親朋好友。
rúguǒ wǒmen de fúwù ràng nín mǎnyì qǐng gàosù nín de qīnpénghǎoyǒu
Nếu phục vụ của chúng tôi khiến bạn hài lòng, xin hãy giới thiệu đến bạn bè người thân của bạn.

15. 辦 bàn xử lý; lo liệu; làm
要先辦借書證才能在圖書館借書。
yào xiān bàn jièshūzhèng cái néng zài túshūguǎn jièshū
Phải làm thẻ mượn sách trước mới có thể mượn sách ở thư viện.

16. 麻煩死了 máfán sǐle phiền phức lắm, phiền chết đi được, phiền quá đi
開個會就要我從臺北開車到高雄去，真是麻煩死了。
kāi ge huì jiù yào wǒ cóng táiběi kāichēdào gāoxióng qù zhēnshì máfán sǐle
Họp thôi mà phải lái xe từ Đài Bắc xuống Cao Hùng, thật là phiền chết đi được!

17. 中樂透頭獎 zhòng lètòu tóujiǎng trúng thưởng xổ số giải độc đắc
我中樂透頭獎的話，一定馬上辭職！
wǒ zhòng lètòu tóujiǎng dehuà yídìng mǎshàng cízhí
Nếu tôi trúng giải độc đắc, tôi sẽ từ chức ngay lập tức!

18. 有錢 yǒuqián có tiền, giàu có
誰都想嫁個有錢的丈夫。
shéi dōu xiǎng jià ge yǒuqián de zhàngfū
Ai cũng muốn lấy được chồng giàu.

19. 不一樣 bùyíyàng khác nhau
「牛」跟「午」兩個字很像，但仍然是不一樣的字。
niú gēn wǔ liǎng ge zì hěn xiàng dànréngrán shì bùyíyàng de zì
「牛」và 「午」hai chữ này rất giống nhau, nhưng vẫn là hai chữ khác nhau.

20. 羨慕 xiànmù ngưỡng mộ; yêu thích; hâm mộ
妹妹很羨慕姊姊事業上的成就。
mèimei hěn xiànmù jiějie shìyè shàng dechéngjiù
Em gái rất ngưỡng mộ thành tích sự nghiệp của chị gái.

21. 講 jiǎng nói; kể; giảng giải
楊老師會講中文、英文跟西班牙文。
yáng lǎoshī huì jiǎng zhōngwén yīngwén gēn xībānyáwén
Cô Dương biết nói tiếng Trung, tiếng Anh và tiếng Tây Ban Nha.

22. 開心 kāixīn　vui vẻ
一想到夢想要實現了，女孩就開心不已。
yì xiǎng dào mèngxiǎng yào shíxiàn le nǚhái jiù kāixīn bùyǐ
Khi nghĩ đến ước mơ sắp thành hiện thực, cô gái cảm thấy vui vẻ vô cùng.

副詞 (Phó từ)

1. 隨時 suíshí　bất cứ lúc nào
我家隨時歡迎你們再來玩！
wǒ jiā suíshí huānyíng nǐmen zàilái wán
Nhà tôi lúc nào cũng hoan nghênh các bạn đến chơi!

2. 最近 zuìjìn　gần đây
最近最熱門的話題是什麼？
zuìjìn zuì rèmén de huàtí shì shéme
Chủ đề hot nhất gần đây là gì?

3. 此時 cǐshí　lúc này
此時，父親正走進客廳，打算倒一杯茶來喝。
cǐshí fùqīn zhèng zǒu jìn kètīng dǎsuàn dào yì bēi chá lái hē
Lúc này, ba đang bước vào phòng khách, dự định rót một ly trà để uống.

4. 這麼 zhème　như thế; như vậy; thế này
幾年沒見，你已經長這麼大了！
jǐnián méi jiàn nǐ yǐjīng zhǎng zhème dà le
Mấy năm không gặp, em đã lớn thế này rồi!

嘆詞 (Từ cảm thán)

1. 喂？wéi　A lô
喂？請問你找誰？
wéi qǐngwèn nǐ zhǎo shéi
A lô? Xin hỏi anh tìm ai?

2. 唉呀 āiya　Ây da
唉呀！我寫錯字了。
āiya wǒ xiě cuò zì le
Ây da! Tôi viết sai rồi.

3. 唉喲 āiyō　Ôi, wow
唉喲，你很聰明嘛！
āiyō nǐ hěn cōngmíng ma
Ôi, bạn thật thông minh!

套語 (Cụm từ thường dùng)

1. 沒關係 méiguānxi　không sao đâu
艾婕：真對不起！我真的不是故意的！
龍媽：沒關係！
àijié zhēn duìbùqǐ wǒ zhēnde bú shì gùyì de lóngmā méiguānxi
Nghê Tiệp: Thật xin lỗi! Tôi thật không phải cố ý đâu!
Mẹ Long: Không sao đâu!

2. 不講這個 bù jiǎng zhège　Đừng nói chuyện này
你妹妹這樣也太胡塗了。不講這個，你覺得我新買的指甲油怎麼樣？
nǐ mèimei zhèyàng yě tài hútú le bù jiǎng zhège nǐ juéde wǒ xīn mǎi de zhǐjiǎyóu zěnmeyàng
Em gái của bạn cũng thật hồ đồ. Đừng nói chuyện này nữa, bạn cảm thấy sơn móng mới mua của tôi thế nào?

3. 別賣關子了 bié mài guānzi le　Đừng úp mở, lấp lửng nữa
你別賣關子了，快告訴我好不好？
nǐ bié mài guānzi le kuài gàosù wǒ hǎo bù hǎo
Anh đừng úp mở nữa, mau nói cho em biết được không?

4. 真的假的 zhēnde jiǎde　Thật không đó, thật vậy à?
那個女明星要嫁到非洲去了？真的假的？
nàge nǚmíngxīng yào jià dào fēizhōu qù le zhēnde jiǎde
Cô minh tinh đó muốn gả đến châu Phi sao? Thật không đó?

第五課

1. 連同……在內 liántóng zàinèi　cùng với..., bao gồm... trong đó, ...
連同我們在內，總共有二十五個人要參加這 次的旅行。
liántóng wǒmen zàinèi zǒnggòng yǒu èrshíwǔ ge rén yào cānjiā zhècì de lǚxíng
Bao gồm cả chúng tôi, tổng cộng có 25 người sẽ tham gia chuyến du lịch này.

名詞 (Danh từ)

1. 經理 jīnglǐ　giám đốc
課長被經理狠狠地罵了一頓。
kèzhǎng bèi jīnglǐ hěnhěnde mà le yí dùn
Trưởng phòng bị giám đốc mắng một trận.

2. 客戶 kèhù　khách hàng
無論如何都要以客戶的需求為第一優先。
wúlùn rúhé dōu yào yǐ kèhù de xūqiú wéi dìyī yōuxiān
Bất luận thế nào cũng phải ưu tiên yêu cầu của khách hàng.

3. 一點 yìdiǎn　một chút
我沒什麼才藝，只會彈一點鋼琴而已。
wǒ méishéme cáiyì zhǐ huì tán yìdiǎn gāngqín éryǐ
Tôi không có tài nghệ gì, chỉ biết một chút về đàn piano mà thôi.

4. 午餐 wǔcān　bữa trưa
在美國有許多人是不吃午餐的。
zài měiguó yǒu xǔduō rén shì bù chī wǔcān de
Ở Mỹ có rất nhiều người không ăn trưa.

5. 名片 míngpiàn　danh thiếp
老板跟客戶交換名片後，就開始閒聊了起來。
lǎobǎn gēn kèhù jiāohuàn míngpiàn hòu jiù kāishǐ xiánliáo le qǐlái
Sau khi ông chủ trao đổi danh thiếp với khách hàng, liền bắt đầu trò chuyện với nhau.

6. 肚子 dùzi　bụng, bao tử, dạ dày
容易緊張的人也容易肚子痛。
róngyì jǐnzhāng de rén yě róngyì dùzi tòng
Những người dễ bị căng thẳng cũng dễ bị đau dạ dày.

7. 餃子 jiǎozi　sủi cảo
日本的餃子不合大多數臺灣人的口味。
rìběn de jiǎozi bù hé dàduōshù táiwān rénde kǒuwèi
Sủi cảo của Nhật không hợp khẩu vị đa số người Đài Loan.

8. 豆腐 dòufǔ　đậu phụ
豆腐是很健康的食品。
dòufǔ shì hěn jiànkāng de shípǐn
Đậu phụ là một thực phẩm rất lành mạnh.

9. 盤 pán　đĩa
我要一盤燙青菜。
wǒ yào yì pán tàng qīngcài
Tôi muốn một đĩa rau luộc.
粗心的服務生又打破了一個盤子。
cūxīn de fúwùshēng yòu dǎpò le yí gepánzi
Người phục vụ bất cẩn lại làm vỡ một cái đĩa.

10. 螞蟻 mǎyǐ　kiến
螞蟻是一種很團結的動物。
mǎyǐ shì yì zhǒng hěn tuánjié de dòngwù
Kiến là động vật rất đoàn kết.

11. 樹 shù　cây
公園裡有許多不同種類的樹。
gōngyuán lǐ yǒu xǔduō bùtóng zhǒnglèi de shù
Có nhiều loại cây khác nhau trong công viên.
櫻花是開在樹上的。
yīnghuā shì kāi zài shù shàng de

Hoa anh đào nở trên cây.

12. 紅燒 hóngshāo　món kho tàu

我最喜歡吃媽媽做的紅燒蹄膀。

wǒ zuì xǐhuān chī māma zuò de hóngshāotípáng

Tôi thích ăn món thịt kho của mẹ làm nhất.

13. 獅子 shīzi　sư tử

獅子是百獸之王。

shīzi shì bǎishòu zhī wáng.

Sư tử là vua của muôn thú.

14. 頭 tóu　đầu

冷氣吹太久的話，很容易頭痛。

lěngqì chuī tài jiǔ dehuà hěn róngyì tóu tòng

Nếu ngồi máy lạnh quá lâu, rất dễ bị đau đầu.

15. 絞肉 jiǎoròu　thịt xay, thịt bằm

水餃裡面包著絞肉跟高麗菜。

shuǐjiǎo lǐmiàn bāo zhe jiǎoròu gēn gāolìcài

Trong sủi cảo gồm có thịt xay và bắp cải.

16. 冬粉 dōngfěn　miến

冬粉又叫粉絲，是一種用綠豆做的麵條狀食品。

dōngfěn yòu jiào fěnsī shì yì zhǒng yònglǜdòu zuò de miàntiáo zhuàng shípǐn

Miến, còn được gọi là fěnsī, là một món giống như mì nhưng làm từ đậu xanh.

17. 豬肉 zhūròu　thịt lợn

信仰伊斯蘭教的穆斯林是不吃豬肉的。

xìnyǎng yīsīlánjiào de mùsīlín shì bù chī zhūròu de

Người Hồi giáo tin vào đạo Hồi không ăn thịt lợn.

18. 丸子 wánzi　thịt viên

用豬肉做的丸子叫貢丸，用魚肉做的丸子叫魚丸。

yòng zhūròu zuò de wánzi jiào gòngwán yòng yúròu zuò de wánzi jiào yúwán

Thịt viên được làm từ thịt lợn được gọi là lợn viên, thịt viên được làm bằng cá được gọi là cá viên.

19. 鳳梨 fènglí　trái dứa, trái thơm

日本沖繩縣盛產鳳梨。

rìběn chōngshéng xiàn shèngchǎn fènglí

Tỉnh Okinawa ở Nhật chuyên trồng dứa.

20. 蝦 xiā　con tôm

蝦往往是泰國菜的主角。

xiā wǎngwǎng shì tàiguó cài de zhǔjiǎo

Tôm luôn là nhân vật chính trong các món ăn Thái.

21. 宮保 gōngbǎo　Cung Bảo, tên một món ăn Trung Hoa

宮保雞丁是著名的中國佳餚。

gōngbǎo jīdīng shì zhùmíng de zhōngguójiāyáo

Gà sốt Cung Bảo là món ăn nổi tiếng của ẩm thực Trung Hoa.

22. 高麗菜 gāolìcài　bắp cải

學妹除了高麗菜以外，其他青菜都不吃。

xuémèi chú le gāolìcài yǐwài qítā qīngcài dōu bù chī

Em gái khóa dưới ngoài bắp cải ra thì không ăn rau nào khác.

23. 酸菜 suāncài　bắp cải muối, cải chua

劉阿姨做的酸菜特別下飯。

liú āyí zuò de suāncài tèbié xiàfàn

Món cải chua dì Lưu làm ăn rất ngon với cơm.

24. 白肉 báiròu　thịt trắng

姊姊做的蒜泥白肉非常美味可口。

jiějie zuò de suànní báiròu fēicháng měiwèi kěkǒu

Chị gái làm món tỏi và thịt trắng rất ngon.

25. 鍋 guō　nồi; lẩu

冬天吃麻辣鍋真的很過癮！

dōngtiān chī málà guō zhēnde hěn guòyǐn
Mùa đông ăn lẩu cay thật là đã ghiền!

26. 碗 wǎn chén, bát
東方多用碗裝湯，西方多用盤子裝湯。
dōngfāng duō yòng wǎn zhuāng tāng xīfāng duō yòng pánzi zhuāng tāng
Người phương Đông thường dùng chén để đựng canh, còn phương Tây dùng đĩa để đựng canh.

27. 白飯 báifàn cơm trắng
白飯不如糙米飯健康。
báifàn bùrú cāomǐfàn jiànkāng
Cơm trắng không tốt như gạo lứt. (về mặt dinh dưỡng)

28. 熱情 rèqíng nhiệt tình; niềm nở; nhiệt huyết
一般來說，鄉下人比城市人熱情。
yìbān láishuō xiāngxià rén bǐ chéngshì rénrèqíng
Nhìn chung, người dân nông thôn nhiệt tình hơn người dân thành thị.

29. 機會 jīhuì cơ hội; dịp; thời cơ
有機會我一定會去拜訪您的。
yǒu jīhuì wǒ yídìng huì qù bàifǎng nín de
Có cơ hội tôi chắc chắn sẽ đến thăm bạn.

動詞與靜態動詞 (Động từ, và động từ tĩnh)

1. 請 qǐng mời
老師請傑克翻譯一小段文章。
lǎoshī qǐng jiékè fānyì yì xiǎo duànwénzhāng
Thầy giáo mời Jack dịch một đoạn văn ngắn.

2. 負責 fùzé phụ trách; chịu trách nhiệm
這位先生負責這次研討會的場地佈置。
zhèwèi xiānshēng fùzé zhècì yántǎohuì de chǎngdì bùzhì
Vị này phụ trách về cách bố trí buổi hội thảo lần này.

3. 接待 jiēdài tiếp đãi; tiếp đón
子芸一家熱情接待這位從日本來的新朋友。
zǐyún yìjiā rèqíng jiēdài zhèwèi cóng rìběn lái de xīn péngyǒu
Cả nhà Tử Vân nhiệt tình tiếp đãi người bạn mới đến từ Nhật.

4. 簡單 jiǎndān đơn giản
線性代數比微積分簡單多了。
xiànxìng dàishù bǐ wéijīfēn jiǎndān duō le
Đại số tuyến tính đơn giản hơn nhiều so với vi tích phân.

5. 跟……約好 gēn yuēhǎo hẹn gặp ...
喬峰跟段正淳約好半夜在橋頭見面。
qiáofēng gēn duànzhèngchún yuēhǎo bànyè zài qiáotóu jiànmiàn
Kiều Phong và Đoàn Chính Thuần hẹn gặp nhau ở đầu cầu lúc nửa đêm.

6. 餓 è đói
這麼久沒餵飼料，小狗一定餓了吧！
zhème jiǔ méi wèi sìliào xiǎogǒu yídìng èle ba
Lâu rồi không được ăn, chú cún nhất định đói rồi!

7. 了解 liǎojiě hiểu
沒有人能夠完全了解別人。
méiyǒu rén nénggòu wánquán liǎojiě biérén
Không ai có thể hiểu hết người khác.

8. 道地 dàodì chính gốc; chính cống
這家俄國餐廳的菜有著道地的俄國風味。
zhè jiā èguó cāntīng de cài yǒu zhe dàodì de èguó fēngwèi
Đồ ăn trong nhà hàng Nga này có hương vị Nga chính cống.

9. 合……（的）胃口 hé (de) wèikǒu vừa miệng; hợp khẩu vị;
日本料理很合我的胃口。
rìběn liàolǐ hěn hé wǒ de wèikǒu
Món Nhật rất hợp khẩu vị của tôi.

10. 炒 chǎo　xào
青菜剛炒好的時候最好吃。
qīngcài gāng chǎo hǎo de shíhòu zuì hǎochī
Rau vừa xào xong ăn ngon nhất.

11. 嚇（……）一跳 xià yítiào　giật mình
看到榜單時我嚇了一跳。
kàndào bǎngdān shí wǒ xià le yítiào
Khi nhìn thấy bảng xếp hạng, tôi giật cả mình.
林同學突然跑出來，嚇了我一大跳。
lín tóngxué túrán pǎo chūlái xià le wǒ yídà tiào
Bạn Lâm đột nhiên chạy đến, làm tôi giật cả mình.

12. 敢 gǎn　dám
我晚上不敢一個人上廁所。
wǒ wǎnshàng bù gǎn yí ge rén shàngcèsuǒ
Buổi tối tôi không dám đi vệ sinh một mình.
你敢吃蝸牛嗎？
nǐ gǎn chī guāniú ma
Anh dám ăn ốc sên không?

13. 飽 bǎo　no
每次吃自助餐都會不小心吃得太飽。
měicì chī zìzhùcān dōu huì bùxiǎoxīn chī de tài bǎo
Mỗi lần ăn buffet đều vô tình ăn quá no.

14. 點 diǎn　gọi món
他們夫妻兩人只點了三道菜。
tāmen fūqī liǎngrén zhǐ diǎn le sān dào cài
Hai vợ chồng họ chỉ gọi 3 món ăn.

15. 稍等 shāoděng　chờ một chút
請稍等一分鐘，我們馬上為您處理。
qǐng shāoděng yì fēnzhōng wǒmen mǎshàng wèi nín chǔlǐ
Xin hãy đợi một phút, chúng tôi sẽ xử lý ngay.

16. 吃不下 chībúxià　không thể ăn nổi
最後一塊麵包給他吃吧，我已經吃不下了。
zuìhòu yí kuài miànbāo gěi tā chī ba wǒ yǐjīng chībúxià le
Miếng bánh cuối cùng để anh ấy ăn đi, tôi ăn không nổi nữa rồi.

17. 招待 zhāodài　tiếp đãi
我打算買一大盒餅乾來招待他們。
wǒ dǎsuàn mǎi yí dà hé bǐnggān lái zhāodài tāmen
Tôi định mua một bánh lớn để tiếp đãi họ.
公司招待小王一家人到夏威夷去旅遊。
gōngsī zhāodài xiǎowáng yìjiārén dào xiàwēiyí qù lǚyóu
Công ty tiếp đãi cả gia đình Tiểu Vương đi Hawaii du lịch.

18. 請……吃飯 qǐng chīfàn　mời... dùng cơm
為了感謝老師的辛勤指導，我們決定請老師吃飯。
wèile gǎnxiè lǎoshī de xīnqín zhǐdǎo wǒmen juédìng qǐng lǎoshī chīfàn
Để cảm ơn cô giáo đã vất vả dạy dỗ, chúng tôi quyết định mời cô giáo dùng cơm.

19. 認識 rènshì　biết, quen biết
小劉是我剛認識的朋友。
xiǎoliú shì wǒ gāng rènshì de péngyǒu
Tiểu Lưu là người bạn tôi mới quen.
學長帶大一新生認識一下新環境。
xuézhǎng dài dàyī xīnshēng rènshì yíxià xīnhuánjìng
Anh trai khóa trên dẫn sinh viên năm một đi làm quen môi trường mới.

20. 覺得 juéde　cảm thấy
這種天氣，誰都會覺得熱。
zhèzhǒng tiānqì shéi dōu huì juéde rè
Mọi người sẽ cảm thấy nóng trong thời tiết này.
我覺得你說的有道理。
wǒ juéde nǐ shuō de yǒu dàolǐ

Tôi nghĩ những gì bạn đều có lý.

副詞 (Phó từ)

1. 平常 píngcháng bình thường; ngày thường
哥哥平常就有做運動的習慣，要搬這些東西並不困難。
gēge píngcháng jiù yǒu zuò yùndòng de xíguàn yào bān zhèxiē dōngxī bìng bú kùnnán
Anh trai tôi thường có thói quen luyện tập, không khó để di chuyển những thứ này.

2. 特地 tèdì đặc biệt
這是我朋友特地到德國買來送我的禮物。
zhè shì wǒ péngyǒu tèdì dào déguó mǎi lái sòng wǒ de lǐwù
Đây là món quà mà bạn tôi mua đặc biệt cho tôi ở Đức.

3. 下次 xiàcì lần sau
下次見！
xiàcì jiàn
Hẹn gặp lần sau!
下次要記得帶購物袋喔！
xiàcì yào jìde dài gòuwùdài o
Lần sau nhớ đem theo túi xách mua sắm nhé!

4. 四處 sìchù khắp nơi; xung quanh
你要小心，這裡四處都是可疑人物。
nǐ yào xiǎoxīn zhèlǐ sìchù dōu shì kěyí rénwù
Bạn phải cẩn thận, khắp nơi này đều là những người đáng ngờ.

量詞 (lượng từ)

1. 頓 dùn bữa (lượng từ của bữa ăn)
他過著三餐有一頓沒一頓的生活。
tā guò zhe sāncān yǒu yí dùn méi yí dùnde shēnghuó
Anh ấy trải qua một cuộc sống mà có bữa ăn có bữa không.

套語 (Cụm từ thường dùng)

1. 敝姓…… bì xìng Tôi họ ... (cách nói trịnh trọng)
您好，敝姓日向，我是日本人，這是我的名片！
nínhǎo bì xìng rìxiàng wǒ shì rìběn rén zhè shì wǒ de míngpiàn
Xin chào, tôi họ Hyuga, tôi là người Nhật, đây là danh thiếp của tôi!

2. 初次見面 chūcì jiànmiàn Lần đầu gặp mặt
您好，初次見面，不知道您怎麼稱呼？
nínhǎo chūcì jiànmiàn bùzhīdào nín zěnme chēnghū
Xin chào, lần đầu gặp mặt, không biết ngài xưng hô thế nào?

3. 多多指教 duōduō zhǐjiào xin hãy chỉ giáo thêm
大家好，我是各位的新老師，敝姓許。以後 請各位多多指教了！
dàjiāhǎo wǒ shì gèwèi de xīn lǎoshī bì xìng xǔ yǐhòu qǐng gèwèi duōduōzhǐjiào le
Xin chào tất cả mọi người. Tôi là giáo viên mới của các bạn, tôi họ Hứa. Sau này xin vui lòng chỉ giáo thêm!

第六課

1. 難怪 nánguài thảo nào; hèn chi
他從小在臺灣長大，難怪中文說得這麼好。
tā cóng xiǎo zài táiwān zhǎngdà nánguài zhōngwén shuō de zhème hǎo
Anh ấy lớn lên ở Đài Loan, hèn chi tiếng Trung nói rất hay.

名詞 (Danh từ)

1. 週末 zhōumò　cuối tuần

週末指的是禮拜六跟禮拜日兩天。

zhōumò zhǐ de shì lǐbàiliù gēn lǐbàirì liǎng tiān

Cuối tuần là hai ngày thứ bảy và chủ nhật.

2. 假期 jiàqí　kỳ nghỉ

為了趕報告，這個假期恐怕沒辦法出去玩了。

wèile gǎn bàogào zhège jiàqí kǒngpà méibànfǎ chūqù wán le

Để làm kịp báo cáo, kỳ nghỉ này sợ không thể ra ngoài chơi được.

3. 九份 jiǔfèn　Cửu Phần

芋圓、魚丸跟黃金都是九份的名產。

yùyuán yúwán gēn huángjīn dōu shì jiǔfèn

de míngchǎn

Viên khoai môn, cá viên và vàng đều là đặc sản của Cửu Phần.

4. 住處 zhùchù　chỗ ở, địa chỉ

請填入您的住處地址以及電話。

qǐng tiánrù nín de zhùchù dìzhǐ yǐjí diànhuà

Vui lòng điền địa chỉ và số điện thoại của bạn.

5. 聲音 shēngyīn　âm thanh

車子引擎發出奇怪的聲音。

chēzi yǐnqíng fāchū qíguài de shēngyīn

Động cơ xe hơi gây tiếng ồn lạ.

歌手的聲音很柔、很細，聽起來非常舒服。

gēshǒu de shēngyīn hěn róu hěn xì tīngqǐlái fēicháng shūfú

Giọng ca của ca sĩ mềm mại, và thanh, nghe rất dễ chịu.

6. 禮拜六 lǐbàiliù　Thứ bảy

一個禮拜有七天：禮拜日、禮拜一、禮拜二、 禮拜三、禮拜四、禮拜五、禮拜六。一個禮 拜也可以說成一個星期，包含星期日、星期 一、星期二、星期三、星期四、星期五、星 期六。禮拜日、星期日又叫禮拜天、星期天。

yí ge lǐbài yǒu qī tiān lǐbàirì lǐbàiyī lǐbàièr lǐbàisān lǐbàisì lǐbàiwǔ lǐbàiliù

yí ge lǐbài yě kěyǐ shuō chéng yí ge xīngqí bāohánxīngqírì xīngqíyī xīngqíèr xīngqísān xīngqísì xīngqíwǔ xīngqíliù

lǐbàirì xīngqírì yòu jiào lǐbàitiān xīngqítiān

Một tuần có bảy ngày: chủ nhật, thứ 2, thứ 3, thứ 4, thứ 5, thứ 6, thứ 7. Một tuần cũng có thể gọi là xingqi, gồm chủ nhật, thứ 2, thứ 3, thứ 4, thứ 5, thứ 6, thứ 7. Chủ nhật còn gọi là lǐbàitiān, xīngqítiān.

7. 縣 xiàn　huyện, tỉnh

阿里山在嘉義縣。

ālǐshān zài jiāyì xiàn

A Lí Sơn nằm ở huyện Gia Nghĩa.

8. 鎮 zhèn　trấn

我的老家在桃園縣楊梅鎮。

wǒ de lǎojiā zài táoyuán xiàn yángméi zhèn

Quê của tôi ở huyện Đào Viên, trấn Dương Mai.

9. 懷舊氣氛 huáijiù qìfēn　bầu không khí hoài cổ

這棟木造小茶樓洋溢著濃濃的懷舊氣氛。

zhè dòng mùzào xiǎo chálóu yángyì zhe nóngnóng de huáijiù qìfēn

Nhà hàng nhỏ bằng gỗ này đầy ắp bầu không khí hoài cổ.

10. 觀光景點 guānguāng jǐngdiǎn　điểm tham quan du lịch

位於南投縣的日月潭是人人必去的觀光景點。

wèiyú nántóu xiàn de rìyuètán shì rénrén bìqù de guānguāng jǐngdiǎn

Hồ Nhật Nguyệt ở huyện Nam Đầu là một điểm tham quan du lịch mà mọi người nhất định phải đến.

11. 門口 ménkǒu　lối vào, cửa vào

小朋友在門口撿到十塊錢。
xiǎopéngyǒu zài ménkǒu jiǎn dào shí kuàiqián
Cậu bé đã nhặt được 10 tệ ở lối vào.

12. 火車站 huǒchē zhàn ga xe lửa
這家百貨公司離火車站很近。
zhè jiā bǎihuò gōngsī lí huǒchē zhàn hěn jìn
Cửa hàng bách hóa này rất gần với ga tàu.

13. 接駁公車 jiēbó gōngchē xe buýt đưa đón
你可以在市政府站下車，再坐接駁公車到世貿一館。
nǐ kěyǐ zài shìzhèngfǔ zhàn xiàchē zài zuò jiēbó gōngchē dào shìmào yī guǎn
Bạn có thể xuống tại trạm City Hall, sau đó ngồi xe buýt đưa đón đến Trung tâm Thương mại Thế giới.

14. 樓梯 lóutī cầu thang, thang bộ
多爬樓梯有益身心健康。
duō pá lóutī yǒuyì shēnxīn jiànkāng
Lên xuống thang bộ rất tốt cho sức khoẻ của bạn.

15. 茶館 cháguǎn quán trà
貓空以茶館聞名全臺灣。
māokōng yǐ cháguǎn wénmíng quán táiwān
Mao Kong nổi tiếng với quán trà trên khắp Đài Loan.

16. 芋圓 yùyuán Trân châu khoai môn
臺灣人多半用臺語稱呼芋圓。
táiwān rén duōbàn yòng táiyǔ chēnghūyùyuán
Người Đài Loan thường dùng tiếng Đài để gọi tên món Trân châu khoai môn.

17. 魚丸湯 yúwán tāng canh cá viên
淡水的魚丸湯味道也非常鮮美。
dànshuǐ de yúwán tāng wèidào yěfēicháng xiānměi
Canh cá viên ở Tamsui rất tươi ngon.

18. 背 bèi mặt sau; lưng
小美一直暗戀著那個坐在她背後的男孩。
xiǎoměi yìzhí ànliàn zhe nà ge zuò zài tā bèi hòu de nánhái
Tiểu Mỹ đã yêu đơn phương cậu bé ngồi phía sau cô.

19. 餐巾紙 cānjīn zhǐ khăn ăn
森川拿了兩張餐巾紙擦嘴巴。
sēnchuān ná le liǎng zhāng cānjīn zhǐ cāzuǐbā
Morikawa lấy hai tờ khăn ăn để lau miệng.

20. 紀念品 jìniànpǐn quà lưu niệm
難得到迪士尼樂園去玩，卻忘記買紀念品，真可惜！
nándé dào díshìní lèyuán qù wán què wàngjì mǎi jìniànpǐn zhēn kěxí
Hiếm khi đến Disneyland chơi, nhưng lại quên mua quà lưu niệm, thật đáng tiếc!

21. 黃金 huángjīn vàng
媽媽的戒指是黃金打造的。
māma de jièzhǐ shì huángjīn dǎzào de
Nhẫn của mẹ làm bằng vàng.

22. 小倆口 xiǎoliǎngkǒu cặp đôi nhỏ, đôi tình nhân
我們先走吧，不要妨礙他們小倆口談情說愛了。
wǒmen xiān zǒu ba bú yào fáng'ài tāmen xiǎoliǎngkǒu tánqíngshuōài le
Chúng ta đi trước đi, đừng làm phiền đôi tình nhân yêu đương.

23. 黃昏 huánghūn hoàng hôn
古代的婚禮都在黃昏舉行。
gǔdài de hūnlǐ dōu zài huánghūn jǔxíng
Hôn lễ thời xưa đều tổ chức vào hoàng hôn.

24. 夕陽 xìyáng mặt trời lặn
天上又大又紅的夕陽異常美麗。

tiān shàng yòu dà yòu hóng de xìyángyìcháng měilì
Mặt trời lặn vừa lớn vừa đỏ trên bầu trời thật đẹp.

25. 刻 kè　khắc, thời khắc, giây phút
這一刻，我什麼都明白了。原來他所做的這一切，全是為了我。
zhè yí kè wǒ shéme dōu míngbái le yuánlái tā suǒ zuò de zhè yíqiè quán shì wèile wǒ
Giây phút này, tôi đã hiểu mọi thứ. Tất cả những gì anh ấy làm, đều dành cho tôi.

26. 淡水 dànshuǐ　Đạm Thủy (Tamsui)
淡水的漁人碼頭是傳說中的約會聖地。
dànshuǐ de yúrén mǎtóu shì chuánshuōzhōng de yuēhuì shèngdì
Bến Ngư Nhân ở Đạm Thủy là thánh địa hẹn hò trong truyền thuyết.

動詞與靜態動詞 (Động từ, và động từ tĩnh)

1. 利用 lìyòng　lợi dụng, tận dụng
我想利用這次機會向所有 幫過我的人說聲謝謝 。
wǒ xiǎng lìyòng zhè cì jīhuì xiàng suǒyǒubāng guò wǒ de rén shuō shēng xièxie
Tôi muốn tận dụng cơ hội này để nói lời cảm ơn đến tất cả mọi người đã giúp đỡ tôi.

2. 無話不談 wúhuà bùtán　nói chuyện về bất cứ điều gì
隔壁的老爺爺跟我總是無話不談， 感情十分融洽。
gébì de lǎo yéye gēn wǒ zǒngshì wúhuàbùtán gǎnqíng shífēn róngqià
Ông cụ ở nhà bên và tôi chuyện gì cũng nói với nhau, tình cảm rất tốt.

3. 認得出 rèn de chū　nhận ra
漸漸地 ，我已經能認得出班上每個孩子的長相 。
jiànjiàn de wǒ yǐjīng néng rèn de chūbānshàng měi ge háizi de zhǎngxiàng
Dần dần, tôi đã nhận ra gương mặt của từng đứa trẻ.

4. 見面 jiànmiàn　gặp
五年後，兩人終於又見面了。
wǔ nián hòu liǎng rén zhōngyú yòujiànmiàn le
Sau năm năm, hai người cuối cùng cũng gặp lại nhau.

5. 遲到 chídào　muộn; đến trễ; đến muộn
上課不准遲到！
shàngkè bùzhǔn chídào
Đi học không được đến muộn!

6. 介意 jièyì　để ý, để bụng; lưu tâm
先生，不好意思，請問你介不介意我抽菸？
xiānshēng bùhǎo yìsi qǐngwèn nǐ jiè bú jièyì wǒ chōuyān
Thưa ông, xin lỗi, xin hỏi ông có để ý (có phiền khi) tôi hút thuốc không?

7. 出發 chūfā　xuất phát
蘇珊一大早從洛杉磯出發，預計晚上八點抵達臺北。
sūshān yídàzǎo cóng luòshānjī chūfā yùjì wǎnshàng bā diǎn dǐdá táiběi
Susan rời khỏi Los Angeles vào sáng sớm và dự kiến sẽ đến Đài Bắc vào lúc 8 giờ tối.

8. 抵達 dǐdá　đến; đến nơi; tới; đạt được
羅伯明天才會抵達洛杉磯，與蘇珊擦身而過。
luóbó míngtiān cái huì dǐdá luòshānjī yǔ sūshān cāshēnérguò
Robert ngày mai mới đến Los Angeles nên đã không gặp được (lướt qua) Susan.

9. 特別 tèbié　đặc biệt
在冰窖喝伏特加果然是個很特別的體驗。
zài bīngjiào hē fútèjiā guǒrán shì ge hěn tèbié de tǐyàn
Uống Vodka trong hầm đá quả là một trải

nghiệm đặc biệt.

10. 有名 yǒumíng　nổi tiếng
這家餐廳究竟有不有名啊？
zhè jiā cāntīng jiùjìng yǒu bù yǒumíng a
Nhà hàng này rốt cuộc có nổi tiếng không?

11. 答對 dáduì　trả lời đúng
考試太難了，我答對的題目不到一半。
kǎoshì tài nán le wǒ dáduì de tímù bú dào yíbàn
Kỳ thi quá khó, tôi đáp đúng không đến một nửa.

12. 燙 tàng　nóng, sôi
剛煮好的咖啡很燙，小心燙嘴！
gāng zhǔ hǎo de kāfēi hěn tàng xiǎoxīn tàng zuǐ
Cà phê mới nấu rất nóng, cẩn thận phỏng miệng!

13. 新鮮 xīnxiān　tươi
生魚片要好吃，新鮮是關鍵。
shēngyúpiàn yào hǎochī xīnxiān shì guānjiàn
Cá sống muốn ngon, phải thật tươi.

14. 慢 màn　chậm
生活步調慢一點，心情自然會變好，身體也會比較健康。
shēnghuó bùdiào màn yìdiǎn xīnqíng zìrán huì biàn hǎo shēntǐ yě huì bǐjiào jiànkāng
Sống chậm một chút, tâm trạng sẽ tốt hơn, sức khỏe cũng tốt hơn.

15. 嗆 qiàng　nghẹn, sặc
喝水喝太快很容易嗆到。
hē shuǐ hē tài kuài hěn róngyì qiàng dào
Uống nước nhanh quá sẽ dễ bị sặc.

16. 拍 pāi　đập; vỗ
爸爸拍了我的肩膀一下，要我振作起來。
bàba pāi le wǒ de jiānbǎng yíxià yào wǒ zhènzuò qǐlái
Ba vỗ lên lưng tôi, mong tôi vui vẻ hơn.

17. 體貼 tǐtiē　ân cần, chu đáo
幸好我有一個體貼我、照顧我的好太太。
xìnghǎo wǒ yǒu yí ge tǐtiē wǒ zhàogù wǒde hǎo tàitai
May thay, tôi có một người vợ ân cần chăm sóc tôi.

18. 遞 dì　chuyển; chuyển giao; đưa
方便把胡椒鹽遞給我嗎？謝謝！
fāngbiàn bǎ hújiāoyán dì gěi wǒ ma xièxie
Có thể chuyển hủ muối tiêu qua cho tôi không? Cảm ơn!

19. 可愛 kěài　dễ thương
表姊剛出生的小兒子長得好可愛喔！
biǎojiě gāng chūshēng de xiǎo érzi zhǎngde hǎo kěài o
Bé trai chị họ vừa sinh thật dễ thương!

20. 出產 chūchǎn　sản xuất
臺灣出產的香蕉又便宜又好吃。
táiwān chūchǎn de xiāngjiāo yòu piányíyòu hǎochī
Chuối được sản xuất ở Đài Loan rất rẻ và ngon.

21. 繁榮 fánróng　phồn vinh; phát triển mạnh; phồn thịnh (kinh tế hoặc sự nghiệp)
時至今日，古城的繁榮景象已不復存在。
shízhìjīnrì gǔchéng de fánróng jǐngxiàng yǐ búfùcúnzài
Ngày nay, sự thịnh vượng của thành phố cổ không còn tồn tại.

22. 挖 wā　đào
我一大清早就被機器在馬路上挖洞的聲音吵醒。
wǒ yídàqīngzǎo jiù bèi jīqì zài mǎlù shàng wā dòng de shēngyīn chǎo xǐng
Mới sáng sớm tôi đã bị âm thanh của các máy móc đào đường làm tỉnh giấc.

23. 沒落 mòluò　sa sút; suy tàn

十九世紀末，清朝開始沒落、走向衰亡。
shíjiǔ shìjì mò qīngcháo kāishǐ mòluò zǒu xiàng shuāiwáng
Vào cuối thế kỷ 19, nhà Thanh bắt đầu suy tàn, dần dần suy vong.

24. 變成 biànchéng　trở thành
巫婆的魔法讓王子變成了青蛙。
wūpó de mófǎ ràng wángzǐ biànchéngle qīngwā
Phép thuật của phù thủy biến hoàng tử thành con ếch.

25. 興盛 xīngshèng　hưng thịnh
最近，許多城市都開始興盛起來了。
zuìjìn xǔduō chéngshì dōu kāishǐ xīngshèngqǐlái le
Gần đây, nhiều thành phố đã bắt đầu phát triển.

26. 透明 tòumíng　trong suốt
窗玻璃是乾淨透明的。
chuāngbōlí shì gānjìng tòumíng de
Cửa kính sạch sẽ và trong suốt.

27. 有眼光 yǒu yǎnguāng　có mắt nhìn
挑到這麼好的老公，你還真有眼光。
tiāo dào zhème hǎo de lǎogōng nǐ hái zhēn yǒu yǎnguāng
Chọn được một người chồng tốt như thế, bạn thực sự có mắt nhìn.

28. 識貨 shìhuò　hiểu biết về hàng hoá, biết nhìn hàng
那個年輕人竟然不要這麼難得一見的古董，真是太不識貨了。
nà ge niánqīng rén jìngrán bú yào zhèmenándéyíjiàn de gǔdǒng zhēnshì tài bú shìhuò le
Cậu thanh niên trẻ tuổi này không muốn món đồ cổ hiếm có này, thật không biết nhìn hàng.

29. 刻 kē　chạm khắc
請不要在公園的樹木上刻名字，謝謝合作。
qǐng bú yào zài gōngyuán de shùmù shàng kē míngzi xièxie hézuò
Xin đừng khắc tên lên trên cây trong công viên, xin cảm ơn sự hợp tác của bạn.

30. 免費 miǎnfèi　miễn phí
這家餐廳提供免費的飲料。
zhè jiā cāntīng tígōng miǎnfèi de yǐnliào
Nhà hàng này phục vụ đồ uống miễn phí.

31. 臉紅 liǎnhóng　đỏ mặt
別再說了，你看慧芬的臉越來越紅了。
bié zài shuō le nǐ kàn huìfēn de liǎn yuèlái yuè hóng le
Đừng nói nữa, bạn sẽ thấy mặt Huệ Phân ngày càng đỏ đó.

32. 害羞 hàixiū　xấu hổ
別害羞，有什麼話想說就說出來吧！
bié hàixiū yǒu shéme huà xiǎng shuō jiùshuō chūlái ba
Đừng xấu hổ, có điều gì muốn nói thì hãy nói đi!

33. 麻煩 máfán　phiền, rắc rối
真抱歉，又要麻煩你處理幾件麻煩事了。
zhēn bàoqiàn yòu yào máfán nǐ chǔlǐ jǐ jiàn máfán shì le
Thật xin lỗi, lại phải làm phiền bạn giải quyết mấy vấn đề rắc rối này.

34. 留 liú　lưu lại; để lại; giữ lại; ở lại
少女留了幾顆橘子沒吃，想帶回去給母親嘗嘗。
shàonǚ liú le jǐ kē júzi méi chī xiǎng dài huíqù gěi mǔqīn chángchang
Cô gái để lại vài quả cam chưa ăn, định mang về cho mẹ ăn thử.

副詞 (Phó từ)

1. 上次 shàngcì　lần trước
上次看到雪已經是十年前的事了。
shàngcì kàn dào xuě yǐjīng shì shí nián ián de shì le
Lần cuối cùng tôi thấy tuyết đã mười năm

trước.

2. 反而 fǎnér trái lại; ngược lại
你越想要一個東西，反而越得不到。
nǐ yuè xiǎngyào yí ge dōngxi fǎnér yuèdé bú dào
Món đồ bạn càng muốn, trái lại càng không nhận được.

3. 終於 zhōngyú cuối cùng
經過七年愛情長跑，筱君終於答應了他的求婚。
jīngguò qī nián àiqíng chángpǎo xiǎojūnzhōngyú dāyìng le tā de qiúhūn
Sau 7 năm yêu nhau, Tiểu Quân cuối cùng đã đồng ý lời cầu hôn của anh ấy.

4. 馬上 mǎshàng lập tức; ngay; tức khắc; liền lập tức
你等我一下！我馬上到！
nǐ děng wǒ yíxià wǒ mǎshàng dào
Em đợi anh một chút! Anh sẽ đến ngay!

5. 曾經 céngjīng đã từng; từng
波蘭曾經從世界地圖上消失過。
bōlán céngjīng cóng shìjiè dìtú shàngxiāoshī guò
Ba Lan từng đã biến mất khỏi bản đồ thế giới.

6. 後來 hòulái về sau; sau này; sau; sau đó (phó từ, chỉ thời gian)
後來二哥再也沒有回來過。
hòulái èrgē zàiyě méiyǒu huílái guò
Sau đó, anh ba không bao giờ trở lại.

連接詞 (liên từ; từ nối)

1. 結果 jiéguǒ kết quả
都那麼用功了，結果還是沒考上。
dōu nàme yònggōng le jiéguǒ háishìméi kǎo shàng
Đã chăm chỉ như thế rồi, nhưng kết quả vẫn không đậu.

套語 (Cụm từ thường dùng)

1. 不見不散 bújiànbúsàn không gặp không về
艾婕：那我們到時候見囉！子維：好！不見不散！
àijié nà wǒmen dào shíhòu jiàn luo zǐwéi hǎo bújiànbúsàn
Nghê Tiệp: Vậy hẹn gặp lúc đó nhé!
Tử Duy: Được! Không gặp không về!

第七課

1. 簡訊 jiǎnxùn tin nhắn
子維傳了一封簡訊給子羽，跟他說今天要吃飯的事。
zǐwéi chuán le yì fēng jiǎnxùn gěi zǐyǔ gēn tā shō jīntiān yào chīfàn de shì
Tử Duy gửi tin nhắn cho Tử Vũ, nói rằng hôm nay anh ấy sẽ ăn cơm.

2. 生日 shēngrì Sinh nhật
龍媽的生日在十二月十六號。
lóng māde shēngrì zài shíèr yuè shíliù hào
Sinh nhật của mẹ Long là vào ngày 16 tháng 12.

3. 幫 bāng giúp; giúp đỡ
子芸幫森川留了一塊蛋糕。
zǐyún bāng sēnchuān liúle yí kuài dàngāo
Tử Vân đã giúp Morikawa để lại một miếng bánh.

4. 慶生 qìngshēng 慶祝生日 mừng sinh nhật
同事們決定在森川生日的那天去吃烤肉，替他慶生。
tóngshìmen juédìng zài sēnchān shēngrìde nàtiān qù chī kǎoròu tì tā

qìngshēng
Các đồng nghiệp quyết định đi nướng thịt vào ngày sinh nhật của Morikawa, để mừng sinh nhật của anh ấy.

生日 shēngrì Sinh nhật

慶生會 qìng shēng huì tiệc sinh nhật

5. 包廂 bāoxiāng bao phòng (nhà hàng, nhà hát, ...)
KTV 的包廂通常都很暗。
KTVde bāoxiāng tōngcháng dōu hěn àn
Phòng hát karaoke thường rất tối.

6. 百貨公司 bǎihuò gōngsī cửa hàng bách hóa
百貨公司每年的大特價，總是吸引很多人。
bǎihuò gōngsī měi niánde dà tèjià zǒngshì xīyǐn hěn duō rén
Cửa hàng bách hóa hàng năm đều giảm giá lớn, luôn thu hút được nhiều người.

7. 前年 qiánnián năm kia
前年夏天艾婕一個人到西班牙去旅行。
qiánnién xiàtiān tā yíge rén dào xībānyá qù lǚxíng
Vào mùa hè năm ngoái, Nghê Tiệp một mình đi du lịch đến Tây Ban Nha.

去年 qùnián năm ngoái

今年 jīnnián năm nay

8. 送 sòng tặng
現在化妝品全都買一送一，大家快來買喔！
xiànzài huàzhuāngpǐn quán dōu mǎi yī sòng yī dàjiā kuài lái mǎio
Hiện tất cả các mỹ phẩm đều mua một tặng một, mọi người mau đến mua nào!

9. 電鍋 diànguō nồi điện
用電鍋做菜又快又方便。
yòng diànguō zuò cài yòu kuài yòu fāngbiàn
Dùng nồi điện nấu cơm thật nhanh và tiện lợi.

鍋 / 鍋子 guō/guōzi nồi

10. 按摩椅 ànmóyǐ ghế mát xa

按摩 ànmó mát xa
下班以後洗個熱水澡，按摩一下，就不會覺得那麼累了。
xiàban yǐhòu xǐge rèshuǐ zǎo ànmó yíxiàjiù búhuì juéde nàme lèile
Sau khi tan làm tắm nước nóng, rồi mát xa một chút, bạn sẽ không cảm thấy mệt mỏi nữa.

11. 應該 yīnggāi nên; cần phải; phải, chắc phải
最近天氣愈來愈冷，梅花應該就要開了。
zuìjìn tiānqì yù lái yù lěng méihuā yīnggāi jiù yào kāile
Gần đây thời tiết ngày càng lạnh, hoa mai chắc sẽ nở sớm.

12. 時鐘 shízhōng Đồng hồ
瑞士生產的時鐘很有名。
ruìshì shēngchǎn de shízhōng hěn yǒumíng
Đồng hồ của Thụy Sĩ sản xuất rất nổi tiếng.

13. 精緻 jīngzhì tinh tế
法國菜跟日本菜一樣，都很精緻。
fàguócài gēn rìběncài yíyàng dōu hěn jīngzhì
Món Pháp cũng tinh tế như món ăn Nhật.

14. 缺 quē thiếu
辦簽證的小姐說我還缺一份證明書， 叫我明天準備好再來。
bàn qiānzhèng de xiǎojiě shuō wǒ hái quē yífèn zhèngmíngshū jiào wǒ míngtiān zhǔnbèi hǎo zài lái
Người làm visa nói rằng tôi còn thiếu giấy chứng nhận, bảo tôi ngày mai chuẩn bị đủ rồi đến.

15. 文化 wénhuà văn hóa
每個文化都有迷人的地方， 我們應該學著

去欣賞。
měige wénhuà dōu yǒu mírén de dìfāng wǒmen yīnggāi xuézhe qù xīnshǎng
Mỗi nền văn hoá đều có điểm hấp dẫn, chúng ta nên học cách thưởng thức nó.

16. 跟 gēn　phó từ cùng; với
芭蕉跟香蕉長得很像，但卻是不一樣的水果。
bājiāo gēn xiāngjiāo zhǎngde hěn xiàng dàn què shì bù yíyàngde shuǐguǒ
Chuối tiêu trông giống như chuối, nhưng chúng lại là hai loại trái cây khác nhau.
林小姐，請到一下辦公室，老闆有話要跟你說。
lín xiǎo jiě qǐng dào yíxià bàngōngshì lǎobǎn yǒu huà yào gēn nǐ shuō
Cô Lâm, mời cô đến văn phòng một chút, ông chủ có điều gì đó muốn nói với cô.

17. 圍巾 wéjīn　khăn quàng cổ
子芸織了一條圍巾給爸爸當聖誕節禮物。
zǐyún zhī le yìtiáo wéijīn gěi bàba dāng shèngdàngjié lǐwù
Tử Vân dệt một cái khăn tặng bố làm quà Giáng sinh.

18. 手機 shǒujī　điện thoại di động
節目開始以後，請將手機關機或調成震動。
jiémù kāishǐ yǐhòu qǐng jiāng shǒujī guānjī huò tiáo chéng zhèndòng
Sau khi chương trình bắt đầu, vui lòng tắt điện thoại của bạn hoặc để chế độ rung.

19. 普通 pǔtōng　bình thường
這只是一件普通的衣服，沒什麼特別的。
zhè zhǐshì yíjiàn pǔtōngde yīfú méi shéme tèbiéde
Đây chỉ là một bộ váy bình thường, không có gì đặc biệt.

20. 怕 pà　sợ
如果怕會下雨，就帶把傘吧！
rúguǒ pà huì xiàyǔ jiù dài bǎ sǎnba
Nếu sợ trời sẽ mưa, thì hãy mang theo ô đi!

21. 不然的話 bùrán de huà　nếu không
明天如果有空，我會去找你。不然的話，就改到星期天吧！
míngtiān rúguǒ yǒu kòng, wǒ huì qù zhǎo nǐ bùrán de huà jiù gǎi dào xīngqítiān ba
Nếu ngày mai rảnh, tôi sẽ đến tìm bạn. Nếu không, thì đổi sang chủ nhật nhé!

22. 件 jiàn　chiếc; kiện; cái
這件事讓大家都很煩惱，不知道該怎麼辦。
zhè jiàn shì ràng dàjiā dōu hěn fánnǎo bù zhīdào gāi zěnmebàn
Vấn đề này đã khiến mọi người phiền muộn, không biết phải làm sao.
李太太幫女兒買了一件衣服、兩件洋裝、一件褲子和一件外套。
lǐ tàitai bāng nǚér mǎile yí jiàn yīfú liǎng jiàn yángzhuāng, yí jiàn kùzi hàn yí jiàn wàitào
Bà Lý mua cho con gái một bộ quần áo, hai cái đầm, một cái quần và một cái áo khoác.

23. 式 shì　kiểu
在臺灣，你可以看到傳統中國式、日本式和西式的老房子。
zài táiwān nǐ kěyǐ kàndào chuántǒng xhōngguó shì rìběn shì hàn xī shì de lǎo fángzi
Tại Đài Loan, bạn có thể thấy các ngôi nhà cổ theo kiểu của Trung Quốc, Nhật Bản và phương Tây.

24. 料子 liàozi　chất liệu quần áo
這件衣服的料子是羊毛，所以得手洗。
zhè jiàn yīfú de liàozi shì yángmáo suǒyǐděi shǒuxǐ
Chất liệu của trang phục này là lông cừu nên phải giặt bằng tay.

25. 一定 yídìng　nhất định
小賴這麼晚睡，明天一定起不來。
xiǎo lài zhème wǎnshuì míngtiān yídìngqǐ

bù lái
Tiểu Lại ngủ muộn như thế, ngày mai nhất định sẽ không dậy nổi.

26. 保暖 bǎonuǎn giữ ấm
冬天到了，要注意保暖，不要感冒了。
dōngtiān dào le yào zhùyì bǎonuǎn búyào gǎnmàole
Mùa đông đến rồi, phải chú ý giữ ấm, đừng để bị cảm lạnh.

27. 挑 tiāo chọn
每次只要陪姊姊逛街挑衣服，都要花掉我一小時。
měicì zhǐyào péi jiějie guàngjiē tiāo yīfú dōu yào huādiào wǒ yì xiǎoshí
Mỗi lần đi cùng chị gái dạo phố chọn quần áo, đều phải mất cả một giờ đồng hồ.

28. 決定 juédìng quyết định
小英只要決定了一件事，誰都沒辦法改變她。
xiǎoyīng zhǐyào juédìng le yí jiàn shì shéi dōu méi bànfǎ gǎibiàn tā
Chỉ cần cô ấy quyết định một điều gì đó, không ai có thể thay đổi được cô ấy.

29. 慶生會 qìngshēnghuì tiệc sinh nhật
很多小孩喜歡在麥當勞辦慶生會。
hěn dōu xiǎohái xǐhuān zài màidāngláo bànqìngshēnghuì
Nhiều trẻ em thích tổ chức tiệc sinh nhật tại McDonald's.

30. 終於 zhōngyú cuối cùng
王大哥跟趙姊姊交往十年，下個月終於要結婚了。
wáng dà gē gēn zhào jiějie jiāowǎng shí nián le xiàge yuè zhōngyú yào jiéhūnle
Anh Vương và chị Triệu đã quen nhau mười năm rồi, cuối cùng tháng sau đã kết hôn rồi.

31. 涼 liáng mát
山上的風涼涼的，吹起來很舒服。
shān shàng de fēng liángliángde chuī qǐláihěn shūfú
Gió trên núi rất mát, thổi qua thật thoải mái.

32. 香 xiāng thơm
女孩的身上有一股香香的味道。
nǚhái de shēnshàng yǒu yìgǔ xiāngxiāngde wèidào
Trên người cô gái có một mùi thơm.

33. 一起 yìqǐ cùng, cùng nhau
蘇先生喜歡跟老婆一起做菜。
sū xiānshēng xǐhuān gēn lǎopó yìqǐ zuò cài
Ông Tô thích nấu ăn cùng vợ.

34. 挑 tiāo chọn
挑個出太陽的好日子，我們去野餐。
tiāo ge chū tài yáng de hǎo rìzi wǒmen qù yěcān
Chọn một ngày nắng đẹp, chúng ta đi picnic nhé!

35. 禮物 lǐwù quà
母親節的時候，子芸和子維都會送禮物給媽媽。
mǔqīnjié de shíhòu zǐyún hàn zǐwéi dōu huì sòng lǐwù gěi māma
Vào ngày của mẹ, Tử Vân và Tử Duy đều sẽ tặng quà cho mẹ.

36. 您 nín ngài, ông, bà (trịnh trọng)
您好，請問需要什麼嗎？
nínhǎo qǐngwèn xūyào shéme ma
Xin chào ngài, xin hỏi ngài có cần gì không?

37. 只要 zhǐyào chỉ cần; miễn là
大特價！所有的商品只要九十九元！快來買喔！
dàtèjià suǒyǒude shāngpǐn zhǐyào jiǔshíjiǔ yuán kuài lái mǎi o
Giảm giá lớn! Tất cả hàng hoá đều 99 tệ!

Hãy mau đến mua!
這次我只要能考及格就很好了。
zhè cì wǒ zhǐyào néng kǎo jígé jiù hěn hǎole
Lần này, chỉ cần tôi có thể vượt qua kỳ thi là được.

38. 自己 zìjǐ tự mình; bản thân
我需要一個自己的房間。
wǒ xūyào yíge zìjǐde fángjiān
Tôi cần một căn phòng của riêng tôi.
有些事情自己知道就好，不用告訴別人。
yǒuxiē shìqíng zìjǐ zhīdào jiù hǎo búyònggàosù biérén
Có một số việc chỉ bản thân biết là được, không cần nói với người khác.

39. 小孩 xiǎohái trẻ con
現在愈來愈多女人不想生小孩了。
xiànzài yù lái yù duō nǚrén bù xiǎng shēngxiǎoháile
Ngày càng có nhiều phụ nữ không muốn có con.

40. 開心 kāixīn vui vẻ, hạnh phúc
阿仲只要一吃宵夜就很開心。
āzhòng zhǐyào yì chī xiāoyè jiù hěn kāixīn
A Trung chỉ cần ăn đêm là rất vui vẻ.

41. 哪 nǎ nào, đâu
小英哪有這樣說？你一定是誤會了。
xiǎoyīng nǎ yǒu zhèyàng shuō nǐ yídìng shì wùhuìle
Tiểu Anh đâu nói như thế? Anh nhất định hiểu lầm rồi.
我哪知道他在說什麼？我又聽不懂英文。
wǒ nǎ zhīdào tā zài shuō shéme wǒ yòu tīng bù dǒng yīngwén
Làm sao tôi biết anh ấy đang nói gì? Tôi không biết tiếng Anh mà.

哪 něi（哪＋一）
哪天有空，我們一起去看電影吧！
něi tiān yǒu kòng wǒmen yìqǐ qù kàn diànyǐng ba
Hôm nào rảnh, chúng ta cùng đi xem phim đi!
請問您是哪裡人？找哪位？
qǐngwèn nín shì nǎlǐ rén zhǎo něi wèi
Xin hỏi anh là ai? Tìm ai?

42. 需要 xūyào yêu cầu; cần
有什麼需要儘管說，我們一定馬上幫您服務。
yǒu shéme xūyào jǐnguǎn shuō wǒmen yídìng mǎshàng bāng nín fúwù
Nếu có yêu cầu gì hãy nói, chúng tôi nhất định sẽ phục vụ ngay.
成功需要一分幸運，和九十九分努力。
chénggōng xūyào yìfēn xìngyùn hàn jiǔshíjiǔ fēn nǔlì
Thành công cần một phần may mắn và 99 phần nỗ lực.

43. 貼心 tiēxīn ân cần, chu đáo
老闆看我感冒，很貼心的送我一杯熱茶喝。
lǎobǎn kàn wǒ gǎnmào hěn tiēxīnde sòngwǒ yìbēi rèchá hē
Ông chủ nhìn thấy tôi bị cảm, ân cần đưa cho tôi một tách trà nóng.

44. 最近 zuìjìn gần đây
最近都沒什麼大新聞，這或許是一件好事吧。
zuìjìn dōu méishéme dà xīnwén zhè huòxǔ shì yíjiàn hǎoshì ba
Gần đây không có tin tức gì lớn, có thể đây là một việc tốt.

45. 正 zhèng = 正好 zhèng hǎo giữa lúc; đúng
王大哥和趙小姐的生日正好是同一天。
wáng dà gē hàn huò zhào xiǎojiě de shēngrì zhènghǎo shì tóng yì tiān
Anh Vương và chị Triệu cùng sinh vào một ngày.

46. 大壽 dàshòu đại thọ
今天是洪爺爺的八十大壽，大家都回來幫他慶生。

jīntiān shì hóng yéye de bāshí dàshòu dàjiā dōu huílái bāng tā qìngshēng
Hôm nay là đại thọ 80 tuổi của ông Hồng, mọi người đều trở về mừng sinh nhật cho ông.

47. 吉祥話 jíxiánghuà　những lời tốt đẹp
過年的時候大家都會說一些吉祥話。
guònián de shíhòu dàjiā dōu huì shuō yìxiē jíxiánghuà
Trong dịp Tết Nguyên Đán, mọi người đều sẽ nói những lời tốt đẹp.

48. 祝 zhù　chúc
祝丁丁順利考上研究所！
zhù dīngdīng shùnlì kǎo shàng yánjiùsuǒ
Chúc Đinh Đinh thuận lợi thi đậu thạc sĩ.

49. 身體 shēntǐ　cơ thể
沒有人能夠隨便碰你的身體。
méiyǒurén nénggòu suíbiàn pèng nǐdeshēntǐ
Không ai có thể tùy tiện chạm vào cơ thể của bạn.
熊先生的身體很好，壯得像條牛一樣。
xióng xiānshēng de shēntǐ hěnhǎo zhuàngde xiàng tiáo niú yíyàng.
Ông Hùng rất khỏe, vạm vỡ như trâu vậy.

50. 健康 jiànkāng　sức khỏe, khỏe mạnh
吸煙有害健康。
xī yān yǒu hài jiànkāng
Hút thuốc có hại cho sức khỏe.

51. 長命百歲 cháng mìng bǎi suì　sống lâu trăm tuổi
有時候，長命百歲也不一定是好事。
yǒushíhòu cháng mìng bǎi suì yě bùyídìng shì hǎoshì
Đôi khi, sống lâu trăm tuổi không nhất định là một điều tốt.

52. 換 huàn　đổi
這件衣服我穿起來太大了，可以換小一點的嗎？
zhè jiàn yīfú wǒ chuān qǐlái tài dà le kěyǐ huàn xiǎo yìdiǎnde ma
Bộ quần áo này tôi mặc rộng quá, có thể đổi số nhỏ hơn không?
換我 / 你 / 他 huàn wǒ/ nǐ/ tā　đến lượt tôi
等他表演完，就換你上臺了。趕快準備一下吧！
děng ta biǎoyǎn wán jiù huàn nǐ shàng táile gǎnkuài zhǔnbèi yíxià ba
Đợi anh ấy biểu diễn xong, là đến lượt em lên diễn. Hãy mau chuẩn bị đi!

第八課

1. 羹 gēng　canh, soup
子芸家附近有一家蝦仁羹，材料豐富又好吃。
zǐyún jiā fùjìn yǒu yìjiā xiārén gēng, cáiliào fēngfù yòu hǎochī
Gần nhà Tử Vân có một tiệm canh tôm, nguyên liệu vừa nhiều vừa ngon.

2. 湯 tāng　canh
紅燒牛肉的湯拿來拌飯，又香又好吃。
hóngshāo níuròu de tāng ná lái bàn fàn yòu xiāng yòu hǎochī
Canh bò kho ăn với cơm, vừa thơm vừa ngon.
老闆，我要一碗蘿蔔湯。
lǎobǎn wǒ yào yì wǎn luóbotāng
Ông chủ, tôi muốn một tô canh cải.

3. 自從 zìcóng　từ khi
自從千千回國以後，小美就一直不快樂。
zìcóng qiānqiān huéguó yǐhòu xiǎomǎi jiù yìzhí bú kuàilè

Từ khi Thiên Thiên về nước, tiểu Mỹ luôn không được vui.

4. 豐富 fēngfù phong phú

今天的晚餐很豐富，每個人都吃的很開心。
jīntiānde wǎncān hěn fēngfù měgerén dōu chīde hěn kāixīng
Buổi tối hôm nay rất phong phú, ai cũng ăn rất ngon.

年紀大的人，經驗比較豐富。
niánjì dà de rén jīngyàn bǐjiào fēngfù
Người lớn tuổi đều có kinh nghiệm phong phú.

5. 感興趣 gǎn xìngqù hứng thú, quan tâm

我們公司對這個案子很感興趣。
wǒmen gōngsī duì zhège ànzi hěn gǎnxìngqù
Công ty chúng tôi rất quan tâm đến trường hợp này.

興趣 xìngqù sở thích

我的興趣是看書。
wǒde xìngqù shì kànshū
Sở thích của tôi là đọc sách.

6. 向 xiàng hướng, hướng về

你向前走一百公尺，再向右轉，就到銀行了。
nǐ xiàng qián zǒu yìbǎi gōngchǐ zài xiàng yòu zhuǎn jiù dào yínháng le
Bạn đi bộ một trăm mét về phía trước và rẽ phải một lần nữa để ngân hàng.

有些國家打招呼的方法是握手。
yǒuxiē guójiā dǎz hāohūde fāngfǎ shìwòshǒu
Một số quốc gia chào hỏi bằng cách bắt tay.

7. 後 hòu sau

下過雨後，天空變得很藍。
xià gùo yǔ hòu tiānkōng biànde hěn lán
Sau cơn mưa, bầu trời trở nên xanh.

8. 份 fèn phần (lượng từ)

一份商業午餐一百元。
yífèn shāngyè wǔcān yìbǎi yuán
Một phần ăn trưa có giá 100 tệ.

請給我一份報紙，謝謝。
qǐng gěi wǒ yífèn bàozhǐ xièxie
Xin cho tôi một tờ báo, cảm ơn.

9. 食譜 shípǔ sách dạy nấu ăn

這份食譜寫得很詳細。
zhè fèn shípǔ xiě de hěn xiángxì
Công thức nấu ăn này viết rất chi tiết.

10. 材料 cáiliào vật liệu, nguyên liệu

這個蛋糕的材料不多，只要雞蛋，麵粉和黑糖就行了。
zhège dàngāode cáiliào bùduō zhǐyàojīdàn miànfěn hàn hēitáng jiù xíngle
Nguyên liệu của cái bánh kem này không nhiều, chỉ cần trứng gà, bột mì và đường đen là được.

11. 隻 zhī

1. con (lượng từ dùng cho động vật)
2. cái; chiếc (lượng từ dùng cho đồ vật)

房間裡有一隻貓、一隻狗、兩隻鳥和三隻金魚。
fángjiān lǐ yǒu yì zhī māo yì zhī gǒu liǎng zhī niǎo hàn cān zhī jīnyú
Trong phòng có một con mèo, một con chó, hai con chim và ba con cá vàng.

我的家人送我一隻手錶、一對耳環和一隻戒指當生日禮物。
wǒde jiārén còng wǒ yì zhī shǒubiǎo liǎngzhī rěhuán hàn yì zhī jièzhǐ dāng shēngrì lǐwù
Người nhà của tôi tặng tôi một cái đồng hồ, hai bông tai và một chiếc nhẫn như một món quà sinh nhật.

12. 顆 kē hạt; hòn; viên; quả (lượng từ cho những vật có hình tròn, hoặc nhỏ)

箱子裡有一顆球、一顆糖果、一顆蘋果和一顆西瓜。
xiāngzi lǐ yǒu yì kē qiú yì kē tángguǒ yì kē

píngguǒ hàn yì kē xīguā
Có một quả bóng, một viên kẹo, một quả táo và một quả dưa hấu trong hộp.

13. 碗 wǎn　bát, chén
中國人習慣用碗吃飯，而不習慣用盤子吃。
zhōngguórén xíguàn yòng wǎn chī fàn ré bù xíguàn yòng pánzi chī
Người Trung Quốc thường ăn bát thay vì dùng đĩa.
小孩子吃得不多，只要一碗飯、一碗湯就飽了。
xiǎoháizi chīde bùduō zhǐyào yì wǎn fànyì wǎn tāng jiù bǎole
Trẻ em không ăn nhiều, chỉ cần một bát cơm, một bát canh là no rồi.

14. 匙 chí　muỗng
這杯咖啡要再加一匙糖，謝謝。
zhè bēi kāfēi yào zài jiā yì chí táng xièxie
Tách cà phê này cần thêm một muỗng đường, cảm ơn.
喝湯要用湯匙喝才有禮貌。
hē tāng yào yòng tāngchí hē cái yǒu lǐmào
Uống canh phải dùng muỗng mới lịch sự.

15. 適量 shìliàng　thích hợp, số lượng vừa phải; số lượng thích hợp
胡椒不要放太多，適量即可。
hújiāo búyào fàng tài dōu shìliàng jíkě
Tiêu đừng cho quá nhiều, lượng vừa đủ là được.

16. 克（公克） kè / gōngkè　gam
一公斤等於一千公克。
yì gōngjīn děngyú yì qiān gōngkè
Một kilôgam bằng mười gam.

17. 作法 zuòfǎ　cách làm; phương pháp làm
這道菜的作法很簡單，五分鐘就能學會。
zhè dào càide zuòfǎ hěn jiǎndān wǔ fēnzhōng jiù néng xué huì
Cách làm móm ăn này rất đơn giản, trong 5 phút là có thể học được.

18. 先 xiān　đầu tiên, trước
我還有事，得先走了。
wǒ hái yǒu shì děi xiān zǒule
Tôi còn việc bận, xin phép đi trước.
先打蛋，再放菜，最後再加調味料。
xiān dǎdàn zài fàng cài zuèhòu zài jiā tiáowèiliào
Đánh trứng trước, rồi bỏ rau vào, cuối cùng là thêm gia vị.

19. 把 bǎ　đem; lấy. (Tân ngữ chịu tác động của động từ đi sau, cả kết cấu có nghĩa là “xử lý; cách làm”.)
小狗把沙發給咬破了。
xiǎogǒu bǎ shāfā gěi yǎopòle
Con chó cắn nát ghế sofa rồi.
子芸把窗外的風景畫下來。
zǐyún bǎ chāng wàide fēngjīng huà xiàlái
Tử Vân vẽ lại phong cảnh bên ngoài cửa sổ.

20. 倒入 dàorù　đổ vào

倒 dào　đổ
今天晚上記得要倒垃圾。
jīntiān wǎnshàng jìdé yào dào lèsè
Tối nay nhớ đổ rác.

21. 鍋 gūo　nồi; lẩu
這個鍋子大得可以煮一頭牛。
zhège guōzi dà de kěyǐ zhǔ yì tóu niú
Nồi lẩu này lớn đến nổi có thể nấu được cả một con bò.

鍋子 gūo zi　nồi; lẩu

22. 用 yòng　sử dụng; dùng
炒菜前先用水把菜洗一洗。
chǎocài qián xiān yòng shuǐ bǎ cài xǐ yì xǐ
Trước khi xào rau phải rửa bằng nước trước.

23. 中火 zhōnghuǒ　lửa vừa

小火 xiǎohuǒ　lửa nhỏ

大火 dàhuǒ　lửa lớn

24. 炒 chǎo　xào

這家店的蕃茄炒蛋很好吃。

zhè jiā diànde fānqié chǎodàn hěn hǎochī

Trứng xào cà chua ở tiệm này rất ngon.

25. 撈起來 lāo qǐlái　vớt lên

警察試著把那隻貓從水裡撈起來。

jǐngchá shìzhe bǎ nàzhīmāo cóng shuǐlǐlāo qǐlái

Cảnh sát đã cố gắng vớt con mèo lên mặt nước.

撈 lāo　vớt

晚上是最適合撈魚的時間。

wǎnshàng shì zuè shìhé lāoyúde shíjiān

Buổi tối là thời gian tốt nhất để vớt cá.

26. 均勻 jūnyún　đều, bằng

洗完澡後，將乳液均勻抹在身體上。

xǐ wán zǎo hòu jiāng rǔyì jūnyún mǒ zàishēntǐ shàng

Sau khi tắm xong, thoa đều kem lên cơ thể.

27. 拌炒 bànchǎo　xào trộn

拌 bàn　trộn

你能幫我把沙拉拌一拌嗎？

nǐ néng bāng wǒ bǎ shālā bàn yí bàn ma

Bạn có thể trộn salad giúp tôi được không?

28. 加 jiā　thêm

中國菜加點米酒調味，味道就會不一樣。

zhōngguó cài jiā diǎn mǐjiǔ tiáowèi wèidào jiù huì bù yíyàng

Món ăn Trung Quốc thêm chút rượu gạo vào nêm nếm, hương vị sẽ khác.

29. 之前 zhīqián　trước

吃飯之前要先洗手。

chīfàn zhīqián yào xiān xǐshǒu

Rửa tay trước khi ăn.

30. 即可 jíkě = 就可以 jiùkěyǐ　là được

泡麵只要加熱水即可食用。

pàomiàn zhǐyào jiā rèshuǐ jíkě shíyòng

Mì ăn liền chỉ cần thêm nước nóng là có thể ăn được.

31. 廚房 chúfáng　nhà bếp

宿舍裡沒有廚房，所以不能自己做菜。

sùshè lǐ méiyǒu chúfáng suǒyǐ bùnéng zìqǐ zuòcài

Trong ký túc xá không có nhà bếp nên không thể tự nấu ăn.

32. 準備 zhǔnbèi　chuẩn bị

老師準備了一些小點心請學生吃。

lǎoshī zhǔnbèile yìxiē xiǎo diǎnxīn qǐngxuéshēng chī

Giáo viên chuẩn bị một số điểm tâm mời học sinh ăn.

33. 打蛋 dǎdàn　đánh trứng

這碗湯要打個蛋進去才好喝。

zhè wǎn tāng yào dǎge dàn jìnqù cái hǎohē

Bát canh này phải là cho một quả trứng vào đánh mới ngon.

34. 削 xiāo　gọt

吃水果前要先削皮。

chī shuǐguǒ qián yào xiān xiāopí

Gọt vỏ trước khi ăn trái cây.

35. 皮 pí　da

這件外套是牛皮做的。

zhè jiàn wàitào shì niúpí zuò de

Áo khoác này được làm bằng da.

36. 剝 bō　bóc; lột

秋天的時候，我們喜歡一邊看電視一邊剝橘子吃。

qiūtiande shíhòu wǒmen xǐhuān yìbiān kàn diànshì yìbian bō júzi chi

Vào mùa thu, chúng tôi thích vừa xem tivi vừa bóc quýt ăn.

37. 切 qiē　cắt
等一下，我先到廚房裡去切水果，馬上就回來。
děngyíxià wǒ xiān dào chúfáng lǐ qù qiēshuǐguǒ mǎshàng jiù huílái
Chờ một chút, tôi vào bếp cắt trái cây, sẽ quay lại ngay.

38. 小心 xiǎoxīn　cẩn thận
過馬路時要小心。
guò mǎlù shí yào xiǎoxīn
Cẩn thận khi băng qua đường.

39. 方塊 fāngkuài　hình vuông

40. 棒 bàng　giỏi, tốt, hay
這首歌真是太棒了！
zhè shǒu gē zhēnshì tài bàngle
Bài hát này thực sự rất hay!

41. 等 děng　đợi
餐廳現在客滿了，請稍等一下。
cāntīng xiànzài kèmǎn le qǐng shāo děng yíxià
Nhà hàng đã đông khách, xin vui lòng đợi một chút.

42. 它 tā　Nó
這件衣服看起來好髒，我得把它洗一洗才行。
zhè jiàn yīfú kàn qǐlái hǎo zāng wǒ děi bǎ tā
xǐ yì xǐ cái xíng
Bộ quần áo này trông bẩn quá, tôi phải đi giặt nó.
他 (tā) 他們
anh ấy; các anh ấy
她 (tā) 她們
cô ấy, các cô ấy
它 (tā)
nó (dùng cho đồ vật)
牠 (tā)
nó (dùng cho động vật)
祂 (tā)
danh xưng ngôi thứ 3 chỉ thần thánh

43. 以後 yǐhòu　sau đó, sau này
小胖說他長大以後要當廚師。
xiǎopàng shuō tā zhǎngdà yǐhòu yào dāng chúshī
Bé mập nói sau này lớn lên sẽ trở thành đầu bếp.

44. 記得 jìdé　nhớ
睡覺前記得要刷牙。
shuìjiào qián jìdé yào shuāyá
Hãy nhớ đánh răng trước khi đi ngủ.

45. 久 jiǔ　lâu
她的動作很慢，做什麼事都很久。
tāde dòngzuò hěn màn zuò shéme shìdōu hěn jiǔ
Động tác của cô ấy rất chậm, làm việc gì cũng rất lâu.

46. 硬 yìng　cứng
這個麵包烤得太硬了，不好吃。
zhège miànbāo kǎode tài yìng le
Bánh mì nướng cứng quá rồi, ăn không ngon.

47. 燒焦 shāojiāo　cháy khét
大火把所有的東西燒焦了。
dà huǒ bǎ suǒyǒude dōngxī dōu shāojiāole
Hỏa hoạn đã đốt cháy tất cả mọi thứ.

焦 jiāo　khét
龍爸不小心把肉烤焦了。
lóng bà bù xiǎoxīn bǎ ròu kǎo jiāole
Ba Long không cẩn thận đã nướng khét thịt.

48. 還沒 háiméi　Chưa, vẫn chưa
已經晚上十一點了，爸爸卻還沒回來。
yǐjīng wǎnshàng shíyī diǎnle bàba què háiméi huílái
Bây giờ đã là 11 giờ tối, nhưng ba vẫn chưa về.

49. 鹹 xián　mặn

吃太鹹對身體不好。
chī tài xián duì shēntǐ bùhǎo
Ăn quá mặn không tốt cho sức khỏe.

50. 開動 kāidòng Bắt đầu ăn

51. 蝦仁火腿蛋炒飯
(xiārén huǒtuǐ dànchǎofàn)
N: fried rice with egg, shrimp and ham
Cơm chiên trứng, tôm, và thịt nguội

52. 決定 juédìng quyết định
金錢不能決定一個人的未來。
jīnqián bùnéng juédìng yígerénde wèilái
Tiền không thể quyết định tương lai của một người.

53. 對 duì đối với
張老師才剛來一個月，對這裡的環境不熟。
zhāngl lǎoshī cái gānglái yígeyuè duì zhèlǐde huánjìng bùshóu
Thầy Trương chỉ mới đến được một tháng, đối với môi trường ở đây vẫn chưa quen.
他對你說了什麼？
tā duìnǐ shōule shéme
Anh ấy đã nói gì với bạn?

54. 然後 ránhòu Sau đó
媽媽先去買菜，然後再送我們去上學。
māma xiān qù mǎicài ránhòu zài sòng wǒmen qù shàngxué
Mẹ đi mua thức ăn trước, sau đó đưa chúng tôi đến trường.

55. 好了 hǎole Vâng, được rồi, xong rồi
A：你洗澡洗好了沒？
nǐ xǐzǎo xǐ hǎole méi
A: Bạn đã tắm xong chưa?
B：洗好了！
xǐ hǎole
B: Xong rồi!

第九課

1. 變 biàn thay đổi
世界上沒有不變的事。
shìjiè shàng méiyǒu bú biàn de shì
Trên đời không có thứ gì không thay đổi.

2. 怕 pà sợ hãi
很多人都怕蛇。
hěn duō rén dōu pà shé
Rất nhiều người sợ rắn.
老師怕學生聽不懂，又再把作法說了一次。
lǎoshī pà xuéshēng tīng bù dǒng yòu zàibǎ zuòfǎ shuōle yí cì
Giáo viên sợ rằng học sinh không thể hiểu được nên đã nói lại cách làm một lần nữa.

3. 還 há còn; vẫn; vẫn còn
天還沒亮，雞就叫了。
tiān háiméi liàng jī jiù jiào le
Trời vẫn còn tối, gà đã gáy rồi.
很久沒見了，彥哥卻還是老樣子。
hěn jiǔ méi jiàn le yàngē què háishìlǎoyàngzi
Lâu quá không gặp, anh Ngạn vẫn như xưa.

4. 適應 shìyìng thích ứng, thích nghi
剛到一個新的國家，總有很多需要適應的地方。
gāng dào yíge xīnde guójiā zǒng yǒu hěnduō xūyào shìyìngde dìfāng
Khi đến một quốc gia mới, luôn có nhiều điều bạn cần phải thích nghi.

5. 無聊 wúliáo chán, nhàm chán
每天都在辦公室裡工作的日子真的很無聊。
měitiān dōu zài bàngōngshì lǐ gōngzuò de rìzi zhēnde hěn wúliáo
Mỗi ngày phải làm việc trong văn phòng thật sự nhàm chán.
這個電視節目很無聊，一點內容都沒有。
zhège diànshì jiémù hěn wúliáo yìdiǎn

nèiróng dōu méiyǒu
Chương trình truyền hình này thật nhàm chán, không có nội dung gì cả.

6. 有時 yǒushí Đôi khi
有時那隻鳥會飛到我的窗戶外，在樹上唱歌。
yǒushí nà zhī niǎo huì fēi dào wǒde chuānghù wài zài shù shàng chànggē
Đôi khi chú chim đó sẽ bay ra ngoài cửa sổ của tôi và hót trên cây.

7. 帶 dài dẫn
假日的時候，爸爸媽媽們都帶著小孩出去玩。
jiàrìde shíhòu bàba māma men dōu dàizhe xiǎohái chūqù wán
Vào ngày nghỉ, những phụ huynh sẽ dẫn con cái ra ngoài chơi.
出去時別忘了帶錢包。
chūqù shí bié wàngle dài qiánbāo
Đừng quên mang ví khi đi ra ngoài.

8. 出去 chūqù đi ra ngoài
森川出去了還沒回來，請你晚點再打來。
sēnchuān chūqùle háiméi huílái qǐng nǐ wǎn diǎn zài dǎ lái
Morikawa vẫn chưa về, xin hãy gọi lại sau.

9. 參加 cānjiā tham gia
她沒來參加這次的考試。
tā méi lái cānjiā zhècìde kǎoshì
Cô ấy không đến tham gia kỳ thi này.
龍爸決定參加下星期的慢跑比賽。
lóngbà juédìng cānjiā xià xīngqíde mànpǎo bǐsài
Ba Long quyết định tham gia vào cuộc thi chạy bộ vào tuần tới.
爸爸媽媽參加了我的畢業典禮。
bàba māma cānjiāle wǒde bìyè diǎnlǐ
Ba mẹ đã đến tham gia buổi lễ tốt nghiệp của tôi.

10. 活動 huódòng hoạt động, sự kiện
這個活動是政府辦的。
zhège huódòng shì zhèngfǔ bànde
Hoạt động này do chính phủ tổ chức.

11. 邀 yāo mời
寒假時我邀了一些朋友到家裡玩。
hánjià shí wǒ yāole yìxiē péngyǒu dào jiā lǐ wán
Trong kỳ nghỉ đông, tôi mời một số bạn bè đến nhà chơi.

邀請 yāoqǐng mời
這個活動邀請了很多有名的人來參加。
zhège huódòng yāoqǐngle hěn duō yǒumíngde rén lái cānjiā
Sự kiện này đã mời rất nhiều người nổi tiếng đến tham dự.

12. 電影 diànyǐng phim ảnh
印度電影總是唱唱跳跳的，很有趣。
yìndù diànyǐng zǒngshì chàngchàng tiàotiào de hěn yǒuqù
Phim Ấn Độ luôn có hát và nhảy múa, thật thú vị.

13. 一邊……一邊 yìbiān yìbiān vừa... vừa...
子軒喜歡一邊吃飯，一邊看電視。
zǐxuān xǐhuān yìbiān chīfàn yìbiān kàn diànshì
Tử Hiên thích vừa ăn vừa xem tivi.

14. 討論 tǎolùn thảo luận
這件事情我們最好再討論一下。
zhè jiàn shìqíng wǒmen zuìhǎo zài tǎolùnyíxià
Chúng ta nên thảo luận về vấn đề này.
這本書裡有一個關於中國字的討論，很精采。
zhè běn shū lǐ yǒu yíge guānyú zhōngguózìde tǎolùn hěn jīngcǎi
Cuốn sách này thảo luận về chữ viết tiếng Trung, rất thú vị.

15. 等一下 děngyíxià chờ một chút, chút nữa
等一下看到李伯伯的時候，記得向他問好。

děngyíxià kàn dào lǐbóbo de shíhòu jìdé xiàng tā wènhǎo
Chút nữa khi gặp bác Lý, nhớ hỏi thăm bác ấy.

16. 部 bù　bộ; tập (lượng từ, dùng cho sách vở, phim ảnh)
這部戲的演員演技很好，很令人感動。
zhè bù xìde yǎnyuán yǎnjì hěn hǎo hěn lìngrén gǎndòng
Kỹ năng diễn xuất của diễn viên trong bộ phim này rất tốt, khiến mọi người xúc động.
這部車很好看，開起來也快。
zhè bù chē hěn hǎokàn kāi qǐlái yě kuài
Chiếc xe rất đẹp, lại chạy nhanh nữa.

17. 故事 gùshì　câu chuyện
兒子睡覺前喜歡聽故事，不然睡不著覺。
érzi shuìjiào qián xǐhuān tīng gùshì bùrán shuì bù zháo jiào
Con trai thích nghe những câu chuyện trước khi đi ngủ, nếu không sẽ không ngủ được.

18. 精采 jīngcǎi　hấp dẫn, thú vị
這場球賽非常的精采。
zhè chǎng qiúsài fēichángde jīngcǎi
Trận đấu bóng này thật hấp dẫn.

19. 主角 zhǔjiǎo　nhân vật chính
這部電影的男女主角都很有名。
zhè bù diànyǐng de nán nǚ zhǔjiǎo dōu hěn yǒumíng
Các nhân vật nam và nữ chính của bộ phim này rất nổi tiếng.

20. 得獎 dé jiǎng　đạt giải
這個廣告很有創意，得了很多獎。
zhège guǎnggào hěn yǒu chuàngyì délehěnduō jiǎng
Quảng cáo này rất sáng tạo, đã giành được nhiều giải thưởng.

21. 打 dǎ　đánh
現在在臺灣，老師打學生是犯法的。
xiànzài zài táiwān lǎoshī dǎ xuéshēng shì fànfǎ de
Tại Đài Loan, giáo viên đánh sinh viên là phạm pháp.

22. 殺 shā　giết
為了讓動物不再被殺，婉婷決定吃素。
wèile ràng dòngwù bú zài bèi shā wǎntíng juédìng chīsù
Để động vật không bị giết nữa, Uyển Đình đã quyết định ăn chay.

23. 片子 piànzi　phim
放假的時候我喜歡租片子回家看。
fàngjià de shíhòu wǒ xǐhuān zū piànzi huíjiā kàn
Vào ngày nghỉ, tôi thích thuê phim về nhà xem.

24. 電車 diànchē　xe điện
電車的票價比火車便宜。
diànchē de piàojià bǐ huǒchē piányí
Vé xe điện rẻ hơn xe lửa.

25. 最近 zuìjìn　gần đây
很久沒看到小華了，不知道他最近過得怎樣？
hěn jiǔ méi kàndào xiǎohuá le bù zhīdào tā zuìjìn guò de zěnyàng
Đã lâu không gặp Tiểu Hoa, không biết gần đây anh ta thế nào?

26. 一直 yìzhí　luôn luôn, cứ
那包垃圾一直發出臭味，我都快要受不了了。
nà bāo lèsè yìzhí fāchū chòuwèi wǒ dōu kuàiyào shòu bù liǎo le
Bao rác đó cứ tỏa mùi hôi thối, tôi sắp chịu hết nổi rồi.

27. 廣告 guǎnggào　quảng cáo
這個廣告做得很有創意。
zhège guǎnggào zuòde hěn yǒu chuàngyì
Quảng cáo này rất sáng tạo.

28. 鬼片 guǐ piàn　Phim ma
很多女生不敢看鬼片。
hěn duō nǚshēng bù gǎn kàn guǐpiàn
Nhiều cô gái không dám xem phim ma.

鬼 guǐ　ma
那間房子裡有鬼，你不要隨便進去。
nà jiān fángzi lǐ yǒu guǐ nǐ búyào suíbiàn Jìnqù
Trong nhà đó có ma, em đừng tùy ý bước vào.

29. 演 yǎn　diễn
這部片是鞏俐演的。
zhè bù piàn shì GǒngLì yǎn de
Bộ phim này do Củng Lợi đóng.

30. 演員 yǎnyuán　diễn viên
一個成功的演員除了好的演技，還需要一些運氣。
yíge chénggōngde yǎnyuán chúle hǎode yǎnjì hái xūyào yìxiē yùnqì
Một diễn viên thành công ngoài kỹ năng diễn xuất tốt, còn cần một ít may mắn.

31. 比較 bǐjiào　so sánh hơn
這個蘋果比較大。
zhè ge píngguǒ bǐjiào dà
Quả táo này to hơn.

32. 膽小 dǎnxiǎo　nhát gan
妹妹很膽小，晚上不敢一個人睡。
mèimei hěn dǎnxiǎo wǎnshàng bù gǎn yíge rén shuì
Em gái rất nhát, buổi tối không dám ngủ một mình.

33. 恐怖片 kǒngbù piàn　phim kinh dị
日本拍的恐怖片真的很恐怖。
rìběn pāi de kǒngbù piàn zhēnde hěn kǒngbù
Phim kinh dị của Nhật thực sự rất đáng sợ.

34. 作惡夢 zuò èmèng　mơ thấy ác mộng
昨天作了一個惡夢，把我給嚇醒了。
wǒ zuótiān zuòle yíge èmèng bǎ wǒ gěixià xǐng le
Hôm qua tôi mơ thấy ác mộng, làm tôi giật mình tỉnh giấc.

作夢 zuòmèng　nằm mơ
我昨天作了一個夢，夢見我變成一隻魚。
wǒ zuótiān zuòle yíge mèng mèngjiàn wǒbiànchéng yì zhī yú
Hôm qua tôi nằm mơ, mơ thấy mình biến thành một con cá.
那是不可能的，你別再作夢了！
nà shì bù kěnéng de nǐ bié zài zuòmèng le
Không thể được, bạn đừng mơ nữa!

惡夢 èmèng　ác mộng

好夢 hǎomèng　giấc mơ đẹp
祝你好夢！
zhù nǐ hǎomèng
Chúc bạn mơ đẹp!

35. 嚇 xià　doạ; hù doạ; hăm doạ
人嚇人，嚇死人。
rén xià rén xià sǐ rén
Người dọa người, dọa chết người

36. 划不來 huá bù lái　không đáng; không xứng
為了這樣的小事跟男朋友分手，多划不來！
wèile zhèyàngde xiǎo shì gēn nánpéngyǒu fēnshǒu duō huá bù lái
Vì chuyện nhỏ như vậy mà chia tay với bạn trai, thật không đáng!

37. 單身 dānshēn　độc thân
王小姐已經三十歲了，卻還單身沒有男朋友。
wáng xiǎojiě yǐjīng sānshí suì le què hái dānshēn méiyǒu nánpéngyǒu
Cô Vương đã 30 tuổi, nhưng cô ấy vẫn độc thân chưa có bạn trai.

38. 日記 rìjì　nhật ký

媽媽年輕的時候有寫日記的習慣。
māma niánqīngde shíhòu yǒu xiě rìjì de xíguàn
Khi còn trẻ, mẹ có thói quen viết nhật ký.

39. 愛情 aìqíng tình yêu
愛情是世界上最奇怪的事情之一。
àiqíng shì shìjiè shàng zuì qíguài de shìqíng zhīyī
Tình yêu là điều kỳ lạ nhất trên thế giới.

40. 喜劇片 xǐjù piàn phim hài
很多人喜歡看周星馳的喜劇片。
hěn duō rén xǐhuān kàn zhōuxīngchí dexǐjù piàn
Nhiều người thích xem phim hài của Châu Tinh Trì.

41. 雜誌 zázhì tạp chí
請給我一份雜誌。
qǐng gěi wǒ yí fèn zázhì
Xin cho tôi một cuốn tạp chí.

42. 影評 yǐngpíng bình luận, đánh giá của bộ phim
這部電影的影評很好，大家都說它今年可能會得獎。
zhè bù diànyǐngde yǐngpíng hěnhǎo dàjiādōu huō tā jīnnián kěnéng huì déjiǎng
Bộ phim được đánh giá rất hay, mọi người đều nói năm nay có thể sẽ đạt giải thưởng.

影評人 yǐngpíng rén nhà phê bình phim

43. 內容 nèiróng nội dung
這本書的內容很豐富。
zhè běn shū de nèiróng hěn fēngfù
Nội dung của cuốn sách này rất phong phú.

44. 有趣 yǒuqù thú vị
這個問題很有趣。
zhè ge wèntí hěn yǒuqù
Câu hỏi này rất thú vị.

45. 導演 dǎoyǎn đạo diễn
子芸最喜歡的臺灣導演是侯孝賢。
zǐyún zuì xǐhuān de táiwān dǎoyǎn shì HóuXiào Xián
Đạo diễn Đài Loan yêu thích của Tử Vân là Hầu Hiếu Hiền.

46. 拍 pāi chụp ảnh; chụp hình; quay phim
拍電影需要很多錢。
pāi diànyǐng xūyào hěn duō qián
Làm phim phải mất rất nhiều tiền.

47. 只要 zhǐyào Miễn là, chỉ cần
只要信心不死，就有希望。
zhǐyào xìnxīn bù sǐ jiù yǒu xīwàng
Miễn là niềm tin không tắt, thì vẫn còn có hy vọng.
老闆，我們只要一碗陽春麵就好。
lǎobǎn wǒmen zhǐyào yì wǎn yángchūnmiàn jiù hǎo
Ông chủ, chúng tôi chỉ cần một tô mì dương xuân thôi.

48. 作品 zuòpǐn tác phẩm
這幅畢卡索的作品價值一百萬美金。
zhè fú bìkǎsuǒ de zuòpǐn jiàzhí yìbǎiwànMěijīn
Tác phẩm này của Picasso trị giá một triệu đô la.

49. 特別 tèbié đặc biệt
這雙鞋子的設計很特別。
zhè shuāng xiézi de shèjì hěn tèbié
Thiết kế của đôi giày này rất đặc biệt.
杜太太喜歡動物，特別是貓。
dù tàitai xǐhuān dòngwù tèbié shì māo
Bà Đỗ rất thích động vật, đặc biệt là mèo.

50. 命運 mìngyùn Số phận
人的命運很難預測。
rénde mìngyùn hěn nán yùcè
Số phận của con người rất khó đoán.

51. 劇情 jùqíng nội dung vở kịch; tình tiết vở kịch

這部電視劇的劇情好爛。
zhè bù diànshìjù de jùqíng hǎo làn
Nội dung bộ phim truyền hình này rất dở.

52. 幽默 yōumò hài hước
費先生是個很幽默的人。
fèi xiānshēng shìge hěn yōumòde rén
Ông Phí là một người rất hài hước.

幽默感 yōumò gǎn sự hài hước
多點幽默感，生活會更快樂。
duō diǎn yōumò gǎn shēnghuó huì gèng kuàilè
Thêm chút hài hước, cuộc sống sẽ hạnh phúc hơn.

53. 諷刺 fèngcì châm biếm
莊子喜歡說一些諷刺的寓言故事。
zhuāngzǐ xǐhuān shuō yìxiē fèngcìde yùyán gùshì
Trang Tử thích kể những câu chuyện ngụ ngôn châm chiếm.

54. 風格 fēnggé phong cách
張大千的書法風格很特別。
zhāng dài qiānde shūfǎ fēnggé hěn tèbié
Phong cách thư pháp của Trương Đại Thiên rất đặc biệt.

55. 唯一 wéiyī duy nhất
小寶是朱太太唯一的兒子。
xiǎobǎo shì zhū tàitai wéiyī de érzi
Tiểu Bảo là con trai duy nhất của bà Châu.

56. 紀錄片 jìlù piàn phim tài liệu
「無米樂」是部很好看的紀錄片。
wú mǐ lè shì bù hěn hǎo kàn de jìlù piàn
"No Mille" là một bộ phim tài liệu rất hay.

57. 感人 gǎnrén cảm động
這首歌好感人，小瑜聽得都哭了。
zhè shǒu gē hǎo gǎnrén xiǎoyú tīng de dōu kū le
Bài hát này rất cảm động, Xiao Yu nghe đến khóc rồi.

58. 找 zhǎo tìm
你知道我的襪子在哪裡嗎？我找不到。
nǐ zhīdào wǒde wàzi zài nǎlǐ ma wǒ zhǎo bú dào
Bạn có biết vớ của tôi ở đâu không? Tôi tìm không thấy.

59. 冷門 lěngmén ít chú ý; ít được quan tâm; không phổ biến
在臺灣，阿拉伯語是一種冷門的語言。
zài táiwān ālābóyǔ shì yìzhǒng lěngmén deyǔyán
Ở Đài Loan, tiếng Ả Rập là một ngôn ngữ không phổ biến.

60. 以為 yǐwéi cho rằng
小英以為今天要上學，出門後才發現今天是星期天。
xiǎoyīng yǐwéi jīntiān yào shàngxué chūmén hòu cái fāxiàn jīntiān shì xīngqítiān
Tiểu Anh cho rằng hôm nay phải đi học, sau khi rời khỏi nhà mới phát hiện ra rằng hôm nay là chủ nhật.

61. 刺激 cìjī kích thích
賽車是一項很刺激的運動。
sàichē shì yíxiàng hěn cìjī de yùndòng
Đua xe là một môn thể thao rất kích thích.
大維已經很難過了，你不要再刺激他了！
dàwéi yǐjīng hěn nánguòle nǐ búyào zàicìjī tā le
David đã rất buồn rồi, bạn đừng khích anh ấy nữa!

62. 好玩 hǎowán Vui
昨天的慶生會好玩嗎？
zuótiān de qìngshēnghuì hǎo wán ma
Tiệc sinh nhật hôm qua có vui không?
墾丁是個很好玩的地方。
kěndīng shì ge hěn hǎowán de dìfāng
Kenting là một nơi rất vui, thú vị.
小右是個很好玩的人。

xiǎoyòu shì ge hěn hǎowán de rén
Tiểu Hữu là một người rất vui vẻ.

63. 動作片 dòngzuò piàn phim hành động
阿諾演了很多動作片。
ānuò yǎnle hěn duō dòngzuò piàn
Arnold đã đóng rất nhiều bộ phim hành động.

64. 誤會 wùhuì hiểu lầm / sự hiểu lầm
這位太太，您誤會我的意思了。
zhè wèi tàitai nín wùhuì wǒde yìsi le
Thưa bà, bà đã hiểu lầm ý tôi.
不過是場誤會，大家說清楚就沒事了。
búguò shì chǎng wùhuì dàjiā shuō qīngchǔ jiù méishì le
Chỉ là hiểu lầm thôi, mọi người nói rõ với nhau thì hết chuyện.

65. 品味 pǐnwèi khẩu vị, gu
nếm, thưởng thức
人要懂得品味人生，生活才會更快樂。
rén yào dǒngde pǐnwèi rénshēng shēnghuó
cáihuì gèng kuàilè
Mọi người cần biết làm thế nào để thưởng thức cuộc sống, cuộc sống mới vui vẻ hơn.
陸先生的穿著很有品味。
lù xiānshēng de chuānzhuó hěn yǒu pǐnwèi
Ông Lục ăn mặc rất có gu.

66. 內涵 Nèihán ý nghĩa (nội hàm, ý chỉ phẩm chất bên trong của sự vật)
讀書能夠豐富人的內涵。
dúshū nénggòu fēngfù rén de nèihán
Đọc sách có thể làm phong phú thêm tư chất con người.

67. 反正 fǎnzhèng dù sao
我不說了，反正你也沒在聽。
wǒ bù shuōle fǎnzhèng nǐ yě méi zài tīng
Tôi không nói nữa, dù sao bạn cũng không nghe.

68. 好萊塢 hǎoláiwù Hollywood
你喜歡哪一個好萊塢明星？
nǐ xǐhuān nǎ yíge hǎoláiwù míngxīng
Bạn thích ngôi sao Hollywood nào?

69. 膩 nì ngán, chán ngán
他每天都說一樣的話，我聽都聽膩了。
tā měitiān dōu shuō yíyàng de huà wǒ tīngdōu tīng nì le
Anh ấy nói điều tương tự mỗi ngày, tôi đã nghe chán rồi.
就算是再好的朋友，每天在一起也是會膩的。
jiùsuàn shì zài hǎo de péngyǒu měitiānzàiyìqǐ yěshì huì nì de
Ngay cả những người bạn tốt nhất, bên nhau mỗi ngày cũng sẽ cảm thấy chán.

70. 新鮮 xīnxiān tươi, mới lạ
水果要挑新鮮的買。
shuǐguǒ yào tiāo xīnxiān de mǎi
Trái cây phải chọn trái tươi.
山上的空氣很新鮮。
shān shàng de kōngqì hěn xīnxiān
Không khí trên núi rất trong lành.
上網對奶奶來說是一件新鮮事。
shàngwǎng duì nǎinai láishuō shì yí jiàn xīnxiān shì
Lướt web là một điều mới lạ đối với bà.

71. 票 piào vé
過年時的火車票很難買。
guònián shí de huǒchē piào hěn nán mǎi
Vào ngày Tết, vé xe lửa rất khó mua.

72. 午夜場 wǔyèchǎng suất nửa đêm
午夜場的票通常比較便宜。
wǔyè chǎngde piào tōngcháng bǐjiào piányí
Vé suất nửa đêm thường rẻ hơn.

第十課

1. 冬天 dōngtiān mùa đông
冬天吃火鍋最好了。
dōngtiān chī huǒguō zuì hǎo le
Mùa đông ăn lẩu là thích nhất.

2. 天氣 tiānqì thời tiết
明天的天氣不穩定，下午可能會下雨。
míngtiān de tiānqì bù wěndìng xiàwǔ kěnéng huì xiàyǔ
Thời tiết ngày mai sẽ không ổn định, buổi chiều có thể có mưa.

3. 穩定 wěndìng ổn định
我準備等工作穩定下來以後再想搬家的事。
wǒ zhǔnbèi děng gōngzuò wěndìng xiàlái yǐhòu zài xiǎng bānjiā de shì
Tôi chuẩn bị chờ cho công việc ổn định xong rồi mới chuyển nhà.

4. 一下 yíxià một lúc, một chút (chỉ thời gian ngắn)
林小姐一下要接電話，一下要招待客人，忙得不得了。
lín xiǎojiě yíxià yào jiēdiànhuà yíxià yào zhāodài kèrén mángde bùdéliǎo
Cô Lâm lúc phải nghe điện thoại, lúc phải tiếp đãi khách, vô cùng bận rộn.
等我一下，我接個電話馬上就回來。
děng wǒ yíxià wǒ jiēge diànhuà mǎshàng jiù huílái
Đợi tôi một chút, tôi nghe điện thoại xong sẽ trở lại ngay.

5. 下班 xiàbān tan ca, tan làm
爸爸下班以後會來學校接我回家。
bàba xiàbān yǐhòu huì lái xuéxiào jiē wǒhuíjiā
Bố sẽ đến trường đón tôi về nhà sau giờ làm việc.

6. 突然 túrán đột nhiên
老先生心臟病發，在昨天晚上去世了。
lǎoxiānshēng xīnzàngbìng fā zài zuótiān wǎnshàng qùshì le
Ông lão bị đau tim và chết đêm qua.

7. 身體 shēntǐ cơ thể
爺爺已經八十歲了，身體還是很好。
yéye yǐjīng bāshí suì le shēntǐ háishì hěnhǎo
Ông nội đã 80 tuổi rồi, sức khoẻ vẫn rất tốt.
外星人的頭大身體小，看起來很奇怪。
wàixīngrén de tóu dà shēntǐ xiǎo kànqǐláihěn qíguài
Người ngoài hành tinh có đầu lớn, cơ thể nhỏ, trông rất kỳ lạ.

8. 舒服 shūfú thoải mái
這張新買的沙發躺起來很舒服。
zhè zhāng xīnmǎide shāfā tǎngqǐlái hěnshūfú
Ghế sofa mới mua này nằm lên rất thoải mái.

9. 休息 xiūxí nghỉ ngơi
休息是為了走更遠的路。
xiūxí shì wèile zǒu gèng yuǎn de lù
Nghỉ ngơi là để đi được xa hơn.

10. 便 biàn sau đó, nhấn mạnh hành động diễn ra sau đó.
做完家事，詹先生便出門去買菜。
zuò wán jiāshì zhān xiānshēng biàn chūmén qù mǎicài
Sau khi làm xong việc nhà, anh Zhan liền đi ra ngoài mua thức ăn.

11. 醫生 yīshēng bác sĩ
醫生的責任是醫好病人。
yīshēngde zérèn shì yī hǎo bìngrén
Trách nhiệm của bác sĩ là chữa khỏi bệnh cho bệnh nhân.

12. 診所 zhěnsuǒ phòng khám
洪醫生的診所在小巷子裡，氣氛很安靜。
hóng yīshēngde zhěnsuǒ zài xiǎo xiàngzi lǐ qìfēn hěn ānjìng

Phòng khám của bác sĩ Hồng ở trong hẻm, không khí rất yên tĩnh.

13. 櫃檯 guìtái quầy
請填好報名表，到櫃檯去繳費，謝謝。
qǐng tián hǎo bàomíngbiǎo dào guìtái qù jiǎofèi xièxie
Vui lòng điền vào mẫu đăng ký, đến thanh toán tại quầy, cảm ơn.

14. 掛號 guàhào đăng ký lấy số
看病前要先掛號。
kànbìng qián yào xiān guàhào
Trước khi khám bệnh phải đăng ký lấy số.

15. 護士 hùshì y tá
大家都說護士是白衣天使。
dàjiā dōu shuō hùshì shì báiyī tiānshǐ
Mọi người đều nói rằng y tá là những thiên thần áo trắng.

16. 初診 chūzhěn khám lần đầu
郭太太，請問您是初診嗎？
guōtàitai qǐngwèn nín shì chūzhěn ma
Bà Quách, xin hỏi bà đến khám lần đầu phải không?

17. 填 tián điền
請填好這張表格。
qǐng tián hǎo zhèzhāng biǎogé
Vui lòng điền vào biểu mẫu này.
約翰喜歡玩填字遊戲。
yuēhàn xǐhuān wán tiánzì yóuxì
John thích chơi điền ô chữ.

18. 病歷表 bìnglì biǎo Hồ sơ y tế, hồ sơ bệnh án
病人的病歷表不能給其他人看到。
bìngrénde bìnglìbiǎo bùnéng gěi qítā rén kàndào
Hồ sơ bệnh án của bệnh nhân không thể để người khác xem.

19. 健保卡 jiànbǎokǎ Thẻ bảo hiểm y tế
小美把健保卡弄丟了。
xiǎoměi bǎ jiànbǎo kǎ nòng diū le
Tiểu Mỹ làm mất thẻ bảo hiểm y tế rồi.

20. 費 fèi phí
這棟房子每個月的房租是五仟元，不包括水費和電費。
zhèdòng fángzi měige yuè de fángzū shì wǔqiān yuán bù bāoguā shuǐfèi hàn diànfèi
Tiền thuê hàng tháng cho căn nhà này là 5000 tệ, không bao gồm tiền nước và điện.

21. 稍等 shāo děng chờ một chút
A：喂，您好，請問吳先生在嗎？
wéi nínhǎo qǐngwèn wú xiānshēng zài ma
A: A lô, xin chào, xin hỏi ông Ngô có đây không?
B：請您稍等一下，我幫您轉接。
qǐng nín shāoděng yíxià wǒ bāng nínzhuǎnjiē
B: Vui lòng chờ một chút, tôi sẽ giúp bạn chuyển máy.

22. 叫 jiào gọi
小姐，不好意思，剛剛是你叫我嗎？
xiǎojiě bùhǎoyìsi gānggāng shì nǐ jiào wǒ ma
Cô ơi, xin lỗi, vừa nãy là cô gọi tôi phải không?

23. 診療室 zhěnliáoshì phòng chẩn đoán
這間兒童牙科的診療室裡放滿了玩具，很受小孩子歡迎。
zhèjiān értóng yákē de zhěnliáoshì lǐ fàng mǎn le wánjù hěn shòu xiǎoháizi huānyíng
Phòng khám nha khoa dành cho trẻ em này có nhiều đồ chơi, rất được trẻ em yêu thích.

24. 症狀 zhèngzhuàng triệu chứng
這次流行性感冒的症狀是一直咳嗽。
zhècì liúxíngxìng gǎnmào de Zhèngzhuàng shì yìzhí késòu

Triệu chứng của bệnh cảm cúm lần này là luôn bị ho.

25. 頭暈 tóuyūn chóng mặt
婉婷坐飛機都會頭暈。
wǎntíng zuò fēijī dōu huì tóuyūn
Uyển Đình ngồi máy bay đều sẽ bị chóng mặt.

26. 食慾 shíyù thèm ăn
小明生病了，變得很沒食慾，連一碗飯都吃 不下。
xiǎomíng shēngbìng le biànde hěn méi shíyù lián yìwǎn fàn dōu chībúxià
Tiểu Minh bệnh rồi, không còn thèm ăn nữa, cả một chén cơm cũng không muốn ăn.

27. 發燒 fāshāo sốt
寶寶生病了，晚上發燒到三十九度。
bǎobao shēngbìng le wǎnshàng fāshāo dào sānshíjiǔ dù
Em bé bị bệnh rồi, buổi tối sốt đến 39 độ.

28. 咳嗽 késòu ho
小寶晚上一直咳嗽，讓媽媽很擔心。
xiǎobǎo wǎnshàng yìzhí késòu ràng māma hěn dānxīn
Tiểu Bảo buổi tối cứ bị ho, khiến mẹ rất lo lắng.

29. 鼻塞 bísāi nghẹt mũi
老王鼻塞，什麼味道都聞不到。
lǎowáng bísāi shéme wèidào dōu wén búdào
Lão Vương bị nghẹt mũi, không ngửi được mùi gì.

30. 鼻涕 bítì chảy nước mũi
阿儒感冒了，一直流鼻涕。
ārú gǎnmào le yìzhí liú bítì
A Nho bị cảm lạnh, liên tục chảy nước mũi.

31. 鼻水 bíshuǐ chảy nước mũi, sổ mũi
這道菜辣的讓我一直流鼻水。
zhèdào cài làde ràng wǒ yìzhí liú bíshuǐ
Món ăn này cay đến nỗi tôi liên tục chảy nước mũi.

32. 鼻子 bízi mũi
怡君鼻子的形狀很好看。
yíjūn bízide xíngzhuàng hěn hǎokàn
Dáng mũi của Di Quân thật đẹp.

33. 塞 sāi nghẹt
馬桶塞住了，沒辦法沖水。
mǎtǒng sāi zhùle méi bànfǎ chōngshuǐ
Bồn cầu đã bị nghẹt, không thể dội nước nước.
塞車的時候，阿飛會一邊唱歌一邊按喇叭。
sāichē de shíhòu āfēi huì yìbiān chànggē yìbiān àn lǎbā
Khi kẹt xe, A Phi sẽ vừa hát vừa nhấn kèn xe.

34. 辦法 bànfǎ biện pháp; phương pháp; cách làm (các bước tiến hành và phương pháp giải quyết vấn đề.)
小英沒辦法解決這個問題，所以去問媽媽該怎麼做。
xiǎoyīng méi bànfǎ jiějué zhège wèntí suǒyǐ qù wèn māma gāi zěnme zuò
Tiểu Anh không có cách nào để giải quyết vấn đề này, nên đã đi hỏi mẹ phải làm như thế nào.
阿毛對他的女朋友一點辦法也沒有。
āmáo duì tāde nǚpéngyǒu yìdiǎn bànfǎ yěméiyǒu
A Mao không có cách nào với bạn gái của mình.

35. 正常 zhèngcháng bình thường
目前交通已經恢復正常，請大家不要擔心。
mùqián jiāotōng yǐjīng huīfù zhèngchángqǐng dàjiā búyào dānxīn
Hiện nay, giao thông đã trở lại bình thường, mọi người đừng lo lắng.

36. 呼吸 hūxī hô hấp, hít thở
人不能在水裡呼吸。

rén bùnéng zài shuǐ lǐ hūxī
Con người không thể thở dưới nước.
到山裡走走時，別忘了作一個深呼吸。
dào shānlǐ zǒuzǒu shí bié wàngle zuò yíge shēnhūxī
Khi vào trong núi, đừng quên hít một hơi thật sâu.

37. 倒 dào trái ngược, biểu thị sự trái ngược với dự tính
平常你最愛說話了，怎麼今天倒安靜起來了？
píngcháng nǐ zuì ài shuōhuà le zěnmejīntiān dào ānjìng qǐlái le
Thường bạn thích nói nhất mà, tại sao hôm nay lại im lặng thế?

38. 喉嚨 hóulóng cổ họng
我最近喉嚨都乾乾的，不大舒服。
wǒ zuìjìn hóulóng dōu gāngānde búdà shūfú
Gần đây cổ họng tôi rất khô, cảm thấy không thoải mái.

39. 癢 yǎng ngứa
蚊子叮得我好癢。
wénzi dīngde wǒ hǎoyǎng
Muỗi cắn khiến tôi ngứa quá.

40. 吸氣 xīqì hít thở
吸一口氣，再慢慢吐出來。
xī yìkǒu qì zài mànmàn tǔ chūlái
Hít một hơi, rồi từ từ thở ra.

41. 吐氣 tǔqì thở ra
慢慢吐氣可以放鬆身體。
mànmàn tǔ qì kěyǐ fàngsōng shēntǐ
Thở ra từ từ có thể thư giãn cơ thể.

42. 嘴巴 / 嘴 zuǐba miệng
有些地方吃飯的時候不可以張開嘴巴。
yǒuxiē dìfāng chīfàn de shíhòu bù kěyǐzhāngkāi zuǐba
Một số nơi không thể mở miệng khi ăn.

43. 張開 zhāngkāi mở ra, giương
請把手張開。
qǐng bǎ shǒu zhāngkāi
Hãy giương tay ra.

44. 狀況 zhuàngkuàng trạng thái
山裡手機收訊的狀況不好，常常打不通。
shānlǐ shǒujī shōuxùn de zhuàngkuàng bùhǎo chángcháng dǎ bù tōng
Trong núi tín hiệu di động không tốt, thường không liên lạc được.
老李很糊塗，常常搞不清楚狀況，讓人很生氣。
lǎolǐ hěn hútú chángcháng gǎo bù qīngchǔ zhuàngkuàng ràng rén hěn shēngqì
Lão Lý rất hồ đồ, thường không hiểu tình hình, làm cho mọi người rất tức giận.

45. 輕微 qīngwéi nhẹ; hơi một chút; đôi chút
小周出了車禍，幸好傷勢很輕微，兩三天就 好了。
xiǎozhōu chū le chēhuò xìnghǎo shāngshì hěn qīngwéi liǎngsāntiān jiù hǎole
Tiểu Chu xảy ra tai nạn giao thông, cũng may bị thương nhẹ, chỉ hai ba ngày là khỏi.

46. 流行性感冒 liúxíngxìng gǎnmào cảm cúm
流行性感冒每年的症狀都不一樣。
liúxíngxìng gǎnmào měinián de zhèngzhuàng dōu bù yíyàng
Hàng năm, các triệu chứng của cảm cúm đều khác nhau.

47. 感冒 gǎnmào cảm mạo
小英感冒了，媽媽不准她出去玩。
xiǎoyīng gǎnmào le māma bù zhǔn tā chūqù wán
Tiểu Anh bị cảm rồi, mẹ cô không cho phép cô đi chơi.

48. 發炎 fāyán viêm
受傷了要趕快消毒，不然傷口發炎就麻煩了。
shòushāng le yào gǎnkuài xiāodú bùrán

shāngkǒu fāyán jiù máfán le
Nếu bạn bị thương phải nhanh chóng khử trùng, nếu không để vết thương bị viêm sẽ phiền phức lắm.

49. 冰 bīng lạnh
我要一杯冰奶茶，謝謝！
wǒ yào yìbēi bīng nǎichá xièxie
Tôi muốn một ly trà sữa lạnh, cảm ơn!
băng; nước đá; đá
夏天吃冰最好了。
xiàtiān chī bīng zuì hǎole
Mùa hè ăn đá (đá bào hoặc kem) là tuyệt nhất.

50. 羊肉 yángròu thịt dê
羊肉吃起來有一股特別的味道。
yángròu chī qǐlái yǒu yìgǔ tèbié de wèidào
Thịt dê ăn vào có một hương vị rất đặc biệt.

51. 橘子 júzi trái quýt
橘子聞起來很香。
júzi wén qǐlái hěn xiāng
Quýt có mùi rất thơm.

52. 中醫 zhōngyī Y học cổ truyền Trung Quốc
中醫相信人的身體上有很多穴道。
zhōngyī xiāngxìn rénde shēntǐ shàng yǒuhěnduō xuèdào
Y học cổ truyền Trung Quốc tin rằng trên cơ thể người có rất nhiều huyệt đạo.
王先生是一個很有名的中醫師。
wáng xiānshēng shì yíge hěn yǒumíng dezhōngyīshī
Ông Vương là một bác sĩ y học cổ truyền Trung Quốc nổi tiếng.

53. 關 guān tắt
天氣變熱與地球的暖化有關。
tiānqì biàn rè yǔ dìqiú de nuǎnhuà yǒuguān
Sự nóng lên của thời tiết có liên quan đến sự nóng lên của trái đất.
這件事跟你無關，請你別管。
zhèjiàn shì gēn nǐ wúguān qǐng nǐ bié guǎn
Vấn đề này không liên quan gì đến bạn, bạn đừng quan tâm.

54. 根據 gēnjù theo, căn cứ, dựa trên
爸爸根據地圖找到了旅館。
bàba gēnjù dìtú zhǎodào le lǚguǎn
Bố dựa vào bản đồ tìm thấy được khách sạn.

55. 理論 lǐlùn lý thuyết, lý luận
理論和實際總是不太一樣。
lǐlùn hàn shíjì zǒngshì bú tài yíyàng
Lý thuyết và thực tế luôn khác nhau.

理論上 lǐlùnshàng Về mặt lý thuyết
理論上，這樣做是可以的。
lǐlùnshàng zhèyàng zuò shì kěyǐ de
Về lý thuyết, làm như thế này là được.

56. 加重 jiāzhòng nặng thêm, trầm trọng hơn
警察犯法要加重處罰。
jǐngchá fànfǎ yào jiāzhòng chǔfá
Cảnh sát phạm pháp phải bị xử phạt nặng hơn.

57. 病情 bìngqíng bệnh tình
昨天晚上王老先生的病情突然加重了。
zuótiān wǎnshàng wáng lǎoxiānshēngde bìngqíng túrán jiāzhòng le
Đêm qua, bệnh tình của ông Wang đột nhiên nặng hơn.

58. 處方 chǔfāng đơn thuốc; toa
要有處方才能跟藥局領藥。
yào yǒu chǔfāng cái néng gēn yàojú lǐng yào
Phải có toa thuốc mới có thể đến nhà thuốc nhận thuốc.

59. 藥局 yàojú Nhà thuốc
藥局裡除了賣藥，也會賣一些保養品。
yàojú lǐ chúle mài yào yě huì mài yìxiē bǎoyǎngpǐn

Ngoài việc bán thuốc, nhà thuốc cũng bán một số sản phẩm chăm sóc da.

60. 領 lǐng　lĩnh; lãnh; nhận

林小姐，管理室有您的包裹，請趕快來領。
línxiǎojiě guǎnlǐshì yǒu nínde bāoguǒqǐng gǎnkuài lái lǐng
Cô Lâm, phòng quản lý có gói hàng của bạn, hãy mau đến nhận.

等我一下，我得先去 ATM 領錢。
děng wǒ yíxià wǒ děi xiān qù ATM lǐng qián
Đợi tôi một chút, tôi phải đến ATM để rút tiền.

61. 拿 ná　lấy

老太太拿了一顆蘋果給小男孩。
lǎotàitài nále yìkē píngguǒ gěi xiǎo nánhái
Cụ già lấy một quả táo cho cậu bé.

62. 退燒 tuìshāo　hạ sốt

發燒的時候用冰敷在額頭上，可以幫助退燒。
fāshāo de shíhòu yòng bīng fū zài étóushàng kěyǐ bāngzhù tuìshāo
Khi bị sốt, hãy dùng đá lạnh đắp lên trán để giúp hạ sốt.

63. 副作用 fùzuòyòng　tác dụng phụ

這種藥吃了不會有副作用，放心好了。
zhèzhǒng yào chīle bú huì yǒu fùzuòyòng fàngxīn hǎole
Thuốc này sẽ không có tác dụng phụ, hãy yên tâm.

64. 得 děi　cần; cần phải; phải

明天就要開會了，今天我們一定得把事情做完。
míngtiān jiùyào kāihuìle jīntiān wǒmen yídìng děi bǎ shìqíng zuòwán
Ngày mai phải họp rồi, hôm nay chúng ta nhất định phải hoàn thành xong mọi việc.

65. 放心 fàngxīn　yên tâm

我一定會好好照顧自己，請爸爸媽媽放心。
wǒ yídìng huì hǎohǎo zhàogù zìjǐ qǐng bàba māma fàngxīn
Con nhất định sẽ chăm sóc bản thân một cách tốt nhất, ba mẹ hãy yên tâm.

第十一課

1. 其實 qíshí　kỳ thực; thực ra

王老師看起來好像很嚴肅，不過其實他是個 幽默的人。
wáng lǎoshī kàn qǐlái hǎoxiàng hěn yánsù búguò qíshí tā shì ge yōumò de rén
Thầy Vương trông rất nghiêm túc, nhưng thực ra thầy là một người rất hài hước.

2. 一見鍾情 yíjiàn zhōngqíng　yêu từ cái nhìn đầu tiên

森川對子芸一見鍾情，每天都想著她。
sēnchuān duì zǐyún yíjiàn zhōngqíng měitiān dōu xiǎngzhe tā
Morikawa đã yêu Tử Vân từ cái nhìn đầu tiên, ngày nào cũng nghĩ về cô.

3. 好感 hǎogǎn　cảm giác tốt, ấn tượng tốt

艾婕又聰明、又漂亮，大家都對他很有好感。
àijié yòu cōngmíng yòu piàoliàng dàjiā dōu duì tā hěn yǒu hǎogǎn
Nghệ Tiệp vừa thông minh vừa xinh đẹp, mọi người đều có ấn tượng tốt với cô ấy.

4. 情人節 qíngrénjié　Ngày Valentine

中國情人節在農曆七月七日。
zhōngguó qíngrénjié zài nónglì qī yuè qī rì
Ngày Valentine của Trung Quốc là vào

ngày 7 tháng 7 âm lịch.

5. 求救 qiújiù cầu cứu
失火的時候要打一一九向消防隊求救。
shīhuǒ de shíhòu yào dǎ yī yī jiǔ xiàng xiāofángduì qiújiù
Khi gặp hỏa hoạn phải gọi số 119 cho đội phòng cháy chữa cháy đến cứu giúp.

6. 請教 qǐngjiào thỉnh giáo; xin chỉ bảo; hỏi ý kiến
小美有一些問題要請教老師。
xiǎoměi yǒu yìxiē wèntí yào qǐngjiào lǎoshī
Tiểu Mỹ có một số câu hỏi muốn hỏi giáo viên.

7. 發生 fāshēng xảy ra
臺灣在九月二十一日發生了大地震。
táiwān zài jiǔ yuè èrshíyī rì fāshēng le dà dìzhèn
Tại Đài Loan vào ngày 21 tháng 9 đã xảy ra một trận động đất lớn.

8. 趁 chèn nhân (lúc); thừa (dịp)
艾婕想趁在臺灣的時候好好學中文。
àijié xiǎng chèn zài táiwān de shíhòu hǎohǎo xué zhōngwén
Nghệ Tiệp muốn nhân lúc đang ở Đài Loan học tốt tiếng Hoa.

9. 告白 gàobái tỏ tình
向喜歡的人告白需要勇氣。
xiàng xǐhuān de rén gàobái xūyào yǒngqì
Tỏ tình với người bạn thích cần phải có dũng khí.

10. 禁忌 jìnjì cấm kỵ
七月是中國的鬼月，有很多的禁忌。
qī yuè shì zhōngguó de guǐyuè yǒu hěnduōde jìnjì
Tháng 7 là tháng cô hồn của Trung Quốc, có rất nhiều điều cấm kỵ.

11. 拜託 bàituō xin nhờ; kính nhờ (lời nói kính trọng), năn nỉ giúp đỡ
我有一件事想拜託你。
wǒ yǒu yíjiàn shì xiǎng bàituō nǐ
Tôi có một việc muốn nhờ bạn.

12. 建議 jiànyì (danh từ) lời khuyên, lời gợi ý
小娟最近要租房子，你能不能給她一些建議？
xiǎojuān zuìjìn yào zū fángzi nǐ néng bùnéng gěi tā yìxiē jiànyì
Tiểu Quyên gần đây muốn thuê nhà, bạn có lời khuyên nào cho cô ấy không?
(động từ) kiến nghị, đề xuất
嘉立建議小翁先唸完書再去當兵。
jiālì jiànyì xiǎowēng xiān niàn wán shū zàiqù dāngbīng
Gia Lập đề xuất rằng Tiểu Ông nên học xong trước rồi mới gia nhập quân đội.

13. 以為 yǐwéi cho rằng
森川以為獅子頭是獅子做的。
sēnchuān yǐwéi shīzitóu shì shīzi zuò de
Morikawa cho rằng món đầu sư tử làm từ thịt sư tử.

14. 合作 hézuò hợp tác
龍爸跟李醫生合作開一家診所。
lóngbà gēn lǐ yīshēng hézuò kāi yìjiā zhěnsuǒ
Ba Long và bác sĩ Lý đã hợp tác mở một phòng khám.

15. 同事 tóngshì đồng nghiệp
森川跟他的同事處得很好。
sēnchuān gēn tāde tóngshì chǔde hěn hǎo
Morikawa và đồng nghiệp rất vui vẻ với nhau.

16. 提 tí nhắc đến
艾婕沒有向子維提過她的感情生活。
àijié méiyǒu xiàng zǐwéi tíguò tāde gǎnqíngshēnghuó
Nghệ Tiệp không nhắc đến chuyện tình cảm của mình với Tử Duy.

17. 迷人 mírén　hấp dẫn, thu hút
收音機裡 DJ 的聲音非常迷人。
shōuyīnjī lǐ DJ de shēngyīn fēicháng mírén
Giọng nói của DJ trên radio rất hấp dẫn.

18. 不好意思 bùhǎo yì si　xấu hổ; mắc cỡ; thẹn thùng; ngại
子維被老師稱讚，覺得有點不好意思。
zǐwéi bèi lǎoshī chēngzàn juéde yǒudiǎnbùhǎo yìsi
Tử Duy được giáo viên khen ngợi, cảm thấy có chút mắc cỡ.
今天讓你請客真的很不好意思。
jīntiān ràng nǐ qǐngkè zhēnde hěn bùhǎo yìsi
Hôm nay thật ngại khi để bạn mời.
idiom/ excuse me
xin lỗi
不好意思，請問吳興街要怎麼走？
bùhǎo yìsī qǐngwèn wúxīngjiē yào zěnme zǒu
Xin lỗi, xin hỏi đường Wuxing đi như thế nào?

19. 鬧 nào　làm ồn, trêu chọc
姊姊在唸書，你不要去鬧她
jiějie zài niànshū nǐ búyào qù nào tā
Chị gái đang học, em đừng làm phiền chị ấy.

20. 饒 ráo　tha, buông tha
人們決定先饒搶匪一命，暫時不殺他
rénmen juédìng xiān ráo qiǎngfěi yí mìng zhànshí bù shā tā
Mọi người quyết định tha cho tên cướp một mạng, tạm thời không giết hắn.

饒了我吧！ráole wǒ ba　Hãy tha cho tôi đi!
A：子維，明天上課你要上臺表演肚皮舞喔！
zǐwéi Míngtiān shàngkè nǐ yào shàng táibiǎoyǎn dùpíwǔ o
A: Tử Duy, ngày mai đi học bạn phải lên sân khấu biểu diễn múa bụng đó!
B：饒了我吧！
ráole wǒ ba
B: Hãy tha cho tôi đi!

21. 咱們 zánmen　chúng ta
你什麼時候有空，咱們一起去喝一杯吧！
nǐ shéme shíhòu yǒukòng zánmen yìqǐ qù hē yìbēi ba
Khi nào bạn rảnh, chúng ta cùng nhau đi uống một ly đi!

22. 講 jiǎng　nói
這件事是阿明跟我講的。
zhèjiàn shì shì āmíng gēn wǒ jiǎng de
Chuyện này là do A Minh nói với tôi.

23. 正經 zhèngjīng　chuyện chính, nghiêm túc
正經點，不要再嘻皮笑臉的了。
zhèngjīng diǎn búyào zài xīpí xiàoliǎn de le
Nghiêm túc đi, đừng vui cười nữa.

24. 一般來說 yìbān láishuō　Nói chung, nhìn chung
一般來說，亞洲人比歐洲人矮。
yìbān láishuō yǎzhōu rén bǐ ōuzhōu rén ǎi
Nhìn chung, người châu Á thấp hơn người châu Âu.

25. 害羞 hàixīu　xấu hổ, e thẹn
森川是個害羞的人，很容易臉紅。
sēnchuān shìge hàixiū de rén hěn róngyì liǎnhóng
Morikawa là một người hay e thẹn, rất dễ đỏ mặt.

26. 矜持 jīnchí　cẩn thận; dè dặt
有時候，太矜持會失去很多機會。
yǒushíhòu tài jīnchí huì shīqù hěnduō jīhuì
Đôi khi quá nhiều cẩn thận sẽ làm mất đi nhiều cơ hội.

27. 含蓄 hánxù　hàm súc, tinh tế

中文是一種含蓄的語言。
zhōngwén shì yìzhǒng hánxù de yǔyán
Tiếng Trung là một ngôn ngữ hàm súc tinh tế.

28. 急 jí　gấp
朱小姐，邱先生說有急事要找你，請你趕快跟他連絡。
zhū xiǎojiě qiū xiānshēng shuō yǒu jíshì yào zhǎo nǐ qǐng nǐ gǎnkuài gēn tā liánluò
Cô Chu, ông Khâu nói có việc gấp cần tìm cô, phiền cô nhanh chóng liên lạc với ông ấy.

29. 弄 nòng　làm
兒子一回家就把房間弄得好亂，真受不了。
érzi yì huíjiā jiù bǎ fángjiān nòngde hǎo luàn zhēn shòubùliǎo
Con trai vừa về nhà là làm cho căn phòng trở nên lộn xộn, thật không chịu nổi.

30. 彼此 bǐcǐ　hai bên; lẫn nhau
他們昨天吵了一架，弄得彼此都很尷尬。
tāmen zuótiān chǎo le yí jià nòng de bǐcǐ dōu hěn gāngà
Hôm qua họ đã cãi nhau, làm cho cả hai đều rất lúng túng bối rối.

31. 尷尬 gāngà　lúng túng, bối rối
在電梯裡放屁是一件很尷尬的事。
zài diàntī lǐ fàngpì shì yíjiàn hěn gāngà de shì
Đánh rắm trong thang máy là một điều rất bối rối.

32. 紳士 shēnshì　quý ông
聽說英國人都很有紳士風度。
tīngshuō yīngguórén dōu hěn yǒu shēnshì fēngdù
Nghe nói người Anh rất lịch lãm phong độ.

33. 風度 fēngdù　phong độ, phong cách; tác phong
比賽要有風度，就算輸了也不能生氣。
bǐsài yào yǒu fēngdù jiùsuàn shū le yě bùnéng shēngqì
Thi đấu phải có phong độ, dù thua cũng không được tức giận.

34. 體貼 tǐtiē　ân cần, chu đáo
天氣冷的時候，他總是會體貼的幫我買一杯熱巧克力。
tiānqì lěng de shíhòu tā zǒngshì huì tǐtiēde bān wǒ mǎi yìbēi rè qiǎokèlì
Khi thời tiết lạnh, anh ấy luôn ân cần mua giúp tôi một tách sôcôla nóng.

35. 如果 rúguǒ　nếu
如果沒有明天，你會做什麼？
rúguǒ méiyǒu míngtiān, nǐ huì zuò shénme?
Nếu không có ngày mai, anh sẽ làm gì?

36. 逗 dòu　chọc ghẹo, đùa giỡn
妹妹喜歡逗小狗玩。
mèimei xǐhuān dòu xiǎo gǒu wán.
Em gái thích đùa giỡn với cún con.

37. 幽默 yōumò　hài hước
費先生是個幽默的人。
fèi xiānshēng shìge yōumò de rén
Ông Fei là một người hài hước.

幽默感 yōumògǎn　tính hài hước
王老先生很嚴肅，沒什麼幽默感，大家都怕他。
wán lǎo xiānshēng hěn yánsù méi shéme yōumògǎn dàjiā dōu pà tā
Ông Vương rất nghiêm túc, không có tính hài hước, mọi người đều sợ ông ấy.

38. 甜言蜜語 tiányán mìyǔ　những lời nói ngọt ngào
男生有時候還是要說些甜言蜜語，女孩子才會開心。
nánshēng yǒushíhòu háishì yào shuō xiē tiányán mìyǔ nǚháizi cái huì kāixīn
Con trai đôi khi phải nói những lời ngọt ngào, các cô gái mới cảm thấy vui vẻ

hạnh phúc.

39. 千萬 qiānwàn　nhất thiết; dù sao cũng

騎車時千萬要小心。

qíchē shí qiānwàn yào xiǎoxīn

Khi chạy xe nhất định phải thật cẩn thận.

40. 肉麻 ròumá　làm cho buồn nôn, gây buồn nôn

那對情侶講話好肉麻，聽得我都起雞皮疙瘩。

nàduì qínglǚ jiǎnghuà hǎo ròumá tīngde wǒ dōu qǐ jīpí gēdā

Đôi tình nhân đó nói chuyện thật khiến người khác buồn nôn, tôi nghe xong nổi cả da gà.

41. 另外 lìngwài　ngoài ra

請大家禮讓老人和孕婦。另外，捷運上禁止飲食，請大家注意。

qǐng dàjiā lǐràng lǎorén hàn yùnfù lìngwài jiéyùn shàng jìnzhǐ yǐnshí qǐng dàjiā zhùyì

Mọi người hãy nhường chỗ cho người già và phụ nữ mang thai. Ngoài ra, trên tàu điện ngầm không được ăn uống, xin mọi người chú ý.

khác

今天過去，明天又是另外一天了。

jīntiān guòqù míngtiān yòu shì lìngwài yìtiān le

Hôm nay đã qua, ngày mai sẽ lại là một ngày khác.

42. 露骨 lùgǔ　lộ liễu; trắng trợn

「我愛你」對臺灣人來說有點露骨。

wǒ ài nǐ duì táiwān rén láishuō yǒudiǎn lùgǔ

Câu «Anh yêu em» đối với người Đài Loan mà nói có chút lộ liễu.

43. 委婉 wěiwǎn　uyển chuyển; khéo léo

同事邀我去喝酒，被我委婉的拒絕了。

tóngshì yāo wǒ qù hējiǔ bèi wǒ wěiwǎn de jùjué le

Đồng nghiệp mời tôi đi uống rượu, tôi đã khéo léo từ chối rồi.

44. 暗示 ànshì　ám thị; ra hiệu ngầm; gợi ý; nói bóng gió

龍爸向龍媽眨眨眼睛，暗示她不要說話。

lóngbà xiàng lóngmā zhǎ zhǎ yǎnjīng ànshì tā búyào shuōhuà

Ba Long nháy mắt với mẹ Long, gợi ý rằng bà ấy không nên nói.

45. 方法 fāngfǎ　phương pháp

聽音樂是讓心情變好的方法之一。

tīng yīnyuè shì ràng xīnqíng biàn hǎo defāngfǎ zhīyī

Nghe nhạc là một phương pháp giúp tâm trạng tốt hơn.

46. 花 huā　tốn; tiêu

為了這件事我花了很多時間跟金錢。

wèile zhèjiàn shì wǒ huāle hěnduō shíjiāngēn jīnqián

Tôi đã dành rất nhiều thời gian và tiền bạc cho vấn đề này.

47. 心思 xīnsī　tâm tư; ý nghĩ

為了在母親節給媽媽依個驚喜，大家都花了很多心思。

wèile zài mǔqīn jié gěi māma yíge jīngxǐ dàjiā dōu huāle hěn duō xīnsī

Để làm mẹ tôi ngạc nhiên trong Ngày của Mẹ, mọi người đã tốn nhiều tâm tư.

48. 破解 pòjiě　giải mã

阿仲想了一天一夜，終於破解了那個程式。

āzhòng xiǎng le yì tiān yí yè zhōngyú pòjiěle nàge chéngshì

A Trung đã nghĩ hết cả một ngày một đêm, cuối cùng đã giải mã được chương trình đó.

49. 密碼 mìmǎ　mật mã

請設定你的密碼。

qǐng shèdìng nǐde mìmǎ

Vui lòng thiết lập mật khẩu của bạn.

50. 努力 nǔlì　nỗ lực, cố gắng

為了得到獎學金，嘉立很努力的念書。
wèile dédào jiǎngxuéjīn jiālì hěn nǔlì de niànshū
Để đạt được học bổng, Gia Lập đã rất cố gắng học tập.

51. 相信 xiāngxìn tin tưởng
你相信世界上有鬼嗎？
nǐ xiāngxìn shìjiè shàng yǒu guǐ ma
Bạn có tin trên đời này có ma không?

52. 不解風情 bùjiě fēngqíng không hiểu tâm tư
阿土是個不解風情的老實人，不管女生怎麼暗示，他都聽不懂。
ātǔ shì ge bùjiě fēngqíng de lǎoshí rénbùguǎn nǚshēng zěnme ànshì tā dōu tīng bùdǒng
A Thổ là một người thật thà không hiểu tâm tư người khác, dù con gái đã ám hiệu thế nào, anh ấy vẫn không hiểu.

53. 木頭 mùtóu gỗ
他的工作室充滿了木頭的香味。
tāde gōngzuòshì chōng mǎn le mùtóu dexiāngwèi
Phòng làm việc của của anh ấy đầy mùi thơm của gỗ.

54. 招 zhāo chiêu, chiêu trò
女孩子最好學幾招防身術。
nǚháizi zuìhǎo xué jǐ zhāo fángshēnshù
Con gái tốt nhất nên học vài chiêu võ phòng thân.

55. 居酒屋 jūjiǔwū Izakaya (quán rượu ở Nhật)
在日本，大家下班以後喜歡到居酒屋去喝酒聊天。
zài rìběn dàjiā xiàbān yǐhòu xǐhuān dào jūjiǔwū qù hējiǔ liáotiān
Ở Nhật, sau khi tan làm mọi người đều thích đến quán rượu để uống và trò chuyện.

56. 能劇 néngjù Noh, kịch của Nhật Bản
能劇是日本一項珍貴的藝術。
néngjù shì rìběn yíxiàng zhēnguì de yìshù
Noh là một môn nghệ thuật quý ở Nhật Bản.

57. 解說 jiěshuō (danh từ) lời giải thích
這本書的解說很詳細，讓人一看就懂。
zhè běn shū de jiěshuō hěn xiángxì ràng rén yíkàn jiù dǒng
Quyển sách này giải thích rất chi tiết, giúp mọi người đọc qua đã hiểu.
(động từ) giải thích, thuyết minh
去博物館時，我喜歡聽解說員解說。
qù bówùguǎn shí wǒ xǐhuān tīng jiěshuōyuán jiěshuō
Khi đến viện bảo tàng, tôi thích nghe thuyết minh viên thuyết minh.

58. 詳細 xiángxì chi tiết
這份說明書寫得很詳細。
zhèfèn shuōmíngshū xiěde hěn xiángxì
Sách hướng dẫn này viết rất chi tiết.

59. 行家 hángjiā chuyên gia
弗朗索瓦先生是香水的行家。
fúlǎngsuǒwǎ xiānshēng shì xiāngshuǐ de hángjiā
Ông Francois là một chuyên gia về nước hoa.

60. 極 jí cực, vô cùng
Asalah 的歌唱得好極了，她的每張專輯我都有。
Asalah de gē chàngde hǎo jí le tāde měi zhāng zhuānjí wǒ dōu yǒu
Asalah hát cực kỳ hay, tôi có tất cả các album của cô ấy.

61. 佩服 pèifú khâm phục, ngưỡng mộ
德蕾莎修女的愛心實在令人佩服。
délěishā xiūnǚ de àixīn shízài lìng rén pèifú
Tình yêu của Mẹ Têrêsa thật đáng khâm phục.

62. 優雅 yōuyǎ　nho nhã, trang nhã
巴蕾舞是一種優雅的舞。
bālěiwǔ shì yìzhǒng yōuyǎ de wǔ
Ballet là một vũ điệu nho nhã.

63. 鬆一口氣 sōng yìkǒu qì　thở phào nhẹ nhõm
終於考完試了，大家都鬆了一口氣。
zhōngyú kǎo wán shì le dàjiā dōu sōngleYìkǒuqì
Cuối cũng đã thi xong, mọi người đều thở phào nhẹ nhõm.

64. 臉紅 liǎnhóng　đỏ mặt
人害羞的時候會臉紅。
rén hàixiū de shíhòu huì liǎnhóng
Khi mọi người ngại ngùng, họ sẽ đỏ mặt.

65. 寒流 hánliú　lạnh, hàn lưu
明天會有另一波寒流到臺灣。
míngtiān huì yǒu lìng yì pō hánliú dào táiwān
Ngày mai sẽ có một đợt hàn lưu đến Đài Loan.

66. 果然 guǒrán　quả nhiên
天氣預報說今天會下雨，果然今天一起床，天氣就陰陰的。
tiānqì yùbào shuō jīntiān huì xiàyǔ guǒrán jīntiān yì qǐchuáng tiānqì jiù yīnyīnde
Dự báo thời tiết nói hôm nay trời sẽ mưa, quả nhiên hôm nay khi vừa thức dậy, trời đã âm u rồi.

67. 告訴 gàosù　nói, cho biết
老師告訴我們明天有一場演講，要我們去聽。
lǎoshī gàosù wǒmen míngtiān yǒu yìchǎng yǎnjiǎng yào wǒmen qù tīng
Giáo viên nói với chúng tôi rằng ngày mai có Một buổi hội thảo, muốn chúng tôi đến nghe.

第十二課

1. 按照 ànzhào　dựa theo, dựa vào, căn cứ vào
龍爸按照地圖找到了去墾丁的路。
lóngbà ànzhào dìtú zhǎodàole qù kěndīngde lù
Ba Long dựa vào bản đồ tìm được đường đến Kenting.

2. 規定 guīdìng　quy định
爸媽規定我每天十二點前要回家。
bàmā guīdìng wǒ měitiān shíèr diǎn qiányào huíjiā
Cha mẹ tôi quy định mỗi ngày tôi phải về nhà trước mười hai giờ.

3. 捨不得 shěbùdé　không nỡ
情侶約會總是捨不得分開。
qínglǚ yuēhuì zǒngshì shěbùdé fēnkāi
Các cặp đôi khi hẹn hò đều không nỡ chia tay nhau.

捨得 shědé　nỡ, không tiếc; cam lòng cho; chịu cho
你怎麼捨得讓她難過？
nǐ zěnme shědé ràng tā nánguò
Sao bạn nỡ khiến cô ấy buồn?

4. 離開 líkāi　rời khỏi; tách khỏi;
龍爸在晚上九點離開診所。
lóngbà zài wǎnshàng jiǔdiǎn líkāi zhěnsuǒ
Ba Long rời phòng khám vào lúc chín giờ tối.

5. 科技 kējì　Kỹ thuật công nghệ
科技來自於人性。
kējì láizìyú rénxìng
Công nghệ đến từ bản chất con người.

6. 資深 zīshēn　thâm niên; từng trải
老王是公司資深的員工，大家都很尊敬他。
lǎowáng shì gōngsī zīshēn de yuángōng dàjiā dōu hěn zūnjìng tā

Lão Vương là nhân viên thâm niên của công ty, mọi người đều rất tôn trọng anh ấy.

7. 工程師 gōngchéngshī　kỹ sư

森川小時候的夢想就是當一位工程師。
sēnchuān xiǎoshíhòu de mèngxiǎng jiùshì dāng yíwèi gōngchéngshī
Ước mơ khi còn nhỏ của Morikawa là trở thành một kỹ sư.

8. 說明 shuōmíng　giải thích rõ; nói rõ

可以請你舉例說明什麼是國際化嗎？
kěyǐ qǐng nǐ jǔlì shuōmíng shéme shìguójìhuà ma
Bạn có thể cho ví dụ giải thích quốc tế hóa là gì không?

9. 系統 xìtǒng　hệ thống

圖書館的電腦系統出了點問題，裡面的資料 全都不見了。
túshūguǎn de diànnǎo xìtǒng chū le diǎn wèntí lǐmiàn de zīliào quán dōu bú jiàn le
Hệ thống máy tính của thư viện xảy ra một số vấn đề, toàn bộ tài liệu trong máy đã mất.

10. 設計 shèjì　thiết kế

嘉立喜歡設計，不管是服裝設計、程式設計、室內設計，他都喜歡。
jiālì xǐhuān shèjì bùguǎn shì fúzhuāng shèjì chéngshì shèjì shìnèi shèjì tā dōu xǐhuān
Gia Lập thích thiết kế, bất luận là thiết kế quần áo, thiết kế lập trình, thiết kế nội thất, anh ấy đều thích.

11. 程式 chéngshì　chương trình

這個程式跑不動，你知道問題在哪裡嗎？
zhège chéngshì pǎo búdòng nǐ zhīdàowèntí zài nǎlǐ ma
Chương trình này không chạy được, bạn biết vấn đề nằm ở đâu không?

12. 管理 guǎnlǐ　quản lý

管理一間公司需要智慧。
guǎnlǐ yìjiān gōngsī xūyào zhìhuì
Quản lý một công ty đòi hỏi sự khôn ngoan.

13. 責任 zérèn　trách nhiệm

照顧小孩是父母的責任。
zhàogù xiǎohái shì fùmǔ de zérèn
Trách nhiệm của cha mẹ là chăm sóc con cái.

14. 全職 quánzhí　công việc toàn thời gian

全職工作的福利比兼職好。
quánzhí gōngzuò de fúlì bǐ jiānzhí hǎo
Phúc lợi của công việc toàn thời gian tốt hơn công việc bán thời gian.

兼職 jiānzhí　công việc toàn thời gian

我在加油站找了一個兼職工作。
wǒ zài jiāyóuzhàn zhǎo le yíge jiānzhígōngzuò
Tôi tìm được một công việc bán thời gian tại trạm xăng.

15. 出差 chūchāi　công tác

李先生到澳洲出差，下星期二才會回來。
lǐxiānshēng dào àozhōu chūchāi xià xīngqíèr cái huì huílái
Ông Lý sẽ đi công tác đến Úc, thứ ba tuần sau mới về.

16. 待遇 dàiyù　đãi ngộ

律師的待遇很好。
lǜshī de dàiyù hěnhǎo
Đãi ngộ của luật sư rất tốt.

17. 面議 miànyì　thương lượng

二手電腦拍賣，價格面議，請寫信與我聯絡。
èrshǒu diànnǎo pāimài jiàgé miànyì qǐngxiě xìn yǔ wǒ liánluò
Bán đấu giá máy tính cũ, giá thương lượng, xin vui lòng gửi thư liên hệ với tôi.

18. 休假 xiūjià　nghỉ phép

法國夏天可以休假一個月。

fàguó xiàtiān kěyǐ xiūjià yí ge yuè
Mùa hè ở Pháp có thể nghỉ phép một tháng.

19. 制度 zhìdù chế độ, hệ thống

美國的政治制度是民主制。
měiguó de zhèngzhì zhìdù shì mínzhǔ zhì
Chế độ chính trị của Mỹ là chế độ dân chủ.

20. 條件 tiáojiàn điều kiện

要當一名太空人有很嚴格的條件限制。
yào dāng yìmíng tàikōngrén yǒu hěn yángéde tiáojiàn xiànzhì
Điều kiện trở thành một phi hành gia rất nghiêm ngặt.

潘先生的條件很好，很多女孩子都喜歡他。
pān xiānshēng de tiáojiàn hěnhǎo hěnduō nǚháizi dōu xǐhuān tā
Điều kiện của anh Phan rất tốt, rất nhiều cô gái thích anh ấy.

我可以借你二十萬，條件是你要在兩年之內還我。
wǒ kěyǐ jiè nǐ èrshíwàn tiáojiàn shì nǐ yào zài liǎngnián zhīnèi huán wǒ
Tôi có thể cho bạn mượn 200.000 tệ, điều kiện là trong vòng hai năm bạn phải trả lại cho tôi.

21. 限制 xiànzhì (danh từ) hạn chế

以前對女性的限制很多，不像現在這麼開放。
yǐqián duì nǚxìngde xiànzhì hěnduōbúxiàng xiànzài zhème kāifàng
Có nhiều hạn chế đối với phụ nữ trong quá khứ, không cởi mở như hiện nay.

V./ to limit
(động từ) giới hạn, hạn chế

這條法律限制了人民的自由。
zhè tiáo fǎlǜ xiànzhì le rénmín de zìyóu
Luật này hạn chế quyền tự do của người dân.

22. 學歷 xuélì học vấn

艾婕有巴黎第十大學學士的學歷。
àijié yǒu bālí dìshí dàxué xuéshì de xuélì
Nghệ Tiệp có bằng cử nhân trường đại học thứ 10 ở Paris.

23. 科系 kēxì khoa

文學院裡有三個科系。
wénxué yuàn lǐ yǒu sānge kēxì
Viện văn học có ba khoa.

24. 經驗 jīngyàn kinh nghiệm

他對程式設計很有經驗。
tā duì chéngshì shèjì hěn yǒu jīngyàn
Ông ấy rất có kinh nghiệm trong lập trình.

25. 電腦 diànnǎo máy vi tính

電腦是現代生活的必需品。
diànnǎo shì xiàndài shēnghuó de bìxūpǐn
Máy tính là vật cần thiết trong cuộc sống hiện đại.

26. 專業 zhuānyè chuyên nghiệp, chuyên môn

慶維對語言學懂很多，語言學是他的專業。
qìngwéi duì yǔyánxué dǒng hěnduō yǔyánxué shì tāde zhuānyè
Khánh Duy biết rất nhiều về ngôn ngữ học, ngôn ngữ học là chuyên môn của anh ấy.

27. 辦公室 bàngōngshì văn phòng

吳小姐的辦公室在松仁路 2 號。
wú xiǎojiě de bàngōngshì zài sōngrénlùèr hào
Văn phòng của cô Ngô ở số 2 đường Songren.

28. 作業 zuòyè công tác, làm việc

商品寄出需要三天的作業時間。
shāngpǐn jìchū xūyào sān tiān de zuòyè shíjiān
Hàng gửi đi mất ba ngày làm việc.

29. 資料庫 zīliàokù Cơ sở dữ liệu, kho dữ liệu

電影圖書館裡有完整的電影資料庫。
diànyǐng túshūguǎn lǐ yǒu wánzhěng de

diànyǐng zīliàokù
Thư viện phim có một kho phim rất hoàn chỉnh.

30. 熟悉 shóuxī　quen thuộc
塞維克是臺東人，他對臺東很熟悉。
sàiwéikè shì táidōng rén tā duì táidōng hěn shóuxī
Tái Duy Khắc là người Đài Đông, anh ấy rất quen thuộc với Đài Đông.

31. 應徵 yìngzhēng　ứng tuyển
美純想去應徵空姐的工作。
měichún xiǎngqù yìngzhēng kōngjiě degōngzuò
Mỹ Thuần muốn ứng tuyển công việc tiếp viên hàng không.

32. 找 zhǎo　tìm
我找不到我的筆記本。
wǒ zhǎo búdào wǒde bǐjìběn
Tôi tìm không thấy cuốn sổ tay của tôi.

33. 合法 héfǎ　hợp pháp
在伊朗，穿比基尼是不合法的。
zài yīlǎng chuān bǐjīní shì bù héfǎde
Ở Iran, mặc bikini là bất hợp pháp.

34. 工作證 gōngzuò zhèng　giấy phép làm việc
要在國外工作，必須先申請工作證。
yào zài guówài gōngzuò bìxū xiān shēnqǐng gōngzuò zhèng
Muốn làm việc ở nước ngoài, trước tiên bạn phải xin giấy phép làm việc.

35. 薪水 xīnshuǐ　lương
服務生的薪水不高。
fúwùshēng de xīnshuǐ bùgāo
Tiền lương của người phục vụ không cao.

36. 福利 fúlì　phúc lợi
北歐的社會福利制度做得很好。
běiōu de shèhuì fúlì zhìdù zuòde hěn hǎo
Hệ thống phúc lợi xã hội của Bắc Âu rất tốt.

37. 年終 niánzhō ng　cuối năm
要過年了，百貨公司都在年終大拍賣。
yào guònián le bǎihuò gōngsī dōu zàiniánzhōng dà pāimài
Gần đến Tết rồi, cửa hàng bách hóa đều giảm giá cuối năm.

38. 獎金 jiǎngjīn　thưởng, tiền thưởng
嘉立比賽得了第一名，得到六千塊的獎金。
jiālì bǐsài déle dìyīmíng dédào liùqiān kuàide jiǎngjīn
Gia Lập thi đấu giành giải nhất, được thưởng 6.000 tệ.

39. 員工 yuángōng　nhân viên
這間公司有一百名員工。
zhèjiān gōngsī yǒu yìbǎi míng yuángōng
Công ty này có 100 nhân viên.

40. 壓力 yālì　áp lực
現代人的壓力愈來愈大。
xiàndàirén de yālì yùláiyù dà
Áp lực đối với người hiện đại ngày càng lớn.

41. 配合 pèihé　hợp tác, phối hợp
那兩個演員在戲裡配合得很好。
nà liǎngge yǎnyuán zài xì lǐ pèihéde hěnhǎo
Hai diễn viên phối hợp rất tốt trong phim.

42. 加班 jiābān　làm thêm giờ, tăng ca
爸爸以前都要加班到很晚才回家。
bàba yǐqián dōuyào jiābān dào hěn wǎn cái huíjiā
Trước đây bố thường phải tăng ca đến tối mới về nhà.

43. 分公司 fēngōngsī　chi nhánh văn phòng
蘋果電腦在世界上有很多分公司。
píngguǒ diànnǎo zài shìjiè shàng yǒu hěnduō fēngōngsī
Hãng Apple có nhiều chi nhánh trên toàn thế giới.

44. 順便 shùnbiàn　thuận tiện, tiện thể

我來看你，順便去超級市場買醬油。
wǒ lái kàn nǐ shùnbiàn qù chāojí shìchǎngmǎi jiàngyóu
Tôi đến thăm bạn, tiện thể đi siêu thị mua nước tương.

45. 勞保（勞工保險） láobǎo　bảo hiểm lao động
這家診所有勞保。
zhèjiā zhěnsuǒ yǒu láobǎo
Phòng khám này có bảo hiểm lao động.

46. 健保（健康保險） jiànbǎo　Bảo hiểm y tế
有健保以後，看病就很方便了。
yǒu jiànbǎo yǐhòu kànbìng jiù hěn fāngbiàn le
Sau khi có bảo hiểm y tế, khám bác sĩ sẽ tiện hơn.

47. 附 fù　đính kèm
這本書有附 CD，你沒事可以聽聽看。
zhèběn shū yǒu fù CD nǐ méishì kěyǐ tīngtīngkàn
Cuốn sách này kèm một đĩa CD, khi rảnh có thể nghe thử.

48. 宿舍 sùshè　ký túc xá
子維住在大學的宿舍裡。
zǐwéi zhù zài dàxuéde sùshè lǐ
Tử Duy sống trong ký túc xá của trường đại học.

49. 教育 jiàoyù　giáo dục
教育對國家來說很重要。
jiàoyù duì guójiā láishuō hěn zhòngyào
Giáo dục rất quan trọng đối với đất nước.

50. 訓練 xùnliàn　đào tạo, huấn luyện
小梅正在訓練獅子跳火圈。
xiǎoméi zhèngzài xùnliàn shīzi tiào huǒquān
Tiểu Mai đang huấn luyện sư tử nhảy vòng lửa.

51. 尾牙 wěiyá　tiệc cuối năm
公司尾牙訂在礁溪大飯店舉行。
gōngsī wěiyá dìng zài jiāoxī dàfàndiàn jǔxíng
Tiệc cuối năm của công ty dự kiến sẽ được tổ chức tại khách sạn Jiaoxi.

52. 摸彩 mōcǎi　bốc thăm trúng thưởng
等一下有摸彩活動，你要不要參加？
děngyíxià yǒu mōcǎi huódòng nǐ yào bú yào cānjiā
Chút nữa có bốc thăm trúng thưởng, bạn có muốn tham gia không?

53. 履歷 lǚlì　lý lịch
找工作要先寄履歷。
zhǎo gōngzuò yào xiān jì lǚlì
Tìm việc phải gửi sơ yếu lý lịch trước.

54. 面試 miànshì　phỏng vấn
森川很用心的在準備明天的面試。
sēnchuān hěn yòngxīn de zài zhǔnbèi míngtiān de miànshì
Morikawa chuẩn bị rất kỹ lưỡng cho buổi phỏng vấn vào ngày mai.

55. 機會 jīhuì　cơ hội
機會要自己去把握。
jīhuì yào zìjǐ qù bǎwò
Cơ hội phải tự mình nắm bắt.

56. 人事部 rénshìbù　phòng nhân sự
我們公司的人事部現在缺人，你要不要去應徵？
wǒmen gōngsī de rénshìbù xiànzài quērénnǐ yào bú yào qù yìngzhēn
Phòng nhân sự của công ty chúng tôi hiện đang thiếu người, bạn có muốn ứng tuyển không?

57. 回應 huíyìng　hồi âm, phản hồi
他是個聾子，你再怎麼叫他都不會有回應的。
tā shì ge lóngzi nǐ zài zěnme jiào tā dōu búhuì yǒu huíyìngde
Anh ấy bị điếc, anh gọi thế nào anh ấy cũng không trả lời đâu.

58. 惡補 èbǔ　học gạo, học nhồi nhét

子羽下星期就要去法國玩了，他現在正在惡 補法文呢！

zǐyǔ xià xīngqí jiù yào qù fàguó wán le tāxiànzài zhèngzài èbǔ fǎwén ne

Tử Vũ tuần sau sẽ đi Pháp chơi, bây giờ anh ấy đang cố nhồi nhét tiếng Pháp đó!

59. 免得 miǎndé　để tránh; đỡ phải

你還是現在出去吧，免得到時候銀行關門，就麻煩了。

nǐ háishì xiànzài chūqù ba miǎndé dàoshíhòu yínháng guānmén jiù máfán le

Bây giờ anh hãy đi ra ngoài đi, tránh tới lúc đó ngân hàng đóng cửa, sẽ phiền lắm.

60. 老是 lǎoshì　luôn luôn

龍爸老是忘記龍媽的生日。

lóngbà lǎoshì wàngjì lóngmā de shēngrì

Ba Long luôn nhớ ngày sinh nhật của mẹ Long.

61. 奇怪 qíguài　kỳ lạ

他竟然在夏天穿著毛衣，真是奇怪。

tā jìngrán zài xiàtiān chuānzhe máoyī zhēnshì qíguài

Anh ấy mặc áo len vào mùa hè, thật kỳ lạ.

62. 經理 jīnglǐ　giám đốc

我的經理是一個嚴肅的女人。

wǒde jīnglǐ shì yíge yánsù de nǚrén

Giám đốc của tôi là một người phụ nữ nghiêm khắc.

63. 主修 zhǔxiū　Chuyên ngành

子芸大學的時候主修經濟。

zǐyún dàxué de shíhòu zhǔxiū jīngjì

Khi học đại học, Tử Vân học chuyên ngành kinh tế.

64. 資訊 zīxùn　thông tin

網路上有很豐富的旅遊資訊。

wǎnglù shàng yǒu hěn fēngfù de lǚyóu zīxùn

Trên Internet có rất nhiều thông tin du lịch.

Microsoft 是全世界最大的資訊公司。

Microsoft shì quán shìjiè zuìdà de zīxùn gōngsī

Microsoft là công ty thông tin lớn nhất thế giới.

65. 服務 fúwù　phục vụ

阿宏已經在這家公司服務兩年了。

āhóng yǐjīng zài zhèjiā gōngsī fúwù liǎngnián le

A Hoành đã làm việc trong công ty này được hai năm rồi.

這家餐廳的服務態度很好。

zhèjiā cāntīng de fúwù tàidù hěn hǎo

Thái độ phục vụ của nhà hàng này rất tốt.

66. 外派　派遣到外 wàipài　cử nhân viên sang nước ngoài làm việc

外交人員都必須外派到其他國家。

wàijiāo rényuán dōu bìxū wàipài dào qítā guójiā

Các nhà ngoại giao đều được cử đến các quốc gia khác.

67. 合約 héyuē　hợp đồng

SONY 決定要跟我們公司簽合約，一起合作這個案子。

SONY juédìng yào gēn wǒmen gōngsī qiān héyuē yìqǐ hézuò zhège ànzi

SONY quyết định ký hợp đồng với công ty của chúng tôi, cùng hợp tác dự án này.

68. 結束 jiéshù　kết thúc

表演結束後，請大家不要馬上離開。謝謝。

biǎoyǎn jiéshù hòu qǐng dàjiā búyào mǎshàng líkāi xièxie

Sau khi biểu diễn kết thúc, mời mọi người đừng rồi đi ngay, cám ơn.

69. 由於 yóuyú　bởi; do; bởi vì

由於颱風剛過，菜價全都漲了一倍。

yóuyú táifēng gāng guò càijià quán dōu

zhǎng le yíbèi
Vì cơn bão vừa qua, giá rau đã tăng lên gấp đôi.

70. 吸引 xīyǐn thu hút
這部車的設計很吸引人。
zhèbù chē de shèjì hěn xīyǐnrén
Thiết kế của chiếc xe này rất thu hút.

71. 本 běn tôi; phía mình; chúng tôi; này
本產品開封後禁止退換。
běn chǎnpǐn kāifēng hòu jìnzhǐ tuìhuàn
Sản phẩm này nếu đã mở hộp không thể đổi trả.

72. 觀察 guānchá quan sát
觀察星星是天文學家的工作。
guānchá xīngxīng shì tiānwén xué jiā degōngzuò
Quan sát các ngôi sao là công việc của các nhà thiên văn học.

73. 方面 fāngmiàn phương diện, khía cạnh
在音樂上，他對聲樂方面特別擅長。
zài yīnyuè shàng tā duì shēngyuè fāngmiàn tèbié shàncháng
Về phương diện thanh nhạc, ông ấy đặc biệt giỏi.

74. 前景 qiánjǐng viễn cảnh, tương lai
印度是一個有前景的國家。
yìndù shì yíge yǒu qiánjǐng de guójiā
Ấn Độ là một quốc gia đầy hứa hẹn.

75. 認為 rènwéi cho rằng
陳博士認為植物也是有感覺的。
chén bóshì rènwéi zhíwù yěshì yǒugǎnjué de
Tiến sĩ Trần cho rằng thực vật cũng có cảm giác.

76. 發展 fāzhǎn phát triển
埃及的觀光業發展得很好。
āijí de guānguāng yè fāzhǎn de hěn hǎo
Ngành du lịch ở Ai Cập phát triển rất tốt.

77. 空間 kōngjiān không gian
每個人都需要有自己的空間。
měige rén dōu xūyào yǒu zìjǐ de kōngjiān
Mọi người đều cần không gian riêng.
185

78. 貴 guì vị, quý (cách dùng lịch sự, trịnh trọng)
貴國的科技發達，是敝國學習的榜樣。
guì guó de kējì fādá shì bì guó xuéxí de bǎngyàng
Khoa học công nghệ tiên tiến của nước bạn là điển hình cho nước tôi học tập.

79. 資料 zīliào dữ liệu, tài liệu
圖書館裡的資料很豐富。
túshūguǎn lǐ de zīliào hěn fēngfù
Tài liệu trong thư viện rất phong phú.

80. 國際化 guójìhuà quốc tế hoá
紐約是一個國際化的城市。
niǔyuē shì yíge guójìhuà de chéngshì
New York là một thành phố quốc tế hóa.

81. 有自信 yǒuzìxìn tự tin, có lòng tin
艾婕對自己的中文很有自信。
àijié duì zìjǐ de zhōngwén hěn yǒuzìxìn
Nghệ Tiệp rất tự tin vào tiếng Trung của mình.

82. 接 jiē nhận
我接到一個助理的工作。
wǒ jiē dào yíge zhùlǐ de gōngzuò
Tôi nhận được công việc của một trợ lý.

83. 案子 ànzi vụ việc, ca, trường hợp
老闆連續接了兩個大案子，把大家都忙壞了。
lǎobǎn liánxù jiēle liǎngge dà ànzi bǎdàjiā dōu máng huài le
Ông chủ liên tiếp nhận được hai dự án lớn, làm cho mọi người đều bận rộn.

84. 企業 qìyè xí nghiệp, doanh nghiệp
臺灣的企業大都是中小型企業。

táiwān de qìyè dàdōushì zhōngxiǎo xíngqìyè
Các doanh nghiệp Đài Loan chủ yếu là các doanh nghiệp vừa và nhỏ.

85. 能力 nénglì khả năng
古先生是個很有能力的人。
gǔ xiānshēng shì ge hěn yǒu nénglì de rén
Ông Cổ là một người rất có khả năng.

86. 信心 xìnxīn Sự tự tin, lòng tin
對自己要有信心，做事才容易成功。
duì zìjǐ yào yǒu xìnxīn zuòshì cái róngyì chénggōng
Phải có lòng tin vào bản thân, làm việc mới dễ thành công.

87. 團隊 tuánduì đội ngũ, nhóm
團隊生活對軍人很重要。
tuánduì shēnghuó duì jūnrén hěn zhòngyào
Cuộc sống đội ngũ đối với người quân nhân rất quan trọng .

88. 重要 zhòngyào quan trọng
這支手錶對我來說很重要。
zhèzhī shǒubiǎo duì wǒ láishuō hěnzhòngyào
Chiếc đồng hồ này rất quan trọng với tôi.

89. 勝任 shēngrèn đảm nhiệm được; có thể gánh vác
你很聰明，我相信你一定可以勝任這個工作。
nǐ hěn cōngmíng wǒ xiānxìn nǐ yídìng kěyǐshēngrèn zhège gōngzuò
Bạn rất thông minh, tôi tin bạn có thể đảm nhiệm được công việc này.

90. 小組 xiǎozǔ nhóm nhỏ
老師把學生分為兩個小組，要他們上臺報告。
lǎoshī bǎ xuéshēng fēn wéi liǎngge xiǎozǔ yào tāmen shàng tái bàogào
Giáo viên chia học sinh thành hai nhóm nhỏ, và yêu cầu họ lên báo cáo.

91. 人際 rénjì quan hệ xã hội
森川對人很有禮貌，又負責任，所以人際關係很好。
sēnchuān duì rén hěn yǒu lǐmào yòu fùzérèn suǒyǐ rénjì guānxì hěn hǎo
Morikawa rất lịch sự và có trách nhiệm, vì vậy mối quan hệ với mọi người rất tốt.

92. 溝通 gōutōng (danh từ) sự giao tiếp
有好的溝通，才能創造好的人際關係。
yǒu hǎode gōutōng cái néng chuàngzào hǎo de rénjì guānxì
Có giao tiếp tốt mới có thể tạo ra mối quan hệ xã hội tốt.
(động từ) giao tiếp
夫妻相處要懂得如何溝通。
fūqī xiāngchǔ yào dǒngdé rúhé gōutōng
Các cặp vợ chồng nên hiểu cách giao tiếp với nhau.

93. 愉快 yúkuài vui vẻ
旅行令人心情愉快。
lǚxíng lìng rén xīnqíng yúkuài
Du lịch khiến tâm trạng mọi người vui vẻ

聽力練習
Luyện nghe

Lesson 1 聽力練習

老師：好，歡迎大家加入中級華語班這個大家庭，我是大家這十個禮拜的老師，我姓洪，叫洪美玲，大家好。
同學們：老師好。
老師：那我想大家的中文程度應該沒有什麼問題囉！老師想認識大家一下，請大家輪流自我介紹，好嗎？
同學們：好。
老師：那就從……來，你離我最近，從你開始好了！
羅強：大家好，我叫羅強，我來自美國，今年剛從耶魯大學畢業，就是Yale University，今年二十五歲，現在在河流大學唸書，我的興趣是打棒球、游泳，當然還有學習華語！謝謝大家。
老師：羅強，你的中文說得真好。
羅強：謝謝。
老師：那我再請下一位，來。
小泉妙子：大家好，我叫小泉妙子，我是日本人，今年二十一歲，現在在天空大學念書，我喜歡聽音樂、吃好吃的東西、寫一些文章等等，謝謝大家。
老師：哇～大家的程度都好好喔！來，換妳自我介紹一下。
莉姮：大家好，我叫莉姮，Rita，我來自英國，現在在臺灣的出版社上班，我今年三十一歲，我最喜歡小孩子，謝謝大家。
老師：謝謝莉姮的自我介紹，然後……來，請你自我介紹一下。

Lesson 2 聽力練習

老闆：歡迎光臨。Wel……welcome……welcome……。
艾婕：老闆，我會說中文，我們用中文就行了。
老闆：喔～很厲害耶！妳是從哪裡來的啊？
艾婕：我是法國人，你好。對不起，老闆，我想買雨傘。
老闆：好好好，我們剛好有這種大雨傘喔，上面還有巴黎鐵塔，怎麼樣？
艾婕：好漂亮啊！這把雨傘多少錢？
老闆：這把兩百九十九塊。
艾婕：嗯……老闆，對不起，我只要最便宜的雨傘。
老闆：看妳一個外國人來臺灣，很辛苦，那我打九折給妳，算妳兩百七十塊就好。
艾婕：老闆，不用了，我真的只要最便宜的雨傘。
老闆：好啦，這把小的最便宜。
艾婕：看起來真的好小，請問這把多少錢？
老闆：九十塊。
艾婕：我總共只有六十塊，我還要留二十塊坐公車，請問可以算我四十塊嗎？
老闆：四十塊！會虧本啦！
艾婕：老闆，拜託你，我一個人從法國到臺灣來，又沒有朋友，好可憐。
老闆：好啦！好啦！算妳四十塊啦，交個朋友好了。
艾婕：老闆，謝謝你，謝謝你，臺灣真有人情味。
老闆：以後要再來喔！
艾婕：Ok！Yeah！我也會殺價了。

Lesson 3 聽力練習

銀珠：嘿，伊凡，伊凡好久不見了。

伊凡：妳是銀珠，對不對？真的好久不見了，妳去哪裡了？
銀珠：這兩個月我回韓國打工，昨天才剛回來，你呢？都好嗎？
伊凡：嗯，一切都好，妳還是住在之前的地方嗎？
銀珠：不是，不過很近。
伊凡：那在哪裡？
銀珠：我本來住在7-11的左邊，現在搬到7-11的右邊了。
伊凡：這麼近。
銀珠：本來的房東把房間租掉啦，我也沒辦法。那你呢？還住宿舍嗎？
伊凡：不住宿舍了，上個月搬到外面來住了。
銀珠：真的！在哪裡？
伊凡：妳家旁邊的7-11對面是一條小巷子，對不對？
銀珠：對啊！
伊凡：從那條巷子進去，看到理髮店就右轉，再直走下去就會看到幼稚園，我家就在幼稚園左邊的大樓裡。
銀珠：不好意思，哪一邊？
伊凡：妳面對幼稚園的話，就在妳的右手邊。
銀珠：房間大嗎？
伊凡：還好，不過有電視、床、大書桌跟
冰箱，我很喜歡。
銀珠：那太好了，我們住得很近，我就可以常常去你家泡茶囉。
伊凡：那當然，歡迎，歡迎！

Lesson 4 聽力練習

語音：您有四通新留言，如要聽取留言請按一。
子芸：子維，你怎麼沒開機啊，我是你姊姊啦，我跟你講，我換新手機了，我唸新號碼給你聽，0933-164-085，快存起來喔，掰掰！
語音：聽下一通留言，請按一。
小陳：喂，我是小陳，跟你一起在餐廳打工的同事啦，我想問你，你這個禮拜天有沒有空？那天我有事不能上班，你可以代替我去嗎？我的手機是0923-961-478，0923-961-478，趕快打電話跟我講，拜託囉！
語音：聽下一通留言。
席維：喂，龍先生，你好，我是從法國來的留學生Sylvi，你可以叫我的中文名字——席薇，我看到你在找語言交換的對象，就打電話給你，看看我們可不可以約個時間做語言交換，我的宿舍電話是02-82362345，我再唸一次喔，02-82362345，你覺得可以的話，請打給我，謝謝。
語音：聽下一通。
林助教：喂，龍子維同學，這裡是法語系系辦，系辦這邊收到一份寄給你的包裹，請抽空過來領，有問題的話，請打02-29395707轉63911，找林助教，02-29395707轉63911，找林助教，謝謝。
語音：您沒有留言，您沒有傳真。

Lesson 5 聽力練習

艾婕：肚子好餓，不知道有沒有什麼好吃的東西。
子龍：我發現一家很好吃的義大利餐廳喔，要不要一起去吃？
艾婕：好啊，在哪邊呢？
子龍：跟我去就知道了。

過場音樂

店員：您好，歡迎光臨，這是我們的菜單。
子龍：謝謝。艾婕妳想吃什麼？
艾婕：我想吃海鮮墨汁麵，你呢？
子龍：那我也吃海鮮墨汁麵。小姐。

店員：可以點了嗎？請問兩位要點些什麼？
子龍：兩份海鮮墨汁麵。
店員：好的，請問要什麼飲料？
艾婕：我要紅茶。
子龍：我要咖啡，謝謝。
店員：沙拉吧是免費的，請自行取用，謝謝。

過場音樂

艾婕：哇！好飽、好飽，這家店的義大利麵真好吃。
子龍：妳喜歡吃就好。錢我來出吧！我請客。
艾婕：不不不，各付各的吧，別破費了。
子龍：沒關係！我剛領薪水，沒問題的。
艾婕：那下次要讓我請回來喔！
子龍：好。

過場音樂

子龍：我們要買單。
店員：一共是三百元，收您三百，這是您的發票。謝謝您，希望您下次再來。
子龍：一定的。
艾婕：沒問題！
店員：謝謝光臨。

Lesson 6 聽力練習

艾婕：現在就要起床了嗎？好冷喔，天都還沒有亮耶。
子維：當然要起床啊！我們要一起去看全臺灣最有名的日出呢！
龍媽：不只是日出，還有雲海呀！一定很漂亮。
艾婕：雲海？那是什麼？
子芸：雲海就是雲很多，多到看起來像海吧！
龍爸：對了，大家快點，上山的火車要出發了。

過場音樂

艾婕：這裡好美喔！你們看山好高，山谷好深。
子芸：對啊，這裡的花崗岩峽谷是舉世聞名的呢！
子維：沒錯沒錯！這是我最喜歡的國家公園，每次來玩的時候，都很喜歡在沿著懸崖的路上開車的感覺，一邊是高高的山，一邊是深深的峽谷，真是壯觀。
龍媽：我剛剛買了花蓮芋，要不要現在吃一吃啊？
大家：好。

過場音樂

艾婕：是海耶，海水好藍好漂亮，到臺灣來之後，就很少到海邊游泳了。
龍爸：這裡也算臺灣的最南邊了。
龍媽：大概也只有這個國家公園可以讓我們玩水了，有海灘、有陽光，多麼好。
子維：每年春天的搖滾音樂祭也很棒喔！
子芸：還有空聊天啊，我可是要先下水囉！

過場音樂

艾婕：這就是全世界最高的建築物嗎？
龍爸：我不確定這是不是全世界最高的建築物，但我確定這是我最愛的建築了。
子芸：每年跨年的時候，都會到這邊來倒數，數到零的時候，就可以看到每一層樓都放出煙火來，真的很漂亮喔！
子維：艾婕，妳想不想到頂樓眺望一下整

個臺北市的樣子，我幫妳出錢。
龍媽：對啊，我們一起去看看。
艾婕：當然好啊！
大家：走吧！

Lesson 7 聽力練習

同學A：欸，子維，你來一下。
子維：怎麼了？
同學A：就是下星期一是嘉立的生日，我們想幫她辦一個慶生會，你覺得怎麼樣？
子維：好啊，什麼時候？
同學B：下星期一晚上，我們想大家買一個蛋糕，吃完飯以後拿出來給她一個驚喜。
子維：好主意，我知道一家蛋糕店，他們的蛋糕很精緻，價錢也不貴，我可以幫忙去訂。
同學B：你真貼心，那蛋糕就請你去訂了，記得要挑大一點的喔！
同學A：那我們要在什麼地方慶祝？
艾婕：我記得東區有一家叫Mammamia的餐廳還不錯，他們的義式烤雞和義大利麵都很好吃。
同學A：那就去Mammamia吧！下星期五晚上七點，在捷運市政府站集合。對了，子維，你可以幫我打個電話給千千嗎？我沒有她的手機號碼。
子維：好啊，我晚點打給她。

Lesson 8 聽力練習

千千：喂。
子芸：喂，千千，我是子芸。我想問妳去印度的簽證要怎麼辦？
千千：印度啊，妳機票訂了嗎？
子芸：還沒耶！
千千：妳要先訂機票，然後把身分證拿去影印，妳有三個月內的照片嗎？
子芸：沒有耶，我的照片是一年以前照的了。
千千：那不行，妳訂完機票以後，先去照相吧！因為相片要兩三天才會好。
子芸：先訂機票再去照相，然後再影印身分證，然後呢？
千千：然後就去準備錢，半年的簽證要1800塊。
子芸：嗯……印度臺北協會要怎麼去？
千千：搭公車611就可以到了，大概兩三天以後就會好了。
子芸：好，我記起來了，謝謝妳囉！
千千：不客氣，回來再跟我說妳玩得怎麼樣吧。

Lesson 9 聽力練習

過場音樂對話一

子芸：這部電影真感人，我看了都哭了。
森川：我不喜歡。
子芸：為什麼？你不覺得男女主角演得很好嗎？
森川：好是好，可是太誇張了，而且為什麼最後大家都死了。
子芸：就是因為這樣才浪漫啊！他們是為愛而死的，這才叫悲劇啊。
森川：算了，我不懂這種女生看的片。
子芸：你真是沒有情調！

過場音樂對話二

同學A：這部電影真精彩。
同學B：真的！我平常不喜歡看打打殺殺的片，可是這部片真的拍得很好。
同學C：德國攻擊那段真的好刺激！
同學A：是啊，嚇了我一大跳。
同學B：拍這種戰爭場面，不知道要花多少錢，導演真是了不起啊！
同學C：難怪這部片會得獎。

過場音樂對話三

同學A：天啊，那隻企鵝爸爸好可愛。
同學B：我沒想到你會喜歡動畫片耶！
同學A：為什麼？
同學B：因為跟你的風格不太一樣，你平常看起來總是很嚴肅。
同學A：所以妳覺得我不會喜歡好笑的片子。
同學B：嗯，我以為你比較喜歡有內涵的東西。
同學A：喔，可是這部片很有趣啊！而且妳忘了我是研究企鵝的。

過場音樂對話四

同學A：你覺得這部片怎麼樣？
同學B：爛死了，一點都不恐怖。
同學A：故事也很糟糕，就一直殺人殺人，也沒什麼其他內容。
同學B：什麼恐怖片嘛，花兩百五十塊來看這個，真是划不來。

Lesson 10 聽力練習

子維：你好，我們想探病，請問阿里住在幾號房？
櫃檯護理人員：嗯，我查一下。阿里巴巴嗎？
嘉立：對。
櫃檯護理人員：308號房，右邊直走就到了。
子維：謝謝。

過場音樂

同學們：阿里，我們來看你了。
阿里：真是謝謝你們，請坐請坐。
女同學：阿里，這是我和子維買的水果，你可以吃水果嗎？
阿里：可以，只是不能喝牛奶，也不能吃太鹹、太甜或太辣。
嘉立：可憐的阿里，你後來動了手術嗎？
阿里：有啊，昨天晚上動的，現在還在痛。
女同學：到底是怎麼一回事啊？
阿里：就星期三晚上跟朋友去吃海鮮，吃完回家，肚子就好痛，一直吐還拉肚子，痛死我了。
同學們：天啊！真慘。
嘉立：醫生說什麼？
阿里：可能是吃海鮮不新鮮，所以食物中毒了。
子維：真慘，你這樣要住院住幾天啊？
阿里：我現在好多了，應該後天就可以出院了吧。
女同學：下次要小心點啊，不要再亂吃了。
阿里：我會的，謝謝你們來看我。
嘉立：大家都是朋友，客氣什麼。你看我們還幫你帶了電腦跟DVD來，這樣你住院就不會無聊了。
阿里：哇，太棒了，謝謝你們。
女同學：我們跟你一起看吧！

Lesson 11 聽力練習

淑惠：你猜我昨天去逛街時看到誰？
怡君：誰啊？不會是老闆吧？
淑惠：錯！我看到子芸和森川在河邊散步。
怡君：森川！那個跟我們合作的日本工程代表嗎？
淑惠：沒錯。
怡君：天啊！子芸該不會在和跟他約會吧！
淑惠：說不定喔，他們兩個看起來很甜蜜呢。
怡君：真沒想到，子芸真是幸運，森川又帥又有紳士風度，辦公室裡有一半的女同事都喜歡他呢。
淑惠：喂，妳該不會也喜歡森川吧？

怡君：別亂講，我對森川可是一點意思也沒有喔。可是，他真的是一位令人心動的好對象啊。

淑惠：不知道他昨天有沒有行動，他看起來很害羞的樣子耶。

怡君：森川很害羞，子芸可不害羞喔，子芸很活潑的。

淑惠：那我還真期待他們的發展。感覺他們兩個還滿適合的呢。

怡君：唉，真好，我也真想談一場轟轟烈烈的戀愛。

淑惠：那妳明天來參加公司的活動吧！我保證幫妳介紹一些好男人。

Lesson 12 聽力練習

贏家：各位聽眾朋友大家好，我是贏家，歡迎收聽FM98.4風鈴音樂網，今天我們邀請到有名的鋼琴家——沈好霖到我們節目來，跟我們分享她學音樂的感想，好霖。

好霖：各位聽眾朋友大家好，我是沈好霖。

贏家：請問好霖，妳是什麼時候開始學音樂的呢？

好霖：嗯，我從六歲就開始彈琴了，一直到現在有十七年了。

贏家：對妳來說，音樂在妳的生活裡扮演著什麼角色呢？

好霖：對我來說，音樂是我生活的全部，我從小就喜歡音樂，聽到音樂就會跟它一起唱，音樂對我來說是很重要的。心情不好的時候，只要能彈琴，心情就會平靜下來。我想音樂裡面有一種很深的東西，是可以撫平人的靈魂的。就只要你靜下來去聽，你就能感覺到音樂裡的力量，那是一種鼓舞生命的力量。

贏家：妳的專長是古典鋼琴，請問其他的音樂也能給妳一樣的感覺嗎？

好霖：我想只要是音樂，它們帶給人的感動都是一樣的，這就是音樂神奇的地方。

贏家：我們知道妳上個月才從西班牙回來，還拿了Andorra鋼琴比賽的Gold獎回來，這個獎項對音樂家來說，是很了不起的，請問妳得獎的感覺如何呢？

好霖：我很驚訝，我之前從來沒有想過我竟然會得獎，為了這個比賽我很努力練習，不過當天的表現，我自己並不是很滿意，我有幾個地方彈得不好，我本來以為評審一定會把我淘汰的，所以當我知道自己得獎的時候，我還以為自己在作夢呢。

贏家：不不不，妳是真的很有才華的。我想請問妳，像妳這麼有才華，在學音樂的道路上有沒有遇過什麼困難呢？

好霖：怎麼可能沒有，我想學藝術的，不管是什麼藝術都一定會遇到瓶頸、遇到困難，可是這其實也是一個新的開始，只要不要害怕，做自己認為對的事，就一定會得到一些沒有想過的東西。我覺得碰到困難是很正常的，也是很必要的，因為只有這樣才會成長，不是嗎？

贏家：謝謝好霖的分享，接下來，我們要介紹大家一首曲子，拉赫曼尼諾夫的《愛之喜》，Love enjoy，這首也是好霖在Andorra得獎的曲子，我們來聽聽看拉赫曼尼諾夫的《愛之喜》。

國家圖書館出版品預行編目資料

實用生活華語不打烊．中級篇(越南語版)／楊琇惠作；陳瑞祥雲譯．－－初版．－－臺北市：五南，2018.07
面；　公分
ISBN 978-957-11-9663-3（平裝）

1.漢語　2.讀本

802.86　　107004433

1XCX 華語／新住民／東南亞語系

實用生活華語不打烊：中級篇（越南語版）

編 著 者 — 楊琇惠(317.4)
譯　　者 — 陳瑞祥雲
文字編輯 — 洪子芸　郭謦維

發 行 人 — 楊榮川
總 經 理 — 楊士清
副總編輯 — 黃惠娟
責任編輯 — 蔡佳伶
校對編輯 — 卓芳珣
插　　畫 — 鄭雯允
封面設計 — 姚孝慈
錄音人員 — 黃琡華　孔柏仁　林姮伶　范雅婷　盧俊良
出 版 者 — 五南圖書出版股份有限公司
地　　址：106台北市大安區和平東路二段339號4樓
電　　話：(02)2705-5066　　傳　　真：(02)2706-6100
網　　址：http://www.wunan.com.tw
電子郵件：wunan@wunan.com.tw
劃撥帳號：01068953
戶　　名：五南圖書出版股份有限公司

法律顧問　林勝安律師事務所　林勝安律師

出版日期　2018年7月初版一刷
定　　價　新臺幣420元

凝煉知識品味閱讀